NGÔN NGỮ
TẠP CHÍ VĂN HỌC NGHỆ THUẬT
SỐ 3 - 1/9/2019

NHÓM CHỦ TRƯƠNG:

Luân Hoán – Song Thao – Nguyễn Vy Khanh – Hồ Đình Nghiêm – Lê Hân

CỘNG TÁC TRONG SỐ NÀY:

Cao Nguyên, Cao Thoại Châu, Châu Yến Loan, Chu Vương Miện, Dung Thị Vân, Dư Mỹ, Đặng Hiền, Đoàn Việt Hùng, Đỗ Duy Ngọc, Đỗ KH, Đức Phổ, Elena Pucillo Truong, Khê Kinh Kha, Hạt Cát Diệu Sinh, Hiền Nguyễn, Hoài Ziang Duy, Hoàng Lộc, Hoàng Xuân Sơn, Hồ Chí Bửu, Hồ Đình Nghiêm, Hồ Xoa, Huỳnh Minh Lệ, Huỳnh Thị Quỳnh Nga, Lâm Chương, Lê Hân, Lê Kim Thượng, Lê Văn Thiện, Lê Văn Trung, Luân Hoán, Lữ Quỳnh, Mang Viên Long, MH Hoài Linh Phương, Minh Ngọc, Nguyễn An Bình, Nguyên Cẩn, Nguyễn Dạ Quỳnh, Nguyễn Đăng Trình, Nguyễn Đức Mù Sương, Nguyễn Đức Tùng, Nguyễn Huy Côn, Nguyễn Miên Thượng, Nguyễn Minh Nữu, Nguyễn Ngọc Hạnh, Nguyễn Thiếu Dũng, Nguyễn Văn Gia, Nguyễn Vy Khanh, Nguyễn Xuân Thiệp, Ngưng Thu, Phương Tấn, Quan Dương, Song Thao, Thiếu Khanh, Tiểu Nguyệt, Trần Dzạ Lữ, Trần Đức Phổ, Trần Hoàng Vy, Trần Mạnh Hảo, Trần Thị Nguyệt Mai, Trần Thiện Hiệp, Trần Vấn Lệ, Trương Văn Dân, Xuyên Trà

BÌA: Uyên Nguyên Trần Triết
DÀN TRANG: Nguyễn Thành & Lê Hân
ĐỌC BẢN THẢO: Trần Thị Nguyệt Mai

LIÊN LẠC:

Thư và bài vở mời gởi về:

- Luân Hoán: lebao_hoang@yahoo.com
- Song Thao: tatrungson@hotmail.com

TÒA SOẠN & TRỊ SỰ:

Lê Hân: (408) 722-5626 han.le3359@gmail.com

THƯ TÒA SOẠN

Ngôn Ngữ số 3 vừa phát hành đầu tháng 9, và như vậy chúng ta đã có 4 số báo, khởi đi từ tháng 5. Mỗi số trung bình 300 trang, đông vui người viết trong ngoài nước Việt. Nội dung bài viết vẫn nằm trong lãnh vực văn học, diễn đạt qua nhiều bộ môn quen thuộc. Thành công khiêm nhường nhưng là niềm vui không nhỏ cho nhóm thực hiện vốn được hỗ trợ khuyến khích tích cực từ bạn đọc, bạn viết. Chúng tôi xin thể hiện lòng biết ơn bằng cách cố gắng giữ tờ báo lâu bền và tốt hơn qua từng số sắp tới.

Trước 1975, những người làm báo tài tử như chúng tôi thường phải chuẩn bị bài vở, nhất là tài chánh cho vài ba kỳ tiếp theo, mong lưu được một đôi nét kỷ niệm. Ngôn Ngữ không có được sự chuẩn bị này. Tuy vậy, phần bài vở nhờ sự rộng lòng của anh chị cầm bút, nên chúng tôi khá vững tâm. Vấn đề tài chánh vẫn đang là sự lo nghĩ, bởi chúng tôi muốn tiến tới việc gởi báo tặng đến những người cộng tác. Cước phí bưu điện tại Hoa Kỳ là một trở ngại lớn. Mong tất cả quý anh chị cho chúng tôi thời gian.

Ngay số này và những số tiếp theo, chúng tôi hy vọng sẽ có phương cách phát hành trong nước với giá nhẹ nhàng dễ đưa báo đến tay bạn đọc hơn. Mở rộng việc phổ biến thơ, văn, biên khảo... cũng như đón nhận, mời gọi giới sáng tác vui vẻ tham gia là công việc chúng tôi mong làm, mong luôn cải tiến.

Một trong 4 số báo đã thực hiện, ở Ngôn Ngữ 2, chúng tôi đã sơ ý nhầm lẫn tên tác giả đúng là Chu Thụy Nguyên thành Chu Nguyên Thụy. Thành thật xin lỗi tác giả đồng thời nhờ quý vị sở hữu Ngôn Ngữ 2 sửa sai giúp. Nhân việc sai sót, chúng tôi cũng mong các anh chị gởi bài, cố gắng đọc kỹ lại bản thảo của mình, chỉnh sửa theo ý muốn thật hoàn hảo trước khi gởi, thay vì nhờ chúng tôi thay đổi qua tin nhắn vi thư. Bên cạnh đó việc thực hiện bản văn, nhất là bỏ các dấu huyền, nặng nên đúng vị trí (sát chữ cuối cùng), để giúp chúng tôi khỏi phải chỉnh lại từng dấu.

Nhìn chung, Ngôn Ngữ có thể lạc quan đã có trớn để nhập cuộc chơi tốt hơn, nhưng thật sự chưa vững vàng. Chúng tôi chưa dám nghĩ đến thực hiện theo chủ đề. Những số tiếp theo vẫn là đề tài tự do trong lãnh vực văn học nghệ thuật đậm đà tính nhân văn. Ước mong bài vở gởi đến Ngôn Ngữ luôn phong phú, đa dạng.

Thân tình,

Luân Hoán

tháng 8-2019

Mục Lục

- luân hoán - *thư tòa soạn* - 4
- lữ quỳnh - *có một ngày không đi đâu không về đâu -* truyện ngắn - 8
- nguyễn vy khanh - *văn học việt nam trong ngoài* - biên khảo - 14
- hoài ziang duy - *chút tình trăm năm* - thơ - 24
- lê văn trung - *đất trời đâu phải của riêng ai* - thơ - 25
- song thao - *tiếng* - phiếm - 26
- hồ đình nghiêm - *cổ thành* - truyện ngắn - 33
- cao thoại châu - *không ngủ được mang mình ra tự giễu* - thơ - 44
- nguyễn đăng trình - *đừng nghe ẻm phỉnh* - thơ - 46
- lâm chương - *nơi có ngôi đình cũ* - truyện ngắn - 47
- đoàn việt hùng - *vật thiêng* - truyện ngắn - 63
- mh hoài linh phương - *mưa* - thơ - 73
- hoàng xuân sơn - *hạt đen* - thơ - 74
- châu yến loan - *tiếng việt, tiếng như chim hót* - biên khảo - 76
- mang viên long - *ngõ hoa* - truyện ngắn - 81
- cao nguyên - *mưa 5 7 5* - thơ - 87
- lê hân - *theo hương gió chiều* - thơ - 88
- nguyễn đức tùng - *dương tường, bản nháp chiều tơ liễu -* biên khảo - 89
- thiếu khanh - *lại nói về ba tàu và các chú* - biên khảo - 115
- dung thị vân - *giữa trùng cao* - thơ - 123
- hạt cát diệu sinh - *sài gòn gió đêm nay* - thơ - 124
- chu vương miện - *thương vô cớ nhớ vô cùng* - thơ - 126
- nguyễn minh nữu - *bài thơ cuối cùng* - truyện ngắn - 128
- nguyễn dạ quỳnh - *khi chiều buông* - truyện ngắn - 135
- hoàng lộc - *thiên bắc phương* - thơ - 141
- lê kim thượng - *tay xuôi* - thơ - 142
- trần đức phổ - *đêm qua cầu vàm cống* - thơ - 144
- dư mỹ - *bến lỡ* - thơ - 145
- huỳnh minh lệ - *năng rổn rảng* - thơ - 146
- nguyễn an bình - *tiếng đàn đá trên đỉnh sơn trà* - truyện ngắn - 147
- nguyễn cẩn - *trăng lạnh* - truyện ngắn - 157
- nguyễn xuân thiệp - *những khúc biến tấu* - thơ - 167
- trần thị nguyệt mai - *mưa trong thơ nguyễn xuân thiệp -* nhận định - 174

• quan dương - *giữa hai bờ hệ lụy* - thơ - 178
• đỗ duy ngọc - *giữa sài gòn* - thơ - 179
• nguyễn thiếu dũng - *ảnh hưởng của quan thượng túy la đối với ông nghè bất nhị* - biên khảo - 180
• tiểu nguyệt - *hoàng hôn bên sông tắc* - truyện ngắn - 187
• hồ chí bửu - *xe ôm* - thơ - 196
• khê kinh kha - *cuộc tình không may* - thơ - 197
• trần vấn lệ - *áo bà ba* - thơ - 198
• nguyễn miên thượng - *thì thầm* - thơ - 200
• trần hoang vy - *trôi về đâu đôi mắt thuyền thuở nọ* - tùy bút - 201
• lê văn thiện - *chuyện tình* - truyện ngắn - 205
• trương văn dân - *một giấc mơ riêng* - truyện ngắn - 212
• đức phổ - *tự tình* - thơ - 227
• nguyễn đức mù sương - *mộ địa* - thơ - 228
• nguyễn văn gia - *trên đường đi làm sổ đỏ bỗng nhớ vương thực phủ* - thơ - 230
• trần mạnh hảo - *mùa thu khóc* - thơ - 232
• đỗ kh - *cái vía vẫn còn* - truyện ngắn - 233
• nguyễn huy côn - *"vân đài loại ngữ" bộ sách bách khoa đầu tiên của việt nam* - biên khảo - 242
• phương tấn - *lật trang kinh, tụng chữ tình* - thơ - 246
• trần dzạ lữ - *thơ cho người còn nuôi tóc dài xưa* - thơ - 248
• nguyễn ngọc hạnh - *cứ mơ cho hết đêm trôi* - thơ - 249
• ngưng thu - *nỗi cô đơn của sóng* - thơ - 250
• đặng hiền - *cánh đồng mơ* - thơ - 251
• hiền nguyễn - *thước đo* - truyện ngắn - 252
• minh ngọc - *tạp ghi tháng chín* - tạp ghi - 257
• elena pucillo truong - *vàng trên biển đá đen* - truyện ngắn - 262
• hồ xoa - *khúc cuối hạ* - thơ - 268
• xuyên trà - *niệm khúc* - thơ - 270
• huỳnh thị quỳnh nga - *đêm khát* - thơ - 271
• trần thiện hiệp - *còn bước phù du* - thơ - 272
• luân hoán - *đường chữ sau lưng "về trời", mặc cảm về sự chết yểu* - hồi ký - 273
• minh ngọc - *tin văn nghệ* - 280
• ngôn ngữ - *thư tín* - 289

Có Một Ngày Không Đi Đâu Không Về Đâu
LỮ QUỲNH

1.

Buổi sáng Thuận đi ngang nhà in, nhưng không thấy lão Mùi ở đó. Thuận thầm tiếc là đang lúc buồn, vào hôm trời lạnh như thế này mà không được ngồi uống với lão một tách cà phê. Gọi là quán, thực ra chỉ là mấy bậc cấp của Nha Thông tin miền Trung, phía trước một nhà in nhỏ với mấy chiếc máy typo cũ kỹ, dùng in tờ nhật báo địa phương phát hành mỗi buổi sáng. Cà phê chứa trong chiếc túi như bít tất trong chiếc ấm đặt trên bếp than, do vợ của một nhân viên đứng bán. Lão Mùi và hắn thường phủi đất ngồi xuống bậc thềm. Họ đều khen cà phê nơi đây ngon tuyệt, có lẽ một phần do không khí tồi tàn với đám khách lao động mà hai tay lúc nào cũng bẩn dính mực in hay dầu nhớt. Thuận nghĩ lão Mùi già lắm, nhưng chưa bao giờ hắn có ý hỏi hay đoán tuổi lão. Chỉ biết lão thường cười nhăn nhúm và nói tục thật dễ thương.

Hình như lúc nào lão cũng chỉ có một câu chào hắn.

- Chú mày có biết đêm qua tao nghĩ gì không?

Thuận làm thinh, vì biết lão không bao giờ cần ý kiến hắn, lão sẽ trả lời ngay sau một ngụm cà phê, tiếp theo mấy tiếng hít hà vì lạnh.

- Tao nghĩ đến một mai khi hòa bình, mấy đứa con của tao có sống sót trở về, tao bắt chúng á khẩu mười năm!

Thuận mở to mắt nhìn lão.

- Sao? Á khẩu, câm mười năm. Để làm gì vậy?

- Để suy nghĩ. Để tưởng niệm. Và hành hạ chính bản thân mình, chính cuộc sống của mình. Sống sót giữa thời buổi này đối với tao là có tội, đã là không phải rồi. Đúng thế, phải khổ hạnh, phải á khẩu mười năm. Nhất là mấy đứa con tao đã tham dự vào cuộc chém giết này.

- Thế thì chúng ta đây tự treo cổ lên hết cho rồi…

- Cũng không được chú mày ạ. Khổ như vậy đó. Có những cái tưởng như bình thường, nhưng không phải; tao thấy đời sống bây giờ như con muỗi sa vào lưới nhện, cứ lầy nhầy, lùng nhùng, cuối cùng ưa chết phứt, nhưng dễ dầu gì.

Lão Mùi xoay mãi tách cà phê trong tay, lúc đó trong đầu lão nảy ra nhiều ý nghĩ. Lão hỏi tuổi hắn, hỏi tên hắn; nhưng không đợi trả lời, mà tự nói với mình:

-… mà thôi, tao cũng chẳng cần biết tới làm gì, chỉ thêm xót xa. Tao xin lỗi chú mày, người trẻ tuổi có nhiều năm tháng không vui. Hãy vứt bỏ cái dĩ vãng đó đi, thế là mày có cơ hội…

Thuận im lặng, trong khi lão Mùi đứng dậy, một tay chống xuống cạnh bàn.

- Khà khà, máy in chạy rồi. Thôi chia tay. Trưa nay mày nhớ ghé lại sửa morasse giùm tao, đi nhé.

Hắn chờ cái dáng khập khễnh của lão khuất sau những bức tường treo đầy pano thông tin, mới rời quán. Những buổi gặp gỡ của Thuận và lão Mùi thường xảy ra như vậy, với câu chuyện "nắng mưa" không thay đổi. Hôm nay lão vắng mặt.

2.

Buổi sáng trời lạnh và khô ráo. Thuận liếm môi, nghĩ ngợi một chút về sự vắng mặt của lão Mùi. Lão sống, làm việc đều đặn, ít khi nghỉ không lý do. Hắn đi bộ về phía bến xe thành phố. Hàng cây bên vệ đường cao khẳng khiu còn ít lá xanh trông thật buồn. Hắn kéo cao cổ áo che gió, nhưng không thèm tránh những vũng nước dưới chân. Đôi giày há mõm lớp ngóp nước. Cảm giác mát lạnh từ hai bàn chân chạy lên làm hắn cảm thấy buồn buồn.

Khi đến giữa bến xe, hắn mới thoáng nghĩ đến mẹ, và chợt có ý định đi thăm mẹ lúc này. Mẹ, người đàn bà có những lý do để đeo đuổi một cuộc sống xa cách quê nhà. Như một thói quen, hắn thường mặc cảm với những danh từ đẹp đẽ như tình người, đạo đức, công lý…

Mấy đứa lơ xe mời khách ồn ào nhưng Thuận không để ý. Bến phía bắc, xe chỉ chạy đến Quảng Trị. Những chuyến xe đi về trong ngày, bên hông xe ghi địa danh nơi đến. Bầu trời hôm nay đầy mây, sũng nước nhưng không mưa. Thuận chọn một chiếc xe còn vắng khách, ngồi cạnh tài xế. Xe cũ kỹ, kính chắn gió đã rạn nứt nhiều đường, được dán lại bằng lớp keo trong. Thuận tì tay lên cửa xe, lơ đãng nhìn ra vũng nước của trận mưa đêm qua còn đọng lại. Hắn lan man nghĩ đến hoàn cảnh của mẹ. Chồng của mẹ, đó là một người đàn ông gầy ốm, bệnh hoạn; nhưng chắc chắn phải có một cái gì khác sâu kín, mới quyến rũ làm cho mẹ chấp nhận cuộc sống an bài như thế được. Hắn thường tỏ ra đồng ý khi mẹ nói về tình cảm mà người đàn ông dành cho hắn. Đó là một thứ tình cảm lạ lùng. Nhiều năm trước khi hắn còn nhỏ, ông ấy muốn mẹ gửi hắn vào viện Dục Anh; nay đến tuổi trưởng thành thì khuyên hắn nên tình nguyện nhập ngũ, vì không cũng sẽ bị bắt lính. Thuận nghe mà xúc động, vì bấy giờ người chồng của mẹ hắn có vẻ cảm động thật. Cả một phần tuổi trẻ, chưa bao giờ hắn có những cảm xúc đến từ một sự chân thật. Hắn cảm động trong phút giây, để rồi hết ngay sau đó.

Thường lệ hắn ở lại buổi trưa với mẹ. Hằng mấy tháng trời mới có một lần như vậy, nên bữa cơm trưa hôm đó có phần tươm tất. Mẹ và bố dượng hắn có dịp tiếp đãi, có dịp tỏ tình thương con và thương con của vợ mình. Hắn ăn lặng lẽ, khó khăn lắm để nuốt từng miếng cơm xuống dạ dày.

Thuận cúi mặt như chăm chú vào bữa ăn, thực ra hắn nhìn thoáng mẹ và tưởng như nước mắt chực trào ra. Hắn thấy mẹ có già hơn, khuôn mặt thêm đường nhăn và đen sạm. Ngôi nhà rộng thênh thang, mà bàn thờ và những bộ trường kỷ, phản gỗ đã chiếm gần hết diện tích làm cho ngôi nhà có vẻ như hẹp lại, đầy bóng tối.

Khu vườn rậm rạp những cây ăn trái. Những tán lá còn đọng nước xanh um, bao quanh cái sân gạch đã phủ rêu, vì từ lâu thiếu bước chân người. Lối vào nhà ngập ngụa đất sét, lác đác những viên đá lót đường từ bờ sông đi lên. Hai cột trụ vôi loang lổ màu thời gian, có một cột bị sứt mất trái bí bằng đá trên đầu.

Thuận tự hỏi với không gian buồn bã đó, mẹ hắn đã chấp nhận cuộc sống hẩm hiu, dù thiếu đi cái bóng mát nhỏ nhoi có thể che lên đời mẹ. Âu cũng là số phận. Lý do nào cũng chỉ là lý do, chỉ mang tính biện minh cho một sự việc đã làm, đã lỡ lầm. Sau bữa cơm, người đàn ông đi ngủ. Mẹ hắn ngồi tắm cho những đứa con, những đứa trẻ hồn nhiên bụ bẫm. Hắn mỉm cười vu vơ cho đến khi người đàn bà tắm xong lũ trẻ.

Buổi chiều từ giã, mẹ đưa Thuận ra đến cổng, với những giọt nước mắt lăn dài trên má. Hắn im lặng quay đi, ngậm ngùi nhìn dòng sông êm đềm in bóng mây, không một gợn sóng. Chợt nghĩ đến lão Mùi với câu chào mỗi khi gặp hắn: "Chú mày có biết đêm qua tao nghĩ gì không?" Rồi tự trả lời. Hắn nhớ tới hai cột trụ vôi trước cổng vào nhà, mà một chiếc bị sứt mất trái bí trên đầu, tự nhiên hình ảnh đó làm hắn buồn và thương mẹ. Hắn lắc mạnh đầu để ngăn nước mắt chực trào ra. Biết mẹ còn đứng đó trông theo, nhưng hắn không nhìn lui, kìm lòng bước đi.

Ra đến quốc lộ, con đường nằm vắt giữa đồng ruộng bao la, xa kia là dãy núi đen thẳm in lên bầu trời xám đục. Hắn đi lang thang, thỉnh thoảng cúi nhặt những viên sỏi bên đường, ném xuống cánh đồng ngập nước để nhìn những làn sóng lan ra. Hắn không bận tâm đến những chiếc xe hàng đang vội vã băng qua vì trời chiều.

3.

Tài xế nổ máy xe làm Thuận sực tỉnh. Hắn đóng lại cửa, cùng lúc với tiếng còi vang lên inh ỏi. Tiếng người phụ xế mời gọi, mong kiếm thêm vài hành khách. Xe bắt đầu lăn bánh ra đường. Cuộc chiến nào rồi cũng phải đến ngày tàn lụi, mà dù cho bên thắng hay thua, Thuận nghĩ, cũng đều là thất bại cả; vì nỗi đau của những bà mẹ mất con, người vợ mất chồng của phía nào cũng như nhau, cũng là nỗi đau chung, cùng một dòng nước mắt.

Rời thành phố một quãng thì xe ngừng lại, tấp vào lề, nhường đường cho đoàn xe chở lính chạy qua. Thuận nhìn những người lính đội nón sắt, mặc áo giáp và súng cầm tay đang nhìn xuống hai bên đường, những cánh đồng mênh mông ngút ngàn tận chân núi. Chờ đoàn quân xa qua hết, người tài xế mới cẩn thận cho xe chạy tiếp. Hắn lơ đãng nhìn hàng cây bên đường, mùa này những tàng cây như thấp xuống. Con đường sắt chạy song song, hiu hắt, chưa thấy đoàn tàu nào đi qua. Xe đã nối đuôi với chiếc cuối cùng của đoàn xe trước từ lúc nào. Hắn nhìn chiếc xe chở đầy những bao tải lớn với chỉ một người lính ngồi bên trên. Gã ngồi lắc lư theo đà xe trên con đường gập ghềnh; mái tóc vàng bay bay trong gió. Thuận nhìn cái thân thể nhiều ký của gã in lên nền trời lúc này u ám nhiều mây. Người lính viễn chinh lấy tờ thư trong túi áo ra chăm chú đọc. Lá thư trên tay gã lay động như muốn tung bay. Khuôn mặt gã tối chìm sau vành nón sắt. Chiếc xe vẫn di chuyển lắc lư. Thuận quan sát hình ảnh buồn bã trước mặt. Người lính đọc xong thư, cẩn thận gấp bỏ vào túi. Gã trầm ngâm một lúc, đưa mắt nhìn ra xa; xong khom mình xuống sàn xe lấy chiếc áo giáp mặc vào người, mắt không rời nhìn vào dãy núi xa kia. Những cử chỉ của gã thật chậm, thật e dè. Có lẽ gã vừa đọc xong lá thư của vợ con hay cha mẹ từ một tiểu bang quê nhà xa xôi nào đó. Lá thư hắn phải đầy ắp yêu thương và những lời dặn dò trìu mến. Chắc chắn trong phút giây gã kéo chặt *fermeture* áo giáp lại, gã đã nghĩ rằng, gã phải sống, gã phải làm người trở về.

Không ai là không muốn làm người trở về cả. Nhưng có những kẻ như Thuận, thì sự trở về không bao giờ được gợi ra trong đầu. Vì trở về là trở về đâu? Một quê nhà đã chìm khuất theo tuổi thơ mây khói. Hắn nghĩ không cần thiết phải đi thăm mẹ hôm nay nữa. Hắn kéo cao cổ áo vì chợt cảm thấy lạnh, nhìn qua người tài xế đang phì phà thuốc lá, hắn nói:

- Tôi xuống đây. Cho tôi xuống đây.

Xe đang giữa đoạn đường hoang vắng. Người tài xế dừng xe, ái ngại nhìn hắn.

- Sao lại xuống đây?

Thuận không trả lời. Quốc lộ lúc này thật vắng. Những ngọn lúa nhô cao hơn mặt nước trên cánh đồng đang lắt lay trong gió. Hắn khoanh tay trước ngực, nhìn lại hướng ngược chiều, chờ những chuyến xe trở vào thành phố.

Về lại cái thành phố tạm bợ này là trở về cuộc sống lang thang, với nỗi ưu tư hiu hắt. Hắn đã bỏ lại ý định tìm đến ngôi nhà mà ở đó mẹ hắn đã cam phận sống bên người chồng bệnh hoạn với những đứa con; thỉnh thoảng với những giọt nước mắt khi tiễn chân hắn ra đầu cổng. Không thể. Bây giờ lão Mùi đã cho hắn thêm nhiều tuổi đời. Hắn phải xé bỏ cái quá khứ tuổi thơ. Phải xé cho rách bươm cái hình ảnh người mẹ, để không bao giờ còn bực dọc, còn khổ đau về một trường hợp.

Càng về chiều, những chuyến xe càng thưa thớt. Nhưng Thuận không bận tâm, hắn nằm dài trên cỏ, xuôi theo đường để có thể nhìn thấy những chiếc xe hàng từ xa chạy lại. Hắn nghĩ hắn phải gặp lão Mùi chiều nay. Hắn mong rằng sự vắng mặt lão buổi sáng ở quán cà phê không phải vì lý do bất trắc nào. Lão vẫn bình yên. Lão sẽ tiếp tục công việc ở nhà in vào ngày mai.

4.

Nhưng lão Mùi đã không trở lại như Thuận nghĩ. Khi hắn về đến thành phố, bầu trời chập choạng hoàng hôn. Suốt một ngày chưa ăn uống gì, nhưng hắn không thấy đói, nhất là khi biết lão Mùi đi vào Nam từ sáng sớm. Đứa con trai của lão đã chết và lão vội vã đi tìm xác con. Thật buồn. Thế là từ nay lão không còn ý nghĩ *bắt nó á khẩu mười năm khi sống sót trở về* nữa. Thuận cảm thấy xót xa, hắn đã thật sự mất đi người bạn già, rất thân thiết và gần gũi của mình rồi.

Lữ Quỳnh

Văn-Học Việt-Nam Trong-Ngoài
NGUYỄN VY KHANH

Khi nghiên cứu về văn học miền Nam 1954-1975 và văn học hải ngoại từ sau 1975, chúng tôi nhận xét có ít ra hai vấn đề trước sau gì rồi cũng phải được đặt ra và giải quyết thỏa đáng – theo nghĩa văn học, văn chương! Thứ nhất là mảng văn học của những nhà văn thơ trong nước từng sinh hoạt văn nghệ trước biến cố 30-4-1975 và sau 1975 đã xuất bản và cộng tác, đăng báo ở ngoài nước. Họ không được nhìn nhận hoặc không sinh hoạt ở trong nước và từ thời gọi là "đổi mới" 1987, họ đến với độc giả văn học ở ngoài nước hơn là với người đọc trong nước nơi họ đang sinh sống. Có những tác-phẩm đã hoàn thành trước 1975 và có nhiều văn thơ, bút ký mới sáng tác sau này, do các nhà xuất-bản ở ngoài như Văn Nghệ, Người Việt, Tân Thư,... ở California, Trẻ ở Texas, Tổ hợp xuất bản Miền Đông Hoa Kỳ, Tiếng Quê Hương ở vùng Washington D.C. và nhất là Thư Ấn Quán ở New Jersey, Hoa-Kỳ, Quê Mẹ và Lá Bối ở Paris, Pháp. Những tác-phẩm này không thể đặt trong "khuôn" văn học miền Nam trước 1975 vì văn học sử chỉ ghi nhận tác phẩm thời nào thì thuộc về thời ấy. Cũng không thuộc về văn học chính thức của trong nước cũng như không chính xác thuộc về văn học người Việt hải ngoại (vào thời điểm sáng tác). Chúng tôi ghi nhận các tác giả và tác phẩm này như là thành phần "văn học miền Nam nối dài" trong biên khảo về văn học hải ngoại. Điều này có thể sẽ gây tranh luận, chúng tôi chờ đợi mọi ý kiến, phê bình về điểm này.

Vấn đề sau là biên giới trong ngoài đối với văn học hải ngoại cũng như văn học của trong nước, vì chính trị đã bị đôi bên trong ngoài vạch rõ trắng đen và hình như lằn ranh vẫn còn nổi cộm!

Dù gì thì văn học ở ngoài nước sau hơn 44 năm theo thiển ý đã có công thay đổi ... cục diện chiến trường văn học, dù rằng trên báo chí và nhiều diễn đàn, có những người dù chỉ là thiểu số vẫn tiếp tục duy trì chiến tranh, phục quốc, vẫn không công nhận văn học của phía bên kia - và phía kia thì vẫn cố tình xem bên ngoài là văn học của "ngụy", không trong luồng; nhưng chúng tôi nghĩ cả hai khuynh hướng này sẽ trở thành quá khứ với thời gian và tình thế hoặc thế hệ, dù tinh thần sẽ vẫn sống trong tâm tư và ý chí của người xa xứ cũng như trong nước. Thiển nghĩ, cuối cùng rồi ra chỉ có một văn học Việt của người Việt Nam.

Trong-Ngoài Và Tác-Phẩm Của Người Trong Nước

Ngay từ thập niên đầu của văn học hải ngoại đã có những tác phẩm của nhà văn thơ sống trong nước được kín đáo chuyển ra **xuất bản ở hải ngoại** và dĩ nhiên tác giả chúng phải đổi danh tánh, bút hiệu: *Đi!* (Paris: Lá Bối, 1982) của Hồ Khanh tức Doãn Quốc Sỹ, một số thơ của Trần Kha tức Thanh Tâm Tuyền thơ in chung trong *Tắm Mát Ngọn Sông Đào*: thơ, văn, nhạc sáng tác từ quốc nội (Lá Bối, 1981), Hoàng Hải Thủy, v.v... Trong số đó nhiều người sau này được ra đi qua các chương trình H.O và đoàn tụ gia đình. Một số trường hợp khác công khai có tác phẩm xuất-bản ở ngoài nước trước khi dời cư ra sinh sống ở hải-ngoại, như Tạ Chí Đại Trường (*Một Khoảnh Việt Nam Cộng Hòa Nối Dài* và viết chung với ngoài - Nguyễn Xuân Nghĩa, tập *Việt Nam: Nhìn Từ Bên Trong và Bên Ngoài* (Văn Lang, 1994), như Cung Tích Biền (*Thằng Bắt Quỷ,* Tân Thư, Hoa Kỳ 1993),... Bùi Giáng trước khi mất (ngày 7-10-1998) đã có *Thơ Bùi Giáng* (Montréal: Việt Thường, 1990; Thế Kỷ 1994). Khoa Hữu in *Hai Mươi Bài Lục*

Bát (Trình Bầy, 1994) và *Thơ Khoa Hữu,* (Văn Học, 1997). Nguyễn Hiến Lê có bộ *Hồi Kí* nhờ xuất bản ở hải ngoại (nhà Văn Nghệ) mà người đọc mới có được văn bản trọn vẹn không bị kiểm duyệt như bản in trong nước. Ngoài ra, nhà Văn Nghệ còn xuất bản các sách khác của ông như *Khổng Tử, Tuân Tử,* ... và *Con Đường Thiên Lý* (tiểu thuyết, được xuất và tái bản nhiều lần từ 1987).

Các nhà văn của văn học miền Nam đã vậy, mà các nhà văn trưởng thành trong chế độ cộng sản, hoặc thân hay theo Cộng, cũng bí mật gởi tác-phẩm ra **in ở ngoài nước** như Dương Thu Hương, hoặc cách khác như Lê Đạt (*Từ tình Ép-Phen,* 1998), Nguyễn Huy Thiệp, Trần Quốc Vượng (*Trong Cõi,* Trăm Hoa, 1993), Nguyễn Ngọc Lan (*Nói Thẳng Nói Thật, Nhật Ký 1990-1991,* NXB Tin Paris), Hà Sĩ Phu, Đào Hiếu (*Nổi Loạn*), Tiêu Dao Bảo Cự (*Nửa Đời Nhìn Lại,* 1994), Trần Vàng Sao (*Bài Thơ Của Một Người Yêu Nước Mình,* 1994), v.v…

Vào đầu thiên niên kỷ mới, việc chuyển tác phẩm ra xuất bản ở hải ngoại bình thường hơn, có những hồi ký của Nguyễn Thụy Long (*Hồi Ký Viết Trên "Gác Bút"* 1999, *Thuở Mơ Làm Văn Sĩ* 2000, *Giữa Đêm Trường* 2000, *Thân Phận Ma Trơi* 2000), Thế Phong (*Hồi Ký Ngoài Văn-Chương*), thơ Hữu Loan (*Thiên Đường Máu* do nhóm Quê Ngoại của Hà Thượng Nhân ở San Jose CA năm 1991), Văn Quang gửi bài đăng trên Internet, trở thành giây liên lạc trong ngoài và xuất-bản *Sài-gòn Cali 25 Năm Gặp Lại* 2000, *Ngã Tư Hoàng Hôn* 2001, *Soi Bóng Cuộc Tình,* các phóng sự tiểu-thuyết *Lên Đời* 2004-5, v.v…, Tạ Duy Anh có *Đi Tìm Nhân Vật* (Tủ sách Tiếng Quê Hương), Nguyễn Viện mạnh sáng tác và in ở ngoài *Rồng và Rắn* (THXBMĐ, 2002), *Chữ Dưới Chân Tường* (Văn Mới, 2004), *Đĩ thúi & phần còn lại ở cõi chết* (Chương Văn, 2015), *Ma & Người* (Tiếng Quê Hương, 2018), *Trong hàng rào kẽm gai, tôi thở* (NXB Nhân Ảnh, 2018), Bùi Ngọc Tấn, Nguyễn Bình Phương (*Xe Lên Xe Xuống* - NXB Diễn Đàn Thế Kỷ, 2011), v.v… Ngoài ra, Cung Tích Biền trước khi sang định cư tại Hoa Kỳ đã cộng tác đăng tác phẩm như *Mùa Hạ* [tiểu thuyết đăng từng kỳ - 194 số nhật báo *Người Việt* năm 2012] và tập 20 tân truyện *Xứ Động Vật* đăng trên tạp chí liên mạng Da Màu Văn chương Không Biên giới năm 2008, và đã xuất bản *Đành Lòng Sống Trong Phòng Đợi Của Lịch Sử* (2015, tái bản 2018).

Thư Ấn Quán của nhà văn Trần Hoài Thư từ năm 2000 xuất bản theo hình thức book-on-demand, đã in nhiều tuyển tập, xuất và tái-bản các tác-phẩm của nhà văn thơ miền Nam nhất là giới trẻ thời cuối thập niên 1960 và đầu 1970 trong đó có người đã quá cố. Xin ghi nhận vài tên tuổi sống ở trong nước: Từ Thế Mộng, Trần Dza Lữ, Lê Văn Thiện, Linh Phương, Nguyễn Bắc Sơn, Hoài Khanh, Hạc Thành Hoa, Nguyễn Nghiệp Nhượng, Vũ Hữu Định, Nguyên Minh (*Tưởng Chừng Đã Quên,* 2005), Nguyễn Lệ Uyên (*Sông Chảy Về Núi,* 2003, *Mưa Trên Sông ĐaKbla* 2003, *Trang Sách và Những Giấc Mơ Bay,* 3 tập; v.v…), Khuất Đầu (truyện dài *Những Tháng Năm Cuồng Nộ,* tập truyện *Người Giữ Nhà Thờ Họ,* v.v…), Khoa Hữu (*Nửa Khuôn Mặt,* thơ), Phạm Ngọc Lư (*Đan Tâm* 2004; *Mây Nổi* 2007), Mang Viên Long (*Biển Của Hai Người*), v.v…

Bên cạnh đó là hiện tượng xuất bản tác phẩm của các tác giả trong nước hoặc những tiếng nói phản kháng, như Phùng Cung (*Truyện và thơ chưa hề xuất bản,* Văn Nghệ, 2003; Montreal: Trung tâm Dân chủ cho Việt Nam, 2004), Tạ Phong Tần (*Tuyển Tập*), Người Buôn Gió (*Đại Vệ Chí Dị*), Trần Đĩnh (*Đèn Cù,* 2014),... Những người chống đối chế độ Hà Nội khi ra tị nạn ở ngoài nước cũng có tác phẩm xuất bản như Bùi Tín (*Mặt Thật, Hoa Xuyên Tuyết,...*), Vũ Thư Hiên, Nguyễn Chí Thiện, Dương Thu Hương, Trần Khải Thanh Thủy (*Chết Ngoài Kế Hoạch,* 2013),...

Ngoài ra, một, hai thập niên gần đây, khối người làm văn học ở hải ngoại có thêm thành phần từ trong nước ra định cư sống ở hải ngoại (do bảo lãnh, di trú) nhưng có người tiếp tục viết báo và xuất bản cho khối độc giả trong nước như Lý Lan, Nguyễn Thị Minh Ngọc, Mạc Can (*Tấm Ván Phóng Dao,* NXB Trẻ TX), ...

Ngược lại, có những tác giả hải ngoại **xuất bản sách ở trong nước** (do họ chủ động - vì không kể những trường hợp xuất và tái bản không chắc có sự thỏa thuận với tác giả) như Nguyễn Mộng Giác (*Sông Côn Mùa Lũ*), Nam Dao, Nguyễn Ước, Nguyễn Đức Tùng, Yên-Tử cư-sĩ Trần Đại Sỹ (*Nam Quốc Sơn Hà* 2003, *Anh Hùng Tiêu Sơn* - NXB Trẻ 2003, *Anh Hùng Đông A Dựng Cờ Bình Mông* 2004), Phạm Ngọc (*Mùa Khát Vọng* - NXB Đà Nẵng, 2004), Cổ Ngư (*Đêm Nghi Ngại* - Hội Nhà Văn, 2005), Đỗ Kh. (*Kí Sự Đi Tây* - Văn Hóa

Thông Tin tb, 1990), Trần Kiêm Đoàn (*Tu Bụi* xuất bản cùng năm 2006 ở ngoài, nhà Titan, và ở trong, NXB Thuận Hóa & Phương Nam), Hoàng Khởi Phong (*Người Trăm Năm Cũ* - NXB Hà Thế & Hội Nhà Văn tb 2009), Phan Xuân Sinh (*Khi Tình Đang Ru Đời* - NXB Văn Nghệ TpHCM, 2007), Đặng Tiến (*Thơ: thi pháp và chân dung* - NXB Phụ nữ, 2009), Cao Huy Thuần (*Tôn giáo và xã hội hiện đại* - Thuận Hóa/Phương Nam, 2006; *Nắng và Hoa* - Văn Hóa Sài Gòn, 2006, **v.v…**), Phan Huy Đường (*Tư duy Tự do* - NXB Đà Nẵng, 2006), Du Tử Lê (các tập thơ *Thơ Tình Du Tử Lê* - NXB Văn Nghệ TpHCM, 2005; *Giỏ Hoa Thời Mới Lớn* – LiênViệtBooks, 2014, và mới đây 2018, 2 tập thơ *Khúc Thụy Du* - Phanbook & NXB Hội Nhà văn, *Trên ngọn Tình sầu* và tiểu thuyết *Với nhau, Một ngày nào* - NXB Hội Nhà văn và Saigonbooks),… Mới nhất là Trần Vũ được Nhã Nam và Hội Nhà Văn Hà-nội xuất bản tập truyện ngắn *Phép Tính Của Một Nho Sĩ* (2019). Phạm Văn Ký nhà văn Pháp thoại cuối đời xuất bản tập thơ *Đường Về Nước* (NXB Hội Nhà Văn, 1993),… Thật khác với các nhà văn Cuba lưu vong hình như không xuất bản ở nước cũ do cộng sản cai trị vì đó là lý do khiến họ phải ra đi – một lưu vong có thể xem là đúng nghĩa nhất!

Hoặc những nhà văn **xuất thân từ miền Bắc** sang Đông Âu hoặc từng đi lao-động và tị nạn hay du học sinh nay xuất bản trong nước: Nguyễn Văn Thọ (in thơ *Mảnh Vỡ, Cửa Sổ, Bên Kia Trái Đất*, tập truyện *Gió Lạnh, Vàng Xưa* (2004), giải thưởng của báo Văn Nghệ, hội Nhà văn và báo Văn nghệ Quân đội, tập tùy bút *Đào Ở Xứ Người* (2005), tiểu thuyết *Quyên* (NXB Hội Nhà văn, 2009),… Lê Minh Hà sau khi đã thành công với độc giả Việt Nam ở hải ngoại, xuất-bản các tập truyện *Gió Từ Thời Khuất Mặt* và *Những Giọt Trầm và Thương Thế Ngày Xưa* (NXB Văn Hóa, 2005) và đến nay 2019, hơn 10 tập khác; Phạm Hải Anh, giải thưởng của Hội Nhà văn Việt Nam 2003 với *Đi Hết Đường Mưa* (NXB Hội Nhà văn 2002) sau *Huyết Đằng* 2001 in ở Cali và *Tìm Trăng Đáy Nước*, 2003 đều do nhà Văn Mới CA - hai nhà văn nữ này in chung tập truyện *Sâm Câm* (NXB Phụ Nữ 2004), Thế Dũng với tập thơ *Hoa Hồng Nở Muộn* (1992) rồi tiểu thuyết *Hộ Chiếu Buồn* (từng in thơ ở Hoa-Kỳ, *Từ Tâm* 1977), Lê Xuân Quang (3 tập *Những Mảnh đời Phiêu bạt*, 2002-2011), v.v. Thuận sống ở Pháp, sau khi in *Made in VietNam* – Văn Mới, 2003 ở ngoài, xuất bản trong nước từ 2005 các *Paris 11 tháng 8, China Town/ Phố Tàu, T. Mất Tích, Thang Máy Sài Gòn*,... Hoặc sinh viên rồi ở lại ngoài nước làm giáo sư, nghiên cứu và in sách như Đoàn Cầm Thi,... Những người này có thuộc về văn học hải ngoại không? Câu trả lời dễ cho thời trước, nhưng dần dà sẽ khó vì nay họ đã trở về hoặc sinh hoạt văn hóa, xuất bản với trong nước. Cũng cần ghi nhận trong nước đang chỉ... chính thức nhắc tên những người xuất thân từ miền Bắc, như một luận án tiến sĩ gần đây, 2016 "Tư Duy Nghệ Thuật Trong Tiểu Thuyết của một số Nhà Văn Nữ Hải Ngoại Đương Đại" - tựa thì vậy nhưng cũng chỉ phiến diện thu hẹp trong 12 cuốn của 4 bà nhà văn "của họ"(!): "Thuận, Đoàn Minh Phượng, Lê Ngọc Mai, Lê Minh Hà... nổi bật lên như một hiện tượng, chứa đựng nhiều đổi mới quan trọng trong tư duy nghệ thuật. Cùng với các nhà văn nữ trong nước, những nhà văn nữ kể trên đã thể hiện một cuộc "tự vượt" của giới nữ để vinh dự đứng trong hàng ngũ những người đại diện cho khuynh hướng cách tân thể loại..."(!).

Ở đây, chúng tôi ghi nhận sự việc có những tác giả **xuất bản tác phẩm của mình ở trong nước**, chúng tôi ghi nhận để có cái nhìn đầy đủ hơn. Vì thiển nghĩ văn-học hải-ngoại gồm những nhà văn sinh sống thật sự ở ngoài nước hoặc hiếm hoi người trong nước thuộc dòng văn học miền Nam trước 1975, mà tác-phẩm của họ vì lý do chính trị hoặc văn học như Nguyễn Hiến Lê, Cung Giũ Nguyên, Cung Tích Biền, v.v... đã gởi xuất bản ở ngoài nước, hoặc đã xuất bản trước khi ra định cư ở hải-ngoại.

***

Như vậy, ***biên-giới văn-học trong-ngoài*** hiện có còn không? Một số dùng phương tiện hoặc bảng hiệu nhà xuất bản trong nước để in "tác-phẩm" đem/gửi từ ngoài về, số khác có liên hệ, như Nam Dao (*Trăng Thuê Ảo Ảnh* - NXB Lao Động và TT Văn hóa Ngôn ngữ Đông Tây 2008; *Trăng Nguyên Sơ, Đất Trời*), Mai Ninh (*Ảo Đăng* - Hội Nhà Văn Hà Nội, 2003 rồi *Cá Voi Trầm Sát* - NXB Trẻ, 2004). Hai cây viết "du học" trước 1975 này đi theo khuynh hướng thời thượng ngoài-in-trong của nhiều nhà văn đi trước. Rồi những di dân Kiệt Tấn với *Em điên xõa tóc* (NXB Văn hóa Sài Gòn, 2009), *Người em xóm học* (NXB Thời đại, 2011), *Lớp lớp phù sa* (NXB Văn hóa Văn nghệ,

2012), *Đêm cỏ Tuyết* (NXB Hội Nhà văn, 2014) và *Vườn chanh miệt biển* (Công ty Thiện Tri Thức và NXB Đà Nẵng, 2018); ... Những bước đi thử trước đó đã có như dự án của Khánh Trường chủ biên tạp chí *Hợp Lưu* thời 1990, dự án 'chết non' - ngược lại, cũng vì cái "kỷ luật" đó mà nhóm Montréal thân trong nước thời đó đã ra tuyển tập *Việt Kiều Với Quê Hương: Thơ Văn Người Việt Nam Ở Nước Ngoài, 1975-1990* (Nguyễn Phúc biên tập; NXB TpHCM, 1990). Sau đó thì đã có nhiều tuyển tập nhiều cây viết trong ngoài đáng kể có tuyển tập *26 Nhà Thơ Việt Nam Đương Đại* (Tân Thư, 2002) in ở ngoài và nhất là khuynh hướng thời thượng dịch thuật đáp ứng nhu cầu "tò mò" (voyeurisme) chính trị hơn là văn chương của vài tác giả trong nước và lâu lâu xen kẽ vài cây viết hải ngoại hoặc miền Nam tự do như các tuyển dịch của Phan Huy Đường, của Đoàn Cầm Thi, hoặc tập truyện ngắn *The Other Side of Heaven* (1995) hợp lưu 3 phía CS-VNCH và Hoa-Kỳ do Wayne Karlin, Trương Vũ và Lê Minh Khuê biên tập, cùng tinh thần biên tập của Nguyễn Quý Đức (*Once Upon A Dream - The Vietnamese-American Experience* (1995) viết bằng Anh ngữ của các cây viết trẻ như Andrew Lâm, Trần Đệ, Nguyễn Quý Đức, Nguyễn Đại Hải. Ở Pháp, Lê Hữu Khóa làm tuyển tập *La Part d'exil* (Univ. Provence, 1995),...! Các nhà văn ở ngoài cũng có mặt trong một số tuyển tập xuất-bản trong nước như các *Tuyển Tập Văn Mới* (2005-), *Truyện ngắn 12 tác giả* (Thanh Niên, 2011), v.v… Nhu cầu thưởng thức văn học nghệ thuật chân chính chắc chắn không có biên giới trong ngoài, nếu có là do chính trị bày trò, kiểm soát.

Tưởng cũng cần ghi nhận là Internet và toàn cầu hóa đã đưa người viết và người đọc đến gần nhau hơn, trực tiếp hơn, và đồng thời tạo cơ hội cho các "tác phẩm" khó khăn xuất bản ở một nơi có thể ra mắt ở nơi khác - như trang Talawas (cuối cùng đã ngưng hoạt động) và damau.org với mục Trên Kệ Sách http://kesach.org "xuất bản" dưới hình thức ebook từ các tác phẩm đã hoặc sẽ xuất bản, bên cạnh chương trình "Cho & Nhận" với mục đích *"hỗ trợ các tác giả trong và ngoài nước gặp khó khăn trong việc ấn hành và phổ biến tác phẩm văn học của mình. "Khó khăn" bao gồm những trở ngại tài chánh, kiểm duyệt văn hóa/chính trị, và rào cản địa lý"*. Cũng từ đó sinh ra các hiện-tượng Đỗ Hoàng Diệu, Vi Thùy Linh, thơ Tân Hình-Thức, nhóm Mở Miệng và nhóm Ngựa Trời, v.v… Các ấn phẩm bị thu hồi, cấm lưu hành ở trong nước cũng có thể "ra mắt" "đến tay" người đọc trong và ngoài nước qua phương tiện Internet như tập truyện *Tột Đỉnh Tình Yêu* (2008) của Nguyễn Thúy Ái, các tác phẩm của Nguyễn Viện do NXB Giấy Vụn xuất và tái bản hoặc do các NXB hải ngoại, v.v... Tại Sài-Gòn, nhóm Mở Miệng đã xuất-bản *Khoan Cắt Bê Tông*, một tuyển tập thơ, dưới tên nhà xuất bản Giấy Vụn, in 100 bản với lời chú "In xong & nộp bản lưu cho các tác giả 9-2005", với sự góp mặt của 23 tác giả trong và ngoài nước, nhưng xuất bản "ngoài luồng, trong khi sau đó, tháng 11-2009, có sự việc tuyển tập phỏng vấn được gọi là "chuyên luận" *Thơ Đến Từ Đâu* của Nguyễn Đức Tùng được NXB Lao Động ở trong nước ấn hành thì được, nhưng đến giữa năm 2013, Đỗ Thị Thoan tức Nhã Thuyên, trình một luận văn Thạc sĩ ở Hà Nội về Nhóm Mở Miệng thì lại trở thành scandal và người nghiên cứu lẫn giáo-sư bảo trợ - cả hai đều là phụ nữ, đều bị ... trừng phạt bởi lực lượng "bảo thủ" vẫn tiếp tục canh gác! Hai trường hợp này, vì quan điểm chính trị hay ô dù?

Trong nước, nói đến sinh hoạt văn học là luôn luôn và vẫn phải phân biệt, nào là "chính thống", "ngoài luồng", "trong luồng",... Trong số các nhà văn thơ xuất bản ở hải ngoại đã có một số nhỏ được trong nước giới thiệu, nhắc nhở như là những nhà văn của "dòng chảy trầm của văn học xa xứ" như Thuận, Nguyễn Văn Thọ, Du Tử Lê,... - cũng có nghĩa là "'hải ngoại". Cụm từ "hải ngoại" trong nước thường dùng như ngôn ngữ tuyên truyền, dùng để "hỏa mù" như gọi là "cộng đồng", "hội" Việt Nam để tung hô những quầy hàng ở rải rác vài lễ hội nơi hẻo lánh như Yukon Canada hoặc những nhóm họp của người đi từ miền Bắc, ... Tờ *Thể Thao & Văn Hóa* ngày 3-10-2003 đăng nhận xét của một số nhà nghiên cứu về dòng "văn học lưu vong" theo đó được biết các tác phẩm văn học hải ngoại được in trong nước phần lớn đều được "tuyển chọn trên cơ sở "tự tình dân tộc""! "Tự tình" là chi và "dân tộc" nào đây? Dù lấy "tiêu chí" này nhưng đã có những cái nhìn bắt đầu mở ra dù chưa trọn và thật sự! Trong nước hô hào "dân tộc" như bình phong thời nhắm chiếm miền Nam, nhưng không dám nhìn nhận là "dân tộc" những người Việt hải ngoại và tác phẩm của họ, trong khi chính các tác giả hải ngoại đã có công duy trì ngôn ngữ và văn hóa truyền thống Việt! Dù gì đi nữa thì thời điểm hiện nay - thời toàn cầu hóa, thời văn hóa số, liên mạng, ... đã khiến biên giới trong ngoài thu hẹp lại rất nhiều. Đọc tác phẩm xuất bản, cả bản thảo, tham khảo tác phẩm và bài viết trong ngoài, trong sử dụng tài liệu ngoài (ngược lại thì hiếm hơn!) để làm luận văn, biên khảo, nghiên cứu,... về văn học hải ngoại và văn học miền Nam trước 1975 cũng như các giai đoạn văn học trước đó nữa! Đến độ khiến một số người bảo thủ hoặc sống trong ảo tưởng "chiến thắng", "đỉnh cao trí tuệ", "chính thống" ... phải trở ... mình và lên tiếng, hằn học, "cảnh giác", v.v…

Và thời đại mới phương tiện xuất bản cũng cập nhật với hệ thống bán sách giấy và số hóa qua một số công ty quốc tế như amazon. com, ... Với cách xuất-bản này thì biên giới trong ngoài của văn học Việt Nam đã dần biến dạng và có thể hết còn biên giới dù con người ("chống đến cùng", "canh gác") và chế độ ("đỉnh cao", "ưu việt") có không muốn đi nữa! Trên amazon.com, lulu.com, barnes&noble, ..., độc giả người Việt ở bất cứ đâu (và người ở các nước muốn nghiên cứu, học tập) có thể mua tuyển tập tùy bút và phê-bình của Ban Mai *Biết Đâu Nguồn Cội* (Chương Văn, 2015), hay *Bên Thắng Cuộc* (Người Việt, 2012) của Huy Đức, *Đèn Cù* của Trần Đĩnh, hay của Cung Tích Biền *Đành Lòng Sống Trong Phòng Đợi của Lịch Sử* ("phỏng vấn do Lý Đợi, Đặng Thơ Thơ, Mặc Lâm thực hiện", 2015), của Inrasara *Văn Chương Tan Rã* (Lotus Media, 2019), cũng như *Thơ Việt Đầu Thế Kỷ 21* (Nhân Ảnh, 2018), bộ *44 Năm Văn Học Việt Nam Hải Ngoại* (Mở Nguồn, 2019), hay các tạp chí *Ngôn Ngữ, Văn Học Mới*,... - tức là sách báo của các nhà văn hải ngoại và trong nước nói chung. **Người Việt Books, Lotus Media, Nhân Ảnh, ...** ở California là những nhà xuất bản khá năng động của thời xuất bản book-on-demand "hậu hiện đại" này!

***

Thế hệ này qua đi, thế hệ khác tiếp nối, nhưng với cộng đồng người Việt hải ngoại thì sự tiếp nối có những điều kiện hữu hình và vô hình ràng buộc và khó khăn hơn, đó là văn hóa cội nguồn. Luật tuần hoàn vẫn khiến có những nhân tố có thể gây hồi sinh, nhập dòng trong ngoài, có người trở về quê hương sinh sống cuối đời thì cũng có kẻ tìm đủ cách để ra đi! Chân dung cộng đồng người Việt hải ngoại hiện nay đã khác nhiều so với những thập niên đầu tị nạn Cộng sản.

So với các ngành khoa học nhân văn khác luôn có mục đích, văn học có sứ mệnh đặc thù tiên thiên và cho mỗi thời đại; sứ mệnh tự tại mang tính căn nguyên trước khi con người xã hội, chính trị can thiệp. Nhà văn Việt Nam trong ngoài thật ra đều là **nạn nhân** của văn học chiến tranh và một thứ văn học bị chính trị chi phối, điều khiển; chỉ có người thật lòng hoặc can đảm mới thành công đưa tác phẩm mình ra ngoài vòng cương tỏa của cái nhìn chung. Nhà văn phải viết với tấm lòng và có tinh thần, mục đích sáng tạo. Do đó với thời gian, tình cảm *nạn nhân* đó rõ hơn, rồi sẽ dễ cảm thông nhau. *Con người* phải được đề cao là con người thực thể, toàn diện - chứ không phải là trừu tượng kiểu truyền thống dân tộc (!), công nông đắp tượng những "anh hùng siêu thực" hoặc "phải là"! Đến nay, dù bớt cường độ và số lượng, nhưng chính trị, chiến tranh vẫn tiếp tục trên diễn đàn văn chương. Cuộc chiến xong một cách chính thức năm 1975 vẫn chưa giải quyết hết mọi vấn đề. Đau thương, mất mát, vết hằn đã in sâu, gây mất mát, chia rẽ, những người làm văn nghệ vẫn sống cái chiến tranh đó. Mà chính trị trong nước cũng đã chẳng có gì tốt đẹp hơn dù đã đánh bóng, nói ngược tưởng sẽ giữ được vẻ "hào nhoáng"!

Nay hoàn cảnh mới cho phép nhà văn nhìn và viết khác, nếu muốn, với những dữ kiện, sự thực lịch sử mới, rõ hơn, thì cái lòng yêu nước này cần được tiếp tục để tính cách "dân tộc", "Việt" ngày càng rõ dấu trong văn học. Chính trị, ý thức hệ chỉ là giai đoạn, văn hóa dân tộc và văn học Việt mới thật sự lâu dài!

Nguyễn Vy Khanh

26-7-2019

<table>
<tr><td>ngôn ngữ không trang bị
thứ vũ khí giết người
chỉ mong được gợi mở
tâm thức đẹp cuộc đời</td><td>nếu xem như khẩu hiệu
có lẽ cũng đúng thôi
và cho như quảng cáo
cũng chính xác hẳn rồi</td></tr>
</table>

Chút Tình Trăm Năm
HOÀI ZIANG DUY

Chút hư tình, chút hư danh
Lẫn xuống trần gian
Miếng ngọt lành
Phủi tay, thở, đứng
Trời mưa bụi
Ngước mặt, bỏ ngồi
Trộn nỗi vui
Một chút tình cờ, cũng thấy đau
Quanh co, thước kẻ trước sau nào
Che ngang tầm mắt
Soi đầu núi
Quà tình
Phận bạc
Chết như nhau

Và em - Ta - một thể nhân
Cùng chia âm sắc tiếng ân cần
Có đâu tự vấn bò trong túi
Một chút - Ừ thôi
Một chút – Nhưng
Đổi thay - Tại - Bị
Chút duyên phần
Nói chuyện Tề Thiên
Đêm mất ngủ
Em về
Cột lại
Mối phân vân

Hoài Ziang Duy

Đất Trời Đâu Phải Của Riêng Ai
LÊ VĂN TRUNG

"Dans l' attente
de la mort on retrouve
la vie. Et sa vie.»

Bao năm đất đá còn mưng mủ
Thì sá gì ta khúc ruột mềm
Thì sá gì em lòng cô phụ
Sá gì tài tử với giai nhân

Đời như trăm nhánh sông bồi lở
Ta chảy về đâu cũng muộn phiền
Ta cũng đầu ghềnh em cuối bãi
Mỗi người chảy một nhánh đời riêng

Trôi mịt mù theo dòng lãng quên
Trôi về đâu hỡi tuổi hoa niên
Hoa đang hương sắc, đương hàm tiếu
Vội úa tàn theo những biến thiên

Về đâu cũng dẫn vào mê lộ
Ta con tàu lạc mấy sân ga
Đất đá còn đau niềm cố thổ
Về đâu? Mờ mịt bóng quê nhà

Nơi nao ta cũng là lưu khách
Quán trọ tình em chẳng hẹn về
Chẳng hẹn, mà đau bầm gan ruột
Đất trời đâu phải của riêng ai!

Lê Văn Trung

Tiếng
SONG THAO

Tôi yêu tiếng nước tôi từ khi mới ra đời người ơi / Mẹ hiền ru những câu xa vời… Tiếng nước tôi là tiếng mẹ đẻ, mỗi người chúng ta đều yêu mến và bập bẹ nói từ lúc nằm nôi. Khi lớn lên, ngoài tiếng mẹ đẻ, chúng ta còn học nói tiếng của mẹ… thiên hạ. Tùy theo hoàn cảnh và khả năng, có người nói được một, có người nói được nhiều thứ tiếng không do mẹ chúng ta đẻ ra mà chúng ta gọi là ngoại ngữ. Nói được ngoại ngữ là một cái tài được mọi người nể phục. Càng nhiều, sự nể phục càng tăng.

Sống tha phương tại nước ngoài, chúng ta ngày nay đều phải uốn miệng nói tiếng bản địa nơi chúng ta ngụ cư. Đó là cái bàn đạp cần thiết cho cuộc sống của chúng ta. Nhiều người trong chúng ta, nhất là thế hệ tỵ nạn đầu tiên, rất vất vả. Học thêm một ngoại ngữ không dễ dàng chi. Vậy nên chúng ta nể phục những người nói được nhiều ngoại ngữ. Người Việt Nam nổi tiếng nói được nhiều thứ tiếng là ông Pétrus Trương Vĩnh Ký. Ngoài chữ Hán và chữ La Tinh mà ông rất thông thạo, ông nói được tới 12 thứ tiếng khác. Khi mới 11 tuổi, theo học tại Phnom Penh, ông học chung với các học sinh thuộc nhiều quốc gia và học nói được những tiếng sau: Căm-Bốt, Lào, Miến Điện và Trung Hoa. Sau đó qua học tại Penang, Mã Lai, ông nói thêm được những tiếng sau: Ấn Độ, Anh, Tây Ban Nha, Mã Lai, Nhật Bản, Hy Lạp, Thái Lan, Pháp.

Thời của ông Pétrus Trương Vĩnh Ký, vào cuối thế kỷ 19, nói được tới 12 thứ tiếng quả là dễ nể. Ngày nay, với nhiều phương tiện, với sự gần cận giữa các quốc gia, học một thứ tiếng ngoại quốc dễ hơn nhiều. Nhiều người có thể ba hoa bằng nhiều ngôn ngữ. Nhưng bao nhiêu là nhiều? Báo chí Canada vừa ồn ào về tài nói các thứ tiếng của một sinh viên trường McGill tại Montreal. Anh Georges Awaad, 20 tuổi, đã nói được 19 thứ tiếng. Đó là, ngoài tiếng Anh và tiếng Pháp, còn các ngôn ngữ sau: Quan Thoại, Tây Ban Nha, Bồ Đào Nha, Ý, Đức, Nga, Do Thái, Romania, Thụy Điển, Georgia, Armenia, Phúc Kiến, Hàn, Nhật, Ả Rập, Hòa Lan và *Esperanto*. Đầu năm nay, tổ chức Babbel, với sự cộng tác của *Student Life Network*, đã mở một cuộc tìm kiếm sinh viên Canada thông thạo nhiều ngoại ngữ nhất. Ngoài các vị giám khảo của tổ chức, còn những giám khảo riêng của từng thứ tiếng, đánh giá trình độ thông thạo của các ứng viên. Anh Georges Awaad vượt trội nhất để nhận danh hiệu này. Ông Ted Mentele của Babbel đã ra thông báo: *"Thay mặt cho một đội ngũ gồm hàng trăm nhà ngữ học trên khắp thế giới, chúng tôi rất ngạc nhiên trước việc sử dụng thành thạo ngoại ngữ của anh Georges Awaad, nhất là so với độ tuổi còn rất trẻ của anh"*.

Ngay từ khi mới 10 tuổi, anh đã thích âm điệu của các ngôn ngữ khác nhau. Ông bà của anh, nói tiếng Ả Rập, là những người giúp anh học ngoại ngữ. Họ khuyên anh vào mạng *Google Translate*. Anh làm hơn thế: "Tôi là người thích âm điệu nên thích nghe các tiếng nói khác nhau qua âm nhạc, băng *video*, phim ảnh và lắng nghe tiếng nói chuyện của bạn bè và những người tôi gặp gỡ". Anh không nghĩ là anh có khiếu đặc biệt chi. Anh chỉ thấy thích vì thấy tiếng nói của một ngôn ngữ có vẻ ngồ ngộ. "Tôi nghĩ chỉ vì tôi say mê ngoại ngữ. Tôi chịu khó học vì tôi thực sự yêu mến chúng. Tôi không cảm thấy như phải làm một công việc khó nhọc chi". Ngôn ngữ thứ 20 anh sẽ học là tiếng Maya, được dùng ở vùng bắc Guatemala và nam Mễ Tây Cơ.

Vi vút được tới 20 thứ tiếng đã là dễ nể nhưng anh chàng Georges Awaad ở Montreal còn thua xa anh chàng Muhamed Mesic ở Tuzla. Tuzla là một thành phố công nghiệp ở Nam Tư cũ, nay là Bosnia và Herzegovina. Muhamed Mesic, 32 tuổi, nói thông thạo tới 56 thứ tiếng và nghe hiểu hơn 70 thứ tiếng. Khi anh chàng xuất chúng này mới được 5 tuổi, đi du lịch qua Hy Lạp với gia đình, anh đã làm gia đình ngạc nhiên. Anh nhớ lại: "Đó là lần đầu tiên tôi gặp những người nói thứ ngôn ngữ xa lạ mà mình không hiểu. Tôi nghe lỏm và dựa vào câu chuyện mà đoán ý nghĩa. Cuối kỳ nghỉ hè, tôi đã có thể giúp bố tôi nói chuyện với người thợ sửa xe Hy Lạp. Bố mẹ tôi bị sốc!". Khi anh được 9 tuổi, đất nước Bosnia xảy ra cuộc nội chiến. Những người lính Thụy Điển qua tham chiến khiến anh học được tiếng Thụy Điển. Chiến tranh kết thúc, anh tới Hungary và học nói được thứ tiếng này. Anh kể lại với ký giả báo *Jewish Journal*: "Trong chuyến đi đầu tiên sau chiến tranh này, bà tôi dặn không cần học tiếng Hungary vì không cần thiết. Khi trở về, tôi sợ phải nói với bà sự thật là tôi đã học được tiếng Hungary". Gia đình ngạc nhiên nhưng thấy việc học ngôn ngữ một cách chóng vánh của Muhamed có điều chi bất thường nên đưa anh đi khám. Bác sĩ cho biết anh bị hội chứng *Asperger*, một loại tự kỷ nhẹ, nên anh tiếp nhận được ngoại ngữ một cách bất thường, đôi khi ngoài ý muốn. Ngoài các ngôn ngữ phổ biến như tiếng Anh, Pháp, Tây Ban Nha, Nhật, anh còn mày mò học nói được những ngôn ngữ lạ hoắc như tiếng Kinyarwanda của Rwanda, tiếng Quechua của vùng núi Andes, Nam Mỹ. Làm sao một người có thể uốn lưỡi phát ra được nhiều thứ tiếng như vậy, anh Muhamed Mesic cho biết là khi người ta càng nói được nhiều ngôn ngữ thì việc học thêm các ngôn ngữ khác dễ dàng hơn. Lý do là rất nhiều ngôn ngữ có những điểm tương đồng với nhau.

Anh Muhamed Mesic chưa phải là thứ xịn. Người được coi như nói được nhiều thứ tiếng nhất thế giới là anh Willy Melnikov-Storkvist, của viện Vi Trùng Học, trực thuộc Viện Hàn Lâm Y Học Liên Bang Nga. Anh có thể sử dụng sơ sơ tới 104 ngôn ngữ khác nhau! Không chỉ sử dụng, anh còn sáng tác được thơ bằng nhiều ngôn ngữ. Anh có bị bệnh tự kỷ *Asperger* như anh Muhamed không? Không, nhưng anh bị thương. Khi tham chiến tại A Phú Hãn lúc quân Nga qua xâm chiếm xứ này, anh bị một mảnh đạn gây chấn thương não khiến anh bất tỉnh khoảng hai chục phút. Anh được giải ngũ. Trong ba năm sau đó, anh thường bị những cơn nhức đầu kinh khủng, nhưng bù lại, anh tiếp thu được ngoại ngữ một cách nhanh chóng. Anh là… hạm ngôn ngữ. Biết tới từng đó thứ tiếng, anh vẫn chưa vừa lòng. Anh còn tiếc: "Đáng tiếc là tôi không đủ thời gian để học hết sáu ngàn ngôn ngữ và thổ ngữ đang tồn tại trên trái đất này!". Sách kỷ lục Guinness đã công nhận anh là người biết nhiều thứ tiếng nhất thế giới.

Những người lẹt bẹt về ngoại ngữ như chúng ta chắc khó tưởng tượng được đầu óc của những người đa ngôn ngữ này ra sao. Họ nhét vào đâu từng ấy ngoại ngữ, khi sử dụng thì kéo ra sao cho thứ tiếng này không chồng lên thứ tiếng nọ. Khó dàng trời như vậy nhưng những người bỏ túi vài chục ngôn ngữ không phải là hiếm. Tiếng Anh có một danh từ để chỉ những người đa mang này: *polyglot*. Họ có mặt tại hầu hết các quốc gia. Chúng ta chỉ biết kính nhi viễn chi. Lục tục thường tình như chúng ta, biết rành rọt được một ngoại ngữ đã đủ mãn nguyện rồi.

Tại tỉnh bang Quebec, Canada, nơi tôi ngụ cư, người ta xài hai ngôn ngữ chính là tiếng Pháp và tiếng Anh. Muốn làm một công việc có tiếp xúc với dân chúng phải nói được hai thứ tiếng căn bản này. Chẳng cần kể đến những công việc chuyên môn khó khăn, chỉ làm những nghề lục tục thường tình như đứng bán hàng, rao hàng quảng cáo hay tài xế tắc-xi, nhân viên phát thư cũng phải hai thứ tiếng ở đầu môi. Dân bản xứ có tiếng mẹ đẻ là tiếng Anh hay tiếng Pháp thì dễ. Họ chỉ cần học thêm một ngoại ngữ. Học cũng dễ dàng vì môi trường họ sống đầy rẫy những người nói ngoại ngữ kia. Dân nhập cư như chúng ta khó khăn hơn nhiều. Ngoài tiếng Việt mẹ đẻ, chúng ta phải học tới hai ngoại ngữ. Với thế hệ con em chúng ta, chuyện này cũng dễ vì chúng học tại nhà trường bản xứ. Con em chúng ta hầu như đều nhuần nhuyễn cả tiếng Anh lẫn tiếng Pháp. Nhưng thế hệ thứ nhất chúng ta vất vả quá chừng chừng. Tiếng Việt, tiếng Anh, tiếng Pháp lổn nhổn trong đầu. Mà chúng toàn là thứ lanh chanh. Cứ nói tiếng này thì tiếng kia nhảy lên miệng. Rất vô trật tự!

Không cứ tỉnh bang Quebec chúng tôi, theo một nghiên cứu của Giáo sư François Grosjean của Đại học Neuchâtel bên Thụy Sĩ thì trên thế giới này có tới 25% các quốc gia có hai ngôn ngữ chính thức. Vậy nên có tới một nửa dân số của quả địa cầu, khoảng 3 tỷ rưỡi người, biết hai ngôn ngữ. Nhưng dân Mỹ chỉ có khoảng 20% dân biết ngoại ngữ vì tiếng Anh của họ đi đâu cũng xài được, chẳng mất công học ngoại ngữ làm chi cho tốn sức lao động.

Phải chi không có vụ tháp Babel thì mọi người đâu có vất vả trẹo miệng học tiếng này tiếng kia. Ngày xưa, trước thời tháp Babel, thế giới chỉ có duy nhất một tiếng nói, khỏe cách gì đâu!

Chuyện tháp Babel được ghi trong sách Sáng Thế. Khoảng 5 ngàn năm trước, thế giới đã lâm vào một trận Đại Hồng Thủy, mưa như trút nước đổ xuống suốt 40 ngày đêm khiến cả trái đất bị ngập lụt. Theo Kinh Thánh thì đó là sự trừng phạt của Thiên Chúa vì loài người đã suy đồi đạo đức. Trước khi mưa đổ xuống, Đức Chúa Trời đã sai ông Noeh đóng một chiếc tàu khổng lồ để đưa gia đình ông và các loài vật, mỗi loài một cặp đôi, để tránh trận lụt. Sau khi đóng cửa tầu, mưa bắt đầu đổ xuống trong 40 ngày đêm khiến các ngọn núi cao nhất cũng chìm trong nước. Phải mất 157 ngày nước mới rút hết. Người và vật trên tầu an toàn bước ra.

Sau đó, hậu duệ của Noeh định cư tại một vùng đất tên là Shinar và chỉ có một ngôn ngữ duy nhất được dùng để giao tiếp với nhau. Họ chung sức xây dựng một ngọn tháp cao làm biểu tượng của loài người. Đó là tháp Babel. Họ vọng tưởng là sẽ xây được một ngọn tháp vươn cao tới trời, chạm tới thiên đàng mà không nhờ đến ân huệ của Chúa. Để dẹp tan cuồng vọng của con người, Chúa Trời đã dùng quyền năng làm cho các công nhân xây dựng tháp bất chợt nói nhiều thứ tiếng khác nhau. Họ không thể giao tiếp với nhau nên việc xây tháp bị ngưng trệ. Mặc dù Kinh Thánh không nhắc tới số phận của tháp Babel nhưng trong nhiều kinh sách của người Do Thái, Hy Lạp, La Mã chép lại là Chúa Trời đã phá hủy ngọn tháp này bằng gió.

Tháp bị hủy diệt, loài người tách thành nhiều nhánh có ngôn ngữ khác nhau, không hiểu được nhau, và cuối cùng hình thành những quốc gia riêng biệt.

Vậy ngôn ngữ khác biệt nhau của từng quốc gia là hình phạt của Chúa dành cho sự ngạo mạn của con người. Những người thay mặt Chúa nơi trần thế là các Giáo Hoàng, người coi sóc dân Chúa, muốn giao tiếp với đoàn chiên của Chúa, phải dùng nhiều ngôn ngữ. Các vị có tiếng là những người đa ngôn ngữ. Hai vị Giáo Hoàng gần chúng ta nhất nổi tiếng thông thạo nhiều ngôn ngữ là Giáo Hoàng John Paul II, ở ngôi từ 1978 tới 2005, và Giáo Hoàng kế nhiệm Benedict XVI, cai quản giáo hội từ năm 2005 tới khi từ chức vào ngày 28/2/2013, nhường ngôi cho Giáo Hoàng hiện nay là Francis I. Giáo Hoàng John Paul II, người Ba Lan, nói thông thạo các tiếng Ý, Tây Ban Nha, Pháp, Anh, Bồ Đào Nha, La Tinh và tiếng *Esperanto*. Ngoài ra Ngài có thể làm việc bằng tiếng Tiệp Khắc, Nga, Ukraine, Nhật, Tagalog và một số ngôn ngữ khác. Giáo Hoàng Benedict XVI, người Đức, thông thạo tiếng Ý, Pháp, Anh và Tây Ban Nha, biết các tiếng Bồ Đào Nha, La Tinh, Hebrew và tiếng Hy Lạp. Phải chi xưa kia Chúa nương tay không chia rẽ con người, để tất cả loài người đều chung một ngôn ngữ thì đại diện Chúa dưới trần thế ngày nay đâu có phải vất vả với nhiều thứ tiếng đến vậy.

Trong các ngôn ngữ mà các vị Giáo Hoàng thành thạo, có tiếng *Esperanto* của Giáo Hoàng John Paul II. Không có nước nào có tên là *Esperanto* cả. Đây là thứ tiếng quốc tế có tham vọng nối toàn thể con người trên thế giới vào chung một ngôn ngữ.

Quốc Tế Ngữ *Esperanto* do một học giả người Ba Lan gốc Do Thái là ông Ludwik Lejzer Zamenhof sáng tạo ra trong khoảng thời gian từ 1872 tới 1885. Đây là một ngôn ngữ được coi là khoa học, hợp lý và dễ sử dụng. Bởi vì đây là một thứ tiếng không bắt nguồn từ một dân tộc nào nên người sử dụng cảm thấy được bình đẳng. Thường thì ngoài tiếng mẹ đẻ, chúng ta học một thứ tiếng thông dụng nhất trên thế giới để giao tiếp với những người không chung quốc tịch với chúng ta. Ngày nay đó là tiếng Anh, thứ tiếng mẹ đẻ của hai quốc gia có nền kinh tế vững mạnh là Hoa Kỳ và Anh. Khi chúng ta nói tiếng Anh với người Mỹ hoặc Anh, chúng ta bị mặc cảm thấy mình nói không hay, không lưu loát bằng họ. Đó là chuyện dĩ nhiên. Tiếng mẹ đẻ của người ta thì họ phải dễ dàng ba hoa. Biết vậy nhưng chúng ta vẫn thấy tự ti khi nói tiếng mẹ của người ta. Nếu bây giờ tất cả loài người đều nói tiếng quốc tế, thứ tiếng trung lập, chẳng phải của ai, họ sẽ cảm thấy bình đẳng.

Trên lý thuyết là vậy nhưng, theo một cuộc nghiên cứu vào năm 1996, sau hơn 100 năm hình thành và phát triển, quốc tế ngữ *Esperanto* vẫn…lẹt đẹt. Chỉ có khoảng từ 2 trăm đến 2 ngàn người nói tiếng *Esperanto* như ngôn ngữ thứ nhất. Có khoảng 2 triệu người trên 115 quốc gia và vùng lãnh thổ sử dụng *Esperanto* như ngôn ngữ thứ hai.

Các nhà nghiên cứu cho biết quốc tế ngữ *Esperanto* có văn phạm và từ ngữ hợp lý hơn các thứ tiếng hiện hành nên rất dễ học. Từ một ngàn từ gốc khi hình thành, ngày nay các từ điển *Esperanto* thường chứa từ 15 ngàn đến 20 ngàn từ. Tôi chưa bao giờ có ý muốn học tiếng *Esperanto* nên kính nhi viễn chi. Tò mò, tôi vào thử coi vài tiếng thông thường xem nó ra sao. Cứ coi như chúng ta mua vui. "Chào" là *saluton*, "chào buổi sáng" là *bonan matenon*, "tên bạn là gì?" là *kio estas via nomo?* Và một câu tặng các bạn trẻ: "Tôi yêu anh/ em" là *Mi amas vin!*

Esperanto chưa được phổ biến rộng rãi có khi là một điều may. Bởi vì nếu toàn thể nhân loại nói chung một thứ tiếng rồi nổi hứng âm mưu xây lại tháp Babel thì Chúa Trời có nổi giận tiêu diệt thế giới này chăng? Dám lắm! Mấy ông bạn tôi mắng là khéo lo bò trắng răng. Ngày nay vệ tinh nhân tạo bay vù vù trên thượng tầng không gian, xây cái tháp Babel thì ăn thua chi. Hơn nữa, Chúa nay đã già hơn xưa nên chắc cũng độ lượng hơn. Chúng bay muốn làm chi thì làm, tao coi như trò con trẻ!

Song Thao
07/2019

Liên lạc mua sách: tatrungson@hotmail.com

Cổ Thành
HỒ ĐÌNH NGHIÊM

Cuốn phim dài chừng nửa giờ. Được xếp vào thể loại tài liệu, mang mục đích quảng cáo hoặc trao gửi chút khái niệm ban đầu về cảnh quan mà bạn sắp hòa mình vào, sống thở. Hãy chuẩn bị tinh thần. Những hình ảnh lạ mắt được giản lược khi giới thiệu. Mùa đông tuyết ngập đầy chiếm hơn nửa độ dài của thước phim.

Đó chỉ là khúc dạo đầu. Mười ngày sau, hai mươi sáu khán giả luôn rộn ràng ấy chính thức bước ra khỏi lòng phi cơ vừa bay qua nhiều lãnh thổ, chân đi không bình thường như say sóng để bắt gặp hàng chữ Welcome to Canada.

Người ta đã tính toán một cách hợp lý khi thu nhận bọn người có chánh quán nhiệt đới, dùng mùa hè để mở rộng vòng tay đón chào. Nói khác đi, họ không tiện đánh phủ đầu đám người lơ ngơ kia bằng cái ghê rợn chết người của băng tuyết ràn rụa trôi như trong đoạn phim có chủ đề Mon pays c'est l'hiver (tên một bản nhạc thịnh hành của nhạc sĩ người Québec). Ngoài kia là tầng không, trong vắt, mây xanh, trời rộng, những cánh rừng xôn xao bởi gió đào xới đám lá lục diệp. Một hương mùi khó cắt nghĩa vừa lùa tới khi căng ngực đón nhận, tạm bằng lòng với giải thích riêng mình: Hương tự do.

Chính quyền có tuyển một bác "người mình" làm thông dịch viên. Ông ta độ chừng khoảng trên bốn chục tuổi, com-lê cà-vạt đủ bộ sậu nhưng y phục che đậy nọ không làm cứng người. Ông mang tên Phúc có vẻ linh hoạt, nhanh lẹ hợp với hạng tuổi chín muồi, nếu ví đời người tựa một loại trái cây đã già nắng. Mông-xừ Phúc bảo, tên họ người Việt thường làm khó bọn Tây, cậu tên Lực thì thật khoẻ trí khi chúng gọi thành Luc. Luc phổ thông như họ Nguyễn vậy.

Một vị đại diện thành phố sở tại lấy làm sung sướng khi có nhiệm vụ trao tay ân cần cho đám tị nạn mỗi người một tờ giấy bạc 20 Gia kim có in mặt bà Nữ hoàng Anh quốc. Banque Du Canada. Bank Of Canada. Chỉ có vậy, chẳng việc gì phải chua thêm hàng chữ dài dòng "Hình phạt khổ sai chung thân cho những kẻ nào làm giả mạo tờ giấy bạc". Ông Phúc chuyển dịch thành lời về nghĩa cử ban đầu kia: Để phòng hờ quý vị muốn mua vật kỷ niệm hoặc nhỡ điện thoại thăm hỏi ai thì cho có mà trang trải, sử dụng, tiêu pha.

Cả bọn được chở về khách sạn bình dân nhằm trú thân đôi ba ngày chờ hoàn tất nốt những thủ tục hành chánh. Luc ngứa chân buồn miệng ra đầu đường tìm mua bao thuốc lá. Không nói chẳng rằng, đưa tay chỉ vào một nhãn hiệu chưa từng nếm thử: Player's (Un gout qui t'appartient). Đưa ra tờ 20, nhận lại 16 đồng 75 xu tiền thối đi kèm với bao diêm quẹt. Săm soi bao thuốc, đốt lửa cho "khói huyền bay lên cây". Thắp đuốc tìm không thấy hàng chữ thuốc lá làm hại tới sức khoẻ bạn. Văn minh thật! Chớ đe nẹt vào sự thụ hưởng của mỗi cá nhân. Đó có phải là bài học vỡ lòng của Tự Do? Uống rượu làm rút ngắn tuổi thọ những 30 năm. Nào có hề chi, tiệm bán rượu luôn rồng rắn cảnh người đứng sắp hàng. Chẳng nhẽ họ muốn vào hỏi mua nước suối tinh khiết? Luc ghé ngang quán cà phê có treo cờ tam tài của bọn thực dân Pháp thử mua cốc expresso. Một vá bột vun đưa vào máy, như mèo đái, nó nhỏ giọt nghi ngút ra dung lượng chứa vừa cái ly to khủng cỡ hột mít. Ép tim. Thơm nồng nàn. Đậm đen. Quéo lưỡi. Ngon dàng trời. Cái nồi ngồi trên cái cốc mà đụng phải "thằng" này e lễ độ và cả thẹn cúi đầu thưa rằng đại ca.

Hai chục bạc chính phủ cho mất tăm trong ngày thứ hai, để lại dấu vết 15 xu lặn dưới túi quần đi chẳng phát tiếng. Một trải nghiệm đầu đời mua toàn chất đắng chát mà nhâm nhi ơn vô lượng. Hạnh phúc thay khi đứng đầu đường xó chợ trên một địa hình mà ngay cả chim cũng ríu rít bay về tụ bầy hát ca. Bồ câu thì khỏi nói, giống vật biểu tượng cho hòa bình ấy cứ lúc thúc bên chân, sà cánh xuống sát thân, hỗn xược đậu trên vai. Giàn thun đâu, ná bắn chim đâu? E suốt đời chúng mày chả thấy qua thứ vũ khí lợi hại tiêu diệt trong câm lặng ấy? Chim dễ thương là thế nhưng chó, vì cớ gì có cậu làm mặt quạu khi ngó ra tớ? Mắt chừng bắn tới nghi vấn: Ê thằng kia, mày từng xơi cờ tây chưa? Có ngon nhức răng không? Dạ thưa tôi vốn người lành, gần như Phật tử thuần thành với kinh. Ra đường người lạ đừng khinh, một đứa xa xứ mần thinh đạo, đời.

Khoa văn bên Pháp có sách in bài luận thậm hay tả mẹ nắm tay tôi đi học buổi tựu trường. Lục đi học tiếng Pháp lớp mẫu giáo ngu ngơ ngần ngại mà chẳng có mẹ dẫn dắt. Mẹ ơi, hôm đó, một sớm sương thu đầy gió lạnh… Chương trình soạn thảo là bạn được theo học trong ba tháng, chúng tôi phát tiền cho bạn hàng tuần để chi trả tiền thuê áp-pạt-tờ-măng, tiền mua chăn mền giường chiếu chén bát nồi niêu soong chảo, tiền sắm tủ bàn máy nhạc ti-vi tủ lạnh, tiền chợ búa, tiền điện thoại, tiền xe buýt taxi, tiền sắm áo ngự hàn, cái muỗng đôi đũa cho tới cây tăm xỉa răng. Trang bị miễn phí, đủ đầy tới tận răng, hy vọng sau ba tháng trau giồi võ nghệ, biết vấn đáp chút chút, bạn sẽ kiếm được việc làm tự lực cánh sinh. Ba tháng, chừng đó cũng đủ bạn mọc lông mọc cánh mà tập bay xa tha mồi ngậm cỏ kết vành. Ngân sách nhà nước cũng có giới hạn, xin thông cảm giùm, chúng tôi còn phải để dành cho những đợt di dân sau. Đóng cửa từ chối thì chẳng đành lòng nên thực thi phương án liệu cơm gắp mắm, ăn trông nồi ngồi xem hướng. Comprenez-vous? Do you understand?

Mais oui. Absolument. Ô kê, dân tôi quen chịu cực từ khuya, có sao đâu mà dài lời mất lòng trước được lòng sau. Nhà nước cứ cắt ngân lượng, thôi phân phát thì có chết thằng Tây nào mà sợ. Thiệt vàng sợ chi lửa, thêm thay ở xứ này nào có ai bị chết đói đâu? Chết rét chết cóng thì có, chết vì tình đời một mực lãnh cảm! Nhưng suy cho cạn, quý vị đã nhóm trong lòng chúng tôi những cái lò sưởi ấm áp vô cùng tận. Merci beaucoup. Cảm ơn *nhìu lém*.

Lục đi học, lên từng cấp một, mỗi cấp có thầy cô riêng đứng lớp, họ chẳng lấy làm điều khi mỗi ngày phải khô hơi rát cổ. *Je t'aime moi non plus* là tên một bài hát, giờ văn phạm mang ra hỏi thì bị cô la: Trò đừng nghe những gì nghệ sĩ nói mà hãy nhìn những gì nghệ sĩ làm. Là sao, thưa cô? Là họ đặt điều, dựng chuyện khác người. Khi trò nói Je t'aime thì tui sẽ đáp trả Moi aussi. I love you. Me too. Thế mới hợp lý, nhỉ? Hai thầy hai cô, bốn vị lăn xả tận tụy với thiên lương giáo chức việc gõ đầu trẻ. Nhưng riêng cô Lucie đặc biệt khác thường, cô biết gõ trái tim Luc. Cô ân cần khơi mở chuyện trò bằng những tâm tình đã sàng lọc qua, tối giản những từ rắc rối giúp Luc chóng lãnh hội, thông hiểu. Ngôi thứ nhất, số ít, chia ở thì hiện tại. Cứ a bê xê dắt dê đi ỉa cái đã, chuyện gì cũng còn có đó, từ từ tính sau.

Nhìn cuốn vở nhét túi quần của Luc có bề dày khác lạ, Lucie tò mò giở lật. Cái gì đây? Sao tinh ròng toàn chữ nghĩa xa lạ? Ôi, chẳng giấu gì toa, moa tập viết văn chữ quốc ngữ. Chuyên chở những gì? Về con đò sang sông, về lần lạc hồn cập bến. Về màu trăng cũ, về sóng đùa ngọn thủy triều huyền nhiệm đẩy đưa. Về cái mới lạ mọc đầy chợt hiện sau lũy tre xanh, rào cản nhốt đứa mục đồng ngồi lưng trâu vẫn hát một điệp khúc muôn đời chăn trâu khổ đau lẫn u mê lắm mẹ ạ. Mẹ ơi chớ đánh con đau, để con xa xứ đãi thau chọn vàng, dặm đi vượt suối non ngàn, xin mẹ quên lãng giọt tràn mi cay… Cớ gì bạn không thử viết ra bằng tiếng Pháp? Tôi giúp bạn hoàn thiện việc sửa sai văn phạm ngữ cảnh cho. Tôi muốn đọc hiểu tâm tình bạn, nhuận sắc.

Trang trước là những hàng chữ hỏi ngã nặng chen nhau xô đẩy cùng lem nhem với bôi xoá đầy trắc trở thì ở trang sau có đôi dòng viết thẳng thớm sạch sẽ của cô giáo Lucie: J'espère que la vie s'arrange bien pour toi. Ne perds jamais courage, on connait tous les moments difficiles dans la vie et ca finit par s'arranger avec le temps… Đừng đánh mất can đảm, chúng ta hiểu thấu những khó khăn vẫn hiện ra qua từng giai đoạn trắc trở trong đời sống và nó được chấm dứt ổn thỏa theo thời gian…

Lucie khoái khẩu món chả giò dù ở quán ăn, chủ nhân người Việt đã gói sai công thức, với khẩu vị Luc cho là chẳng ngon. Cô cũng thử dùng qua bát phở gà, cô bảo hy vọng một ngày nào đó ở tương lai, Luc dẫn tôi đi thăm chốn cũ của toa một chuyến. Luc mần thinh, không nói ra lời: Bộ hết chỗ chơi rồi sao? Moa từng chạy mất dép, vắt giò trên cổ. Moa tị nạn cộng sản, bởi vậy chốn này mới xem moa như con ruột, thương đứt ruột, đoạn trường vô thanh. Họ nhắn nhe, đừng dại về nghe, bị bắt bớ, toà lãnh sự Canada đặt chốn nọ không can thiệp đâu nha. Thương yêu cũng chừng mực nào đấy thôi. Dại khờ bị đòn roi là đúng, kêu ca nỗi gì?

Thường là cuối tuần, Luc luôn kiếm cách được gần Lucie sau những buổi học trong tuần mãi bận bịu. Lucie thành hôn sớm, một lầm lỡ, một tai nạn, cô cho hay. Ly dị chồng, lãnh phần nuôi đứa con gái. Mỗi tháng đều dắt cháu về thăm ông bà ngoại, nhà ở bên kia sông. Bố mẹ tôi đã nghỉ hưu, thương và tìm đủ cách để chiều lòng đứa cháu như thể muốn bồi đắp chút gì về hoàn cảnh đứa con thiếu mặt cha... Bạn thì sao? Luc trầm ngâm, tìm lời diễn đạt: Cha mẹ tôi mất đã lâu, tôi nghe tin từ chốn cũ nhắn qua là mộ phần ông bà vừa bị người ta ra lệnh di dời đi chỗ khác. Gia hạn trong vòng một tháng, qua ngày thứ ba mươi hai họ mang xe ủi đất tới cày xới, san bằng, xóa sạch dấu vết một nghĩa trang.

Oh, mon Dieu! Lucie đè tay lên ngực, màu mắt xanh mở to, gần như hốt hoảng. Lạy Chúa tôi! Xin lỗi khi hay tin. Chủ nhật, ngôi giáo đường khuất trong phố cổ vừa thong thả gửi đi những hồi chuông. Kinh cong, ngân vang, uốn lượn bên dãy tường chất cao gạch đá có niên hiệu 1759. Trơ như đá vững như đồng, ngoài ra nó luôn được sự quan tâm từ chính phủ, bảo vệ, trùng tu, quyết giữ sự thô lậu trung thực theo bản chính. Không ai có thể chối bỏ văn hoá của tiền nhân để lại, kể cả những bộ lạc đang sống trong hang động, những hình vẽ đơn sơ, mộc mạc, thuần khiết tính cách hồn nhiên in dấu trên đá vẫn mang giá trị nghệ thuật mà nhân loại ngưỡng mộ gửi trao. Những xứ sở mang trình độ thấp kém thì lại khác, đập phá cái cũ không khoan nhượng chẳng phân vân để khi tái kiến trúc họ bôi son trét phấn màu mè cực kỳ diêm dúa. Thành quách đền đài cung vàng điện ngọc cứ thế mà tủi hờn núp bóng vào gánh hát bội, vào phông màn của đoàn cải lương. Ai kia sao nỡ tương tàn? Cố đô dấm dúi buông màn hổ ngươi!

Rồi thời gian lạnh lùng trôi. Lá vàng rụng đầy đợi tuyết trắng về chôn vùi. Luc nhập vai Triệu Tử Long một thương một ngựa một bạch y tả xung hữu đột việc cày bừa lao động chẳng vinh quang. Không hiểu bắt trời làm mưa biểu đất làm lúa có dễ không chứ đi xin việc rửa chén trong nhà hàng cũng phải có kinh nghiệm, tối thiểu ba tới sáu tháng. Đi giao Pizza thì phải tinh tường bản đồ có chu vi 20 cây số vuông, thuộc lòng như cháo những tên đường chằng chéo. Gõ được cửa nhà mà đưa ra cái vật bèo nhèo lạnh tanh thì gia chủ ném ngay vào mặt chữ Tabarnak dễ thương hơn Merde với Chien. Thất nghiệp ngay tắp lự. Moa nói cho toa hay, cái hộp giấy đã in rành rành hàng chữ "bảo đảm nóng sốt, không còn giòn không lấy tiền". Thù oán gì nhau mà toa hạ bệ phẩm chất thương hiệu mỏa? Chó nào ăn nổi món bánh xèo lạnh lùng ấy?

Lại chúi đầu gầm mặt vào tờ nhật báo, đọc thấy mục cần người ra nông trại ngoại thành cong lưng thu hoạch hoa màu cà rốt, hành tây, xà lách, rau cải, hành ngò. Không cần kinh nghiệm, sẽ dạy dỗ sau. Lực lượng lính chính quy cấp số cỡ đại đội toàn cả người Mễ da ăn nắng như cột nhà cháy di động vây quanh xem thường thằng nhân dân tự vệ sạch nước cản. Vậy là biết thêm đôi chữ để giao lưu tình cảm. Cómo estás. Muy bien. Gracias. Te amo. Không ăn đậu không phải dân Mễ, không đi trễ không phải Việt Nam. Lực chánh quán Việt Nam nên Lực chuyên đi trễ. Vì đi trễ nên chủ cánh đồng rau xanh cho Lực nghỉ chơi. Chuồn chuồn cắn rốn biết bơi, dầm thân sông rộng tơi bời sức trai, mới vừa ngày một ngày hai, chịu đời không thấu mặt chai nằm nhà. Nằm chẳng yên đặng lưng dài, vai ba tấc hẹp con ngài hóa thân. Bướm bay cánh mỏng lần khân, đi qua phố rộng vui chân nhập vườn. Jardin Bleu là tiệm làm bánh ngọt Français nguyên bổn đứt đuôi con nòng nọc. Sếp đích thân lăn vào lò nhồi bột làm nhân nhụy trét kem các thứ, giao cho bà vợ gian ngoài thù tiếp khách vào uống cà phê nhâm nhi mẩu bánh ngậm mà nghe. Ông bà Philips quê quán ở miền nam nước Pháp lưu lạc sang đây làm ăn đã hai đời. Bọn tao đang cần một đứa chạy bàn phụ đỡ một tay, cuối tuần lau chùi dọn dẹp làm vệ sinh trong quán, cũng có thể sẽ dạy ngươi chút bí kíp làm bánh ga-teaux đơn giản. Bọn tao chúa ghét tụi Quebecois chây lười lao động, bánh chúng nó làm ra y như một cục đường, thô thiển kém phẩm chất mất nghệ thuật. Lương căn bản nhé, có đắc-co không nè? Mày người Việt phải không? Ông nội tao từng đánh đấm ra trò ở mặt trận Điện Biên Phủ đấy, ngực móc đầy huy chương. An-nam đi dễ khó về, ông nội chơi gái bỏ thề trôi sông. Dông một lèo chẳng qua đọ không lại một biển người thề uống máu quân thù, xem cái chết nhẹ tợ lông hồng. Hỡi anh em vô sản, hãy đoàn kết lại! Chín giờ còi thổi ấp-bên, thôi em ở lại anh về cút-sê.

Luc lãnh hai tuần lương đầu, giấy bạc thơm mùi bơ đường sữa béo ngậy dắt một cục sau đít lò dò tạt về trường cũ thăm cô Lucie, định bụng mời cô đi kéo ghế ăn một bữa đình đám cho bõ những ngày cơ cực, xa vắng, thiếu nụ cười. Ngoài ơn đền oán trả, Luc còn mang nỗi nhớ không tên. Nhớ đôi mắt thu cất một vuông trời sầu mộng, nhớ những sợi lông măng vàng óng vân vê suốt chiều dài cánh tay trần. Nhớ chiếc áo rộng cổ nhốt ơ hờ, thấp thoáng đằng sau một khu vườn mọc đầy tưởng tượng giữa núi đồi. Luc với Lucie, hai mẫu tự L quấn quýt vào nhau nằm trong trang vở chừng mãi hoài không bị bôi bẩn. Một sự tinh khôi luôn để trắng. Thầy Jean mất năm phút ngây mặt mới gật gù nhìn nhận ra Luc. Bụi hồng trần đã phủ qua người thằng thuyền nhân xác xơ đầy sóng gió dạo nọ. Một loại bụi không có cách gì để phủi sạch, ngoại thân là vậy huống chi tâm tưởng thu giấu đằng sau lắm nỗi niềm đa đoan. Jean cho hay Lucie đã nghỉ dạy, cô ta xanh xao, xuống ký, mang bệnh tình gì thì chẳng cho hay. Chừng như đã về phía bên kia sông ở hẳn với cha mẹ cô ấy. Rất bất ngờ, bọn đồng nghiệp tụi moa muốn làm bữa tiệc tiễn đưa cũng trở tay không kịp. Giờ này nhiều đổi thay, sẽ không lâu ngôi trường này cũng buộc phải đóng cửa. Nhất tự vi sư bán tự vi sư, hai thầy trò ngồi ở cafeteria uống cạn ly nước đắng, hút tàn lụi một điếu thuốc rồi chia tay. Ô rờ voa, mừng gặp toa. Cũng xem như thể chu choa lâu ngày. Cuộc cờ dang dở ai bày, lên sĩ xuống ngựa tốt này qua sông.

Khi Luc được ông bà Philips tín nhiệm bày vẽ cho ba công thức chế biến thứ bánh gia truyền ngon tựa La Mere Poulard nổi tiếng của Paris, lâu ngày chầy tháng những trang viết tích tiểu thành đại cũng theo tỷ lệ thuận mà vun đầy. Sẵn dành dụm được ít tiền, Luc có ý định in ra một tập truyện. Chủ nhật tiệm bánh đóng cửa, Luc đón xe buýt nhắm tuyến đường chạy qua phố cổ. Nền cũ lâu đài bóng tịch dương là của ai kia chứ ở Québec đèn đóm cháy tỏ đằng sau cổng thành chẳng rêu phong mấy lớp. Bao lối đi uốn lượn xuống thấp lên cao ôm giữ hài hòa các kiến trúc bày biện cân xứng. Luc dẫm chân vào mấy con đường mà thuở ấy từng bước qua với cô Lucie, đi như có một thôi thúc khuất lấp nào vẫy gọi. Như tai còn nghe rõ lời Lucie thoảng nhẹ: Muốn nương nhờ tới kỹ thuật hiện đại hòng đổi thay diện mạo là chuyện bất khả, y như bên thành phố London của Anh quốc vẫn đặt nguyên những buồng điện thoại, những hòm thư lộ thiên màu đỏ xưa cũ, những chiếc xe buýt hai tầng rệu rã chạy sật sừ qua phố hẹp… mọi vật đã tựa một con mộc đóng lên, bảo chứng về mặt thẩm mỹ hiếm hoi mà họ được sở hữu, tự hào và mang ơn tiền nhân đã khai mở. Do vậy tinh thần hoài cổ được tán dương, tôn lên, trân trọng, bảo quản, từ thế hệ này sang thế hệ khác.

Có con đường hẹp lát đá, nơi tập trung những chiếc xe ngựa thường chở du khách hiếu kỳ đi lòng vòng trong cổ thành ngoạn cảnh. Nó tựa *cul de sac*, vì cuối tiểu lộ xanh um nhiều bóng cây ấy là bức tường chắn lối, ngự trên tường đá vững chắc mà từ chỗ đứng này Luc có thể nhìn ra đôi ba khẩu thần công đúc đồng chúi mũi xuống dòng sông Saint Laurent mùa này con nước trông thoáng rộng và gió từ hướng đó mãi chuyên cần gửi về làm hạ nhiệt một khu vực có lắm nhân quần. Lucie từng dắt Luc tới dựa thân vào tường, dong tay chỉ qua hòn đảo nằm bên kia sông: Cha mẹ tôi ở bên thành phố đó, thỉnh thoảng tôi mang con gái qua ở yên trong đôi ngày để tìm nhặt cho lòng mình chút an ổn. Nó thực sự cách biệt những âm thanh rậm rật của phố thị. Những sáng những trưa những chiều đong đưa với từng cung bậc của bao loài chim rộng lòng về hót cách khoảng trong vườn lặng, chúng chuyền cành, đánh rơi xuống những nốt nhạc líu lo…

Từ dáng dậm chân cam phận của mấy con ngựa đứng án ngoài kia cho đến tận cùng là bức tường khép đóng, dọc con lộ nhỏ có nhiều hoạ sĩ ngồi trên ghế xếp hành nghề vẽ chân dung. Họ dựng những tác phẩm đã hoàn chỉnh vào các thân cây, sử dụng đủ mọi chất liệu, đa số là màu nước. Lẫn vào cái sinh hoạt yên ả kia, có người ngồi trên hòn đá cúi mặt vào đàn guitar khảy lên những bản cổ điển dồn dập từng lượng sóng xô đẩy nhau tưởng bất tận. Cái nón vải của ông ta chứa lắm bạc lẻ, không biên giới, đủ quốc gia mà nhiều nhất vẫn là tiền Mỹ "In God We Trust".

Bất chợt, Luc dừng chân. Nốt đồ rê mi la nào đã vừa rơi vào lòng, xôn xao đầy ngờ vực, cắm đứng? Tự động, không toan tính, Luc ngồi xuống chiếc ghế trống trước mặt người con gái. Dáng nhỏ nhắn, khuôn mặt thanh tú nọ vừa khai nở một nụ cười:

Ông muốn có một bức chân dung?

Theo cô, để in vào bìa sau một tập truyện ngắn, phác họa nào là thích hợp?

Thú thật là tôi chỉ sở trường về thể loại chì than thôi, thuần đen trắng.

Hình như chúng ta từng gặp gỡ ở đâu đó? Trông cô quen thuộc quá...

Chẳng phải ông là khách phương xa đến thăm Québec sao?

Không. Tôi dân địa phương. Tôi vô quốc tịch đã lâu. Có thể bảo là giữa đôi ta chẳng có sự khác biệt về địa phận.

Ông là nhà văn?

Không. Tôi viết toàn cả chuyện vu vơ. Tôi chưa thành danh. Tôi cần cô giúp để tựu thành mộng ước.

Đừng nói thế. Đừng nhìn tôi như vậy. Hãy buông thả, hãy tự nhiên cho. Tôi bắt đầu vẽ đây.

Tôi nói điều quấy thì mong cô bỏ quá nhé. Cô có biết một người mang tên Lucie? Bà ấy là người dạy Pháp văn cho dân tị nạn và tôi may mắn được Lucie dành riêng sự ưu ái, tận tụy. Tôi về trường cũ thì hay tin cô giáo tôi yêu quý đã ngã bệnh, vô phương việc đi thăm hỏi.

Mới khởi phác ra đôi nét, cô gái ngừng tay. Không là họa sĩ, Luc cũng nhìn nhận được nét buồn lặng vừa vướng đọng trên lông mày cô ấy khiến phải nhíu lại. Đôi mắt cô, rõ là chứa đựng đủ cái thăm sâu xa vắng hệt như Lucie. Khuôn mặt gầy, sống mũi cao, những nốt tàn nhang và ngay cả màu tóc. Cô chính là thứ âm bản mà tấm dương bản thất lạc kia, Luc đang khó nhọc muốn tìm nhặt lại. Luc nhớ cha mẹ mình từng dạy: Uống nước phải nhớ nguồn. Nước sông Saint Laurent vẫn ngăn chia hòn đảo bên kia, xa miết. Ai có qua cầu mới hay. Ai đã qua sông đắm đò?

Mẹ tôi mất đã hơn tháng. Ra đi sau ông ngoại tôi chỉ ba ngày. Ông tên chi?

Tôi tên Luc.

Này ông Luc, có lẽ hôm nay tôi không vẽ được cho ông một tấm chân dung, xin lỗi nhé.

Tôi có thể biết tên cô không?

Stephanie.

Tôi lấy làm áy náy khi vô cớ đến gây nỗi buồn cho Stephanie. Tôi cũng đang buồn đau bất ngờ, quả đoán rằng thế nào trong xấp giấy cứng đặt bên ghế Stephanie ngồi sẽ có tối thiểu một bản vẽ chân dung về mẹ mình và hy vọng tôi được mua lấy. Tôi sẽ lộng kiếng và treo lên, thắp nhang tưởng niệm, trân trọng một linh hồn trong sáng. Cô có vui lòng giúp không?

Đường đột thật đấy. Có lẽ tôi sẽ cuốn gói dọn hàng về nghỉ sớm …

Tôi muốn mời Stephanie đi uống một cốc cà phê, ở cái quán mà có khi tôi được ngồi kề bên mẹ cô. Được chăng, một hình thức tưởng nhớ?

Không. Cảm ơn. Tự dưng tôi thấy không được khoẻ. Khi khác vậy.

Hãy ghi cho tôi số điện thoại của Stephanie.

Tôi không có điện thoại. Tôi ở với một người bạn và tôi la cà chỗ này suốt ngày, chẳng trốn khỏi con đường ngắn ngủi bé hẹp này.

Như vậy là cô từ chối, chẳng đáp ứng sự mong mỏi của tôi?

Hiện tại tôi không có thứ ông muốn. Tôi vẽ nhiều lần khuôn mặt mẹ nhưng chẳng bao giờ hài lòng, chẳng lột tả được vẻ sầu muộn mẹ mang. Chỉ được duy một bức, tôi đã đóng khung và bà ngoại tôi độc quyền sở hữu. Nếu đúng với thành tâm như ông vừa thổ lộ, thì ngày mai xin đến đây, tôi sẽ trao tặng ông một tấm ảnh chụp mẹ tươi cười hôm sinh nhật tôi tròn 17 tuổi.

Luc rất muốn ôm bớt đồ đoàn nhưng Stephanie từ khước thiện ý. Luc muốn đi cùng cô một đoạn đường nhưng cô chặn đứng. Cô bảo: Ngày mai nhé, thích hợp nhất là vào giấc trưa. Bye.

Những sợi tóc màu nâu bay rối sau dáng mỏng. Lucie từng vẽ ra một dự tính, được Luc dắt đi Việt Nam, nơi chốn mà cô giáo chỉ nhìn thấy trên T.V, trên những thước phim đầy máu lửa có trong cuộc chiến khi đồng minh đổ quân vào muốn ngăn chặn làn sóng đỏ. Lucie từng viết lời ủy lạo, bạn chớ đánh mất sự can đảm, rồi cuối cùng theo thời gian mọi thứ sẽ được dàn xếp ổn thoả. Luc nhìn xuống con đường lát đá gồ ghề dưới chân mỏi, một cái chết thầm lặng tới mang Lucie đi khuất, có đáng gọi diễn biến đau buồn kia là sự dàn xếp ổn thỏa?

Luc băng qua đường. Một tiếng còi xe. Một cú đạp thắng, bốn bánh cắn mặt đường tới bốc khói. Một khuôn mặt gấu ó bặm trợn thò ra khỏi cửa. Và dĩ nhiên kèm gửi theo một tràng chửi thô tục: Địt mẹ mày thằng Tàu chệt đi lơ ngơ. Đui mù hả? Muốn chết hả? Ỷ thế biết món kung-fu hả? Muốn đi thăm bác Mao hả? Mệt xà lù.

Luc nói xin lỗi. Luc yêu người dân ở đây. Ở sau bảng số xe luôn khắc ghi hàng chữ "Québec Je me souviens". Stephanie, tôi cũng yêu em, người con vừa vắng bóng mẹ hiền. Lucie, giờ này cô đang ở đâu?

Hồ Đình Nghiêm

Cách-to-du-li-ê, 2019

chi một giọt sương đủ oằn
hồn người đi bỏ vầng trăng nội thành
xa nhà thương nhớ loanh quanh
buồn tay rứt ngọn lá xanh vấn kèn
giả giọng chuông giữ ánh trăng
luôn nằm thơm ngọn ngó sen hương trầm
sống im lặng với bóng thầm
kẻ-âm-lịch vẽ những mầm đời nay
nghiêm trang trang phục mũ giày
viên châu ngọc bích bàn tay chung đường
những người nặng lòng quê hương
thường hay quí chuyện gối giường hơn ai
mười phần tôi đoán một sai
rút từ kinh nghiệm lai rai một đời
thơ đùa có vẻ không vui
đêm nằm trăng đợi hay tôi đang chờ.

Luân Hoán
2019

Không Ngủ Được Mang Mình Ra Tự Giễu
CAO THOẠI CHÂU

Đột nhiên sáng cà phê rất đắng
Ta giật mình có bạo loạn gì chăng?
Thời thổ tả thường xuyên bất ổn
Lúc uống cà phê chưa chắc đã yên bình!

Thời nay có nhiều điều ba trợn
Nhiều vòng vo lấp liếm ba hoa
Tưởng có thể vo tròn sự thực
Đổ khuôn như bánh đúc bánh đa

Không lẽ ta đã thành phế phẩm
Một chút quê hương ta cũng không còn
Thiếu bản lãnh dễ thành hàng thanh lý
Ra vỉa hè mặc sức đón hoàng hôn!

Thì thôi vậy mơ làm thi sĩ
Thơ vẫn là thứ thuốc giải ưu phiền
Thơ thay được đàn bà con gái
Thay được cả những gì ghê gớm hơn

Trời nắng hạn rét run lẩy bẩy
Đêm đông dài bỏng cháy cô đơn
Thơ đương nhiên thay thế tấm mền
Giải được nỗi éo le mùa đông trong tháng hạ

Tiến vi quan đạt mới thành thi sĩ
Làm nhà thơ tuyệt lắm ta ơi
Những vị đây sống thật trên đời
Khiêm tốn bởi chính họ cũng là ngôn ngữ

Chẳng ngại gì không nói ra sự thật
Sống không làm thơ thì sống để làm gì
Thì cạo đầu xin Đức Phật đi tu
Kinh kệ cũng là thơ cả đấy

Và cũng rất nhiều thơ-giả-thơ
Đang chăn trâu bỗng nhiên thành thi sĩ
Lỡ ngộ độc từ bài thơ giả
Nhà thương không cứu được bao giờ!

Cao Thoại Châu
12-5-2019

Đừng Nghe Ẻm Phỉnh
NGUYỄN ĐĂNG TRÌNH

tự nhiên đi bỗng dưng về
gã chưng hửng mới trật ề vì đâu
thì ra nhỏ cắn rất đau
bởi màu kiều tím sang màu hoạn thư!...
chạnh lòng mùa rục rịch thu
chuyến chuyến ngâu hẩy xích đu thất thường
xanh trên rẫy xanh xuống nương
tay đan tay những quãng đường tình thơm!...
gào mưa ếch nhái om sòm
cứ như đêm hội trống cơm không bằng
nhỏ đừng ở đó nhe răng
bụi môn gió rúc và trăng lặn rồi!...

Nguyễn Đăng Trình

Nơi Có Ngôi Đình Cũ
LÂM CHƯƠNG

Tôi theo bọn thợ rừng, giạt về Tầm Lanh. Đi kiếm sống mà chui vào cái xóm ven rừng này, không mong gì ngóc đầu lên nổi. Cái xóm đìu hiu hẻo lánh đến não lòng. Thế nhưng tôi ở lại đã ba năm. Đời yên mà quạnh lắm. Nơi đây có chừng vài mươi mái nhà nằm đơn độc xa nhau, im lìm vắng vẻ. Nghe nói, ngày trước Tầm Lanh cũng không đến nỗi tiêu điều đến thế, nhưng bom đạn chiến tranh cứ đẩy con người bỏ xóm đi xa dần. Sau chiến tranh, chẳng ai còn nghĩ đến chuyện quay về chốn cũ để chiều chiều ngồi ngó lên ngọn rừng, nghe chim kêu vượn hú.

Hồi tôi mới tới đây, Ba Canh nói: "Chú em đừng ngại, chuyện gì rồi cũng sẽ quen đi. Việc đo đạc, tính giá cả, cần biết bốn phép toán cộng trừ nhân chia là đủ. Còn công việc sau đó, hơi vất vả một chút. Tôi sẽ chỉ cách cho chú em làm. Đóng cọc, vác củi sắp vào từng thước khối... Tiền bạc không có dư, nhưng cũng sống được qua ngày."

Thế đấy. Cũng sống được qua ngày. Tôi phụ việc với Ba Canh làm nơi bãi đất ở cuối xóm, giáp với bìa rừng. Gỗ súc và củi từ trong rừng đem ra chất đống ở đây, chờ chuyển đi các nơi xa. Dân xe be và bọn thợ rừng gọi bãi này là Bến Củi.

Bến Củi nằm trong địa phận Tầm Lanh, nhưng trong những giao tiếp làm ăn, người ta quen nói Bến Củi. Càng về sau, nhắc đến Tầm Lanh không còn mấy người biết nữa. Mọi sinh hoạt rộn rịp của Tầm Lanh, chỉ diễn ra nơi Bến Củi chừng vài tiếng đồng hồ vào giữa trưa khi bọn thợ từ rừng ra, lái gỗ từ các nơi tới. Lăng xăng đo đạc, kỳ kèo trả giá. Xuống củi từ những xe bò xe trâu, hoặc cẩu gỗ súc lên xe be. Xong, họ chia tay. Bọn thợ xách cưa trở vô rừng. Và lái gỗ cùng những chiếc xe be rời Bến Củi bằng con đường đất ngoằn ngoèo dài hun hút, dưới những tán lá rậm hai bên đường.

Tôi là kẻ thất cơ lỡ vận phải vào Tầm Lanh kiếm sống đã đành. Có một thành phần khác, không ai ngờ cũng vào đây. Đó là những cô đã một thời đem thân xác mình phục vụ cho khách mua hoa nơi các phố thị đông người. Nay nhan sắc đã tàn phai, không còn đủ sức bon chen với đám đàn em mới vô nghề nhưng nhan sắc có phần lợi thế hơn. Họ quay ra đón khách dọc đường, lưu động theo các chuyến xe đường xa, có khi còn vào tận chốn rừng sâu với bọn thợ rừng. Mỗi lần nhìn thấy các cô em tóc tai rối bời gió bụi trên chuyến xe đi đến, hoặc mặt mũi bơ phờ từ rừng trở ra, lòng tôi trắc ẩn. Có lẽ họ cũng nhìn thấy tôi là kẻ hết thời, không hơn gì "con vạc ăn sương" như họ. Cùng một nòi lưu lạc, dễ nhìn nhau bằng ánh mắt cảm thông và từ đó sinh ra cảm tình gần gũi.

Buổi trưa. Tôi ngồi trốn nắng dưới bóng cây.

Một cô sà đến ngồi kế bên, nói rất tự nhiên như đã quen thân tự kiếp nào: "Em đi lưu diễn nhiều nơi, chưa thấy nơi nào buồn như nơi này."

Hai tiếng "lưu diễn" giống như đào kép gánh hát cải lương rày đây mai đó. Tôi cười nhẹ và lắc đầu tỏ ý đồng cảm chán đời.

"Em tên gì?"

"Kiều."

"Tên thật của em hả?"

"Không. Hồi em mới bước chân vô nghề, có thằng cha tự xưng thi sĩ gọi em là Thúy Kiều. Nghe cái tên cũng hay hay, em xưng Thúy Kiều luôn. Không biết tại sao khi em nói tên em là Thúy Kiều, có người cười. Chắc họ biết tên giả. Em bỏ bớt chữ Thúy, chỉ còn Kiều. Em xài luôn tên Kiều cho đến bây giờ."

“Em biết Thúy Kiều là ai không?”

“Là ai vậy anh?”

“Tên của một cô gái lầu xanh trong tác phẩm văn học.”

“Lầu xanh là lầu gì vậy?”

“Ờ… ờ… là nơi có nhiều em kỹ nữ.”

“Em kỹ nữ làm gì ở lầu xanh?”

“Em hỏi lung tung quá, anh chẳng biết đường nào trả lời.”

“Có em kỹ nữ tên Thúy Kiều thiệt hả?”

“Thiệt.”

“Trên đời thiếu chi người trùng tên. Em thích tên Thúy Kiều.”

“Không được. Tên ấy thuộc về độc quyền.”

“Ai cấm em xưng Thúy Kiều chứ? Mà thôi, em bỏ Thúy rồi. Bây giờ chỉ còn Kiều.”

“Cái thằng cha tự xưng thi sĩ nào đó thật khốn nạn. Đã chơi với người ta, còn mỉa mai châm biếm.”

“Ông ấy chỉ gọi em là Thúy Kiều, chứ có mỉa mai châm biếm gì đâu?”

“Bỏ chuyện này đi, không nói nữa.”

“Cho em hỏi câu cuối cùng.”

“Thôi mà…, cứ hỏi hoài.”

“Cái anh này… thấy ghét. Em hỏi nè, kỹ nữ là em gì vậy?”

“Anh không biết. Tìm Thúy Kiều mà hỏi.”

“Mặt khó ưa!”

Sau cái nguýt dài, cô Kiều thò tay vào xú-chiêng, móc ra một gói thuốc Hoa Mai. Bao thuốc bèo nhèo, điếu thuốc cong queo. Cô châm lửa hút vài hơi, rồi trao cho tôi.

“Hút đi. Nhìn chi mà nhìn dữ vậy?”

“Áo nịt vú chứ đâu phải túi đựng đồ mà cho gói thuốc vào trong ấy.”

"Em còn nhét cả tiền nữa. Thời quỷ vương, bọn cướp giựt đầy đường. Mang bóp đầm đi õng ẹo, dễ làm mồi cho tụi nó lắm."

Cô ngó mông lung ra bìa rừng. Ánh mắt vui tươi hồi nãy biến đâu mất. Một nỗi gì buồn bã xa xôi thoáng hiện.

"Năm bảy năm về trước, cặp vú em no tròn đầy đặn. Bao nhiêu thằng mê em, muốn vục mặt vào đó. Còn bây giờ thì..." Cô bỏ lửng câu nói.

"Bây giờ thì sao?"

"Hỏi mỉa em hả?"

"Không. Anh đang nghĩ đến luật đào thải phũ phàng của tạo hóa."

Cô khoát tay: "Ối! Hơi đâu mà nghĩ luật này luật kia cho mệt. Em chỉ hận lũ đàn ông. Đàn ông là thứ mới chuộng cũ vong, là thứ phản bội trời đánh thánh đâm."

"Trời đất! Có phải vì nóng nực làm em nổi giận bất thường? Em hận thằng nào thì chửi thằng đó. Sao bỗng dưng lại trút căm hờn vào anh?"

"Em không nói anh."

"Anh không phải đàn ông sao?"

"Đàn ông, nhưng em trừ anh ra." Cô cười.

Một lúc sau, cô nói: "Mình lại quán uống nước đá đi anh. Em bao." Cô đứng dậy, nắm tay kéo tôi đi.

Đang đi, cô hỏi: "Anh mấy tuổi?"

"Bốn mươi ba."

"Vợ con ra sao?" - Cô liếc mắt, dí ngón tay vào trán tôi, "Đừng nói với em rằng anh còn độc thân nha."

"Em điều tra giống như công an phòng thẩm vấn."

"A... a..., nhắc đến công an, em lại nổi sùng. Bọn nó ruồng bắt tụi em, đưa vào trại Phục Hồi Nhân Phẩm. Phục cái mả cha nó, chứ phục hồi gì. Đứa nào "thâm niên công vụ" như em, nó đẩy đi lao động phơi nắng cháy da. Đứa nào còn trẻ đẹp, nó giữ lại chơi ngày chơi đêm, kêu trời không thấu. Những thằng công an của trại Phục Hồi Nhân Phẩm, bản mặt thằng nào cũng tái mét xanh xao, mắt quầng thâm vì chơi bời trác táng quá độ. Có thằng ghẻ lác đầy mình, con vi trùng giang mai đã rúc vô tận xương tủy của nó rồi."

"Em hay bắt quàng từ chuyện nọ xọ chuyện kia."

"Thôi, trở lại chuyện của anh. Vợ anh đâu?"

"Gửi bà già vợ nuôi. Còn anh lo nuôi thân anh."

Cô nhìn tôi, cười cười: "Hỏi thiệt nhe. Có thích em không?"

"Đừng hỏi tầm phào."

"Cái mặt làm bộ sầu đời, nói chuyện cà tửng của anh, nhiều em gái ngây thơ chịu lắm. Tụi mình kết duyên thành chồng vợ được đấy."

"Để ôm nhau chết đói hả?"

"Em tình nguyện đi làm nuôi anh."

"Đi khách đem tiền về nuôi anh?"

"Không. Em chán cái nghề này lắm rồi."

Chúng tôi ngồi dưới mái hiên quán Ba Canh. Chị Ba chủ quán mang nước đến, rồi bỏ đi ngay như muốn tránh mặt.

Cô Kiều nhìn theo sau lưng chị Ba, kề tai tôi nói nhỏ: "Em còn lạ gì con đĩ ngựa này. Nó đỏng đảnh với mấy thằng xe be ngoài chợ. Ai chẳng biết."

"Thôi. Chuyện người ta, mắc mớ gì em."

"Hứ! Cái thứ rượn đực, còn làm ra vẻ khinh người. Khó ưa."

Cô nguýt dài. Đuôi mắt đã có dấu hiệu thời gian xếp nếp.

Tầm Lanh chỉ có một quán tạp hóa duy nhất của Ba Canh, nằm kề Bến Củi. Bên hông quán, che thêm cái mái làm nơi bán thịt rừng và nước đá giải khát buổi trưa cho những người sinh hoạt nơi Bến Củi. Ba Canh giao quán cho vợ con trông coi. Còn anh, lo chạy vòng ngoài. Vào rừng mua thịt tươi từ các tay săn bẫy thú, hoặc theo xe be ra chợ bổ thêm hàng về cho vợ. Nhiều khi anh bận, vợ anh thay thế ra chợ bổ hàng. Việc này cũng mất khá nhiều thời gian, phải ở lại qua đêm, hôm sau mới có chuyến xe vào lại Tầm Lanh. Vì phải ở lại qua đêm, nên chị Ba mang nhiều tai tiếng lăng nhăng với dân xe be và lái gỗ. Người ta xầm xì về chuyện này, nhưng Ba Canh không hề hay biết. Trời sanh ra anh để nhìn đời theo con đường thẳng, chứ không phải để nghi ngờ dò xét ở những khúc quanh.

Trời nắng lóa. Trông ra Bến Củi, mặt đất dường bốc hơi thành gợn sóng. Những xe be đã bắt đầu rục rịch, chuẩn bị rời bãi.

Cô Kiều nói: "Em phải về. Anh muốn em ở lại không?"

"Anh không có tiền giữ em ở lại."

"Miễn phí cho anh."

"Anh trú miễu ở đình. Chốn tôn nghiêm mà làm chuyện bậy bạ, Quỷ Thần vật chết. Thôi, em về đi."

"Về lần này, có lẽ em không trở vô nữa. Em muốn đổi nghề, kiếm chuyện khác làm ăn."

"Ừ, được đấy. Em phải nghĩ tới tương lai."

Cô than thở: "Em muốn về quê cũ làm lại cuộc đời. Nhưng em hư quá, vô phương quay về."

"Thì đi nơi khác, buôn gánh bán bưng gì cũng được."

"Phải có một căn bản gia đình mà em thì cô đơn, anh ạ." - Cô thở dài.

Tôi an ủi: "Từ từ, em cũng sẽ kiếm được người thương em."

Ngoài bãi có tiếng kêu ơi ới. Xe sắp rời Bến Củi.

Cô đứng dậy: "Em đi nha. Chắc mình không gặp nhau nữa đâu."

Tôi cũng đứng dậy vỗ nhẹ vai cô: "Em đi bình yên. Mong tương lai em gặp nhiều may mắn."

Cô bước đi còn ngoảnh đầu ngó lại. Bỗng cô trở gót quay vào cầm tay tôi.

"Coi... kìa..., cái mặt buồn buồn… dễ ghét. Bộ thương em hả?"

"Thôi mà, đừng có đùa. Bao nhiêu cặp mắt dòm ngó."

"Dòm, kệ họ. Mai mốt có ra chợ, nhớ tìm em nha."

Tôi hối: "Được rồi. Em đi đi. Trễ chuyến xe bây giờ."

Cô lầm lũi đi nhanh ra Bến Củi. Lúc ngồi trên xe, cô còn đưa tay vẫy vẫy. Tôi trông theo, cảm thấy nao nao. Không biết lòng mình ra sao nữa.

Tôi ngồi lại với nỗi trống không, buồn vô cớ.

Chị Ba bước ra hiên dọn những ly tách trên bàn, nói: "Cặp kè với loại người ấy, chỉ mất mặt."

"Nói chuyện thôi. Đã có gì đâu?"

"Còn muốn có gì nữa hả? Anh Ba Canh giúp anh có cơm để sống, chứ không phải để anh đem tiền bao gái."

"Chị thấy tôi có loạng quạng với ai không?"

"Chuyện khuất lấp ban đêm, chỉ có trời biết. Còn chuyện ban ngày, đã rõ trắng đen. Bạ ai cũng tán tỉnh. Thượng vàng hạ cám không chừa thứ nào."

Thái độ và lời lẽ của chị Ba làm tôi ngạc nhiên. Chị đâu có quyền nói những lời gay gắt như thế với tôi. Nghĩ tới tình nghĩa anh Ba Canh, tôi không nỡ phản ứng làm mất lòng chị Ba.

Tôi nói: "Chị hơi nặng lời đấy." Rồi bỏ đi ra bãi.

Bến Củi không còn ai. Tôi một mình vác củi chất vào từng thước khối theo những cây cọc, Ba Canh đã đóng sẵn từ trước. Hôm nay, anh theo xe ra chợ lấy hàng. Tôi làm mãi đến xế chiều. Mồ hôi đẫm lưng áo. Khô cổ, khát nước. Trời oi nồng, đứng gió. Muốn vào quán để uống ly nước đá, nhưng nghĩ lại thái độ khó chịu của chị Ba, tôi ngại. Tôi đi chếch về phía tây Bến Củi, nơi có ngôi đình lâu ngày không được trùng tu.

Ngày tôi mới đến, trông thấy một bên hiên đình oằn xuống sắp đổ. Hình ảnh hư hao tàn tạ cuốn hút lòng tôi. Tìm ở đâu cho xa? Một nơi chốn mà người đời quên lãng, sẽ là nơi trú ngụ an toàn cho con chim tơi tả trước cơn dông thời cuộc. Mái đình xưa, lợp ngói âm dương phủ màu rêu xám. Cuối nóc đình, chỗ giáp với đầu hồi có gắn con hạc bằng đồng thau. Hạc xoải cánh như đang chấp chới bay lên để thoát khỏi sự sụp đổ của ngôi đình, mà đôi chân tội nghiệp cứ dính chặt vào đầu hồi. Dù không bay trong không gian, nhưng con hạc vẫn bay suốt thời gian gần trăm năm từ ngày dựng đình. Phía sau con hạc, cỏ dại và những cây con mọc đầy trên mái. Lớp lớp rêu phong âm thầm nói lên biết bao điều ý nghĩa. Những ai hăm hở xẻ gỗ dựng đình từ thế kỷ trước, đều khuất bóng cả rồi. Thần linh phiêu hốt nơi đâu mà tượng gỗ xiêu xó nơi này? Không được trùng tu, nhưng số phận ngôi đình vẫn còn may mắn. Nhờ ở vào vị thế địa dư hẻo lánh, không có tiếng tăm linh hiển vang xa nên thoát được cái họa san bằng bởi chiến dịch triệt hạ những đình chùa lăng miếu, quét sạch nền văn hóa cũ của bao đời cha ông để lại.

Đã bao nhiêu đêm, tôi nằm trăn trở dưới mái hậu liêu. Nghe chim đớp muỗi vỗ cánh chạm xạc xào trong khóm lá ngoài kia. Nghe tiếng dơi chí chóe cắn nhau dưới mái ngói bên hàng hiên sắp đổ. Thấm thía nhứt là tiếng vạc kêu sương rớt xuống tự trên lưng chừng trời. Dường như trong tịch mịch lặng im, tiếng vạc lẻ loi làm tôi thấy rõ hơn về nỗi quạnh hiu của mình. Những đêm trăng tỏ, tôi thường đứng trông ra Bến Củi. Những khối củi mập mờ nhìn từ xa, như những chiếc xe tăng đang lổn nhổn tiến về phía bìa rừng. Bồi hồi nhớ lại thời còn chiến tranh. Một binh lực hùng mạnh là thế, bỗng một ngày tán loạn rã tan. Chuyện vô lý tưởng chừng như cơn mơ. Đến khi lủ khủ dắt nhau vào tù, mới bừng ra sự thật. Từ ấy trở đi, lý lịch tôi mang một dấu ấn lớn, không mong gì bôi xóa để làm lại cuộc đời. Tôi về Tầm Lanh như người xưa bất đắc chí quay về săn dã. Ẩn nhẫn mà sống. Nhưng bất cứ nơi nào, tôi cũng thấy bi đát. Hoàn cảnh một cô Kiều trưa nay, cũng làm tôi suy nghĩ. Tôi có hơn gì cô đâu. Đời đã lâm vào thế bí. Trở lui không được, tiến tới không xong.

Đêm đã khuya. Sương mù xuống lạnh màu trăng. Hình như có tiếng chân ai dẫm lên những phiến lá khô ngoài sân đình. Tôi nhỏm dậy. Một người vừa bước đến bên thềm hậu liêu.

Tôi ngạc nhiên: "Chị Ba. Có gì mà ra đây giờ này?"

"Cũng có chút việc." - Chị nói nhỏ.

"Việc gì? Tôi có thể giúp chị không?" Vừa hỏi, tôi vừa vén tấm mùng vắt lên nóc.

Chị e dè ngồi xuống mép giường: "Anh có giận tôi không?"

“Giận chuyện gì?”

“Hồi trưa, tôi lỡ lời.”

“Không đâu. Chị nói cũng đúng. Tôi hay rà rê với mấy cô ấy.”

“Tôi biết anh làm thế vì buồn.”

“Vâng. Tán gẫu cho qua ngày.”

“Nhưng anh phải lựa người chứ.”

“Có tính chuyện lâu dài đâu mà chọn lựa?”

“Giữa ban ngày kề vai bá cổ với gái điếm, không sợ người ta cười sao?”

“Cái thân cùng đinh mạt kiếp như tôi, còn sợ ai cười nữa?”

“Thấy chướng quá, tôi có nặng lời. Anh buồn không?”

“Tôi buồn, nhưng không phải buồn chị.”

Chị ngó tôi, thì thầm: “Buồn ai?”

“Buồn vì... buồn. Thế thôi.” Tôi ngập ngừng lúng túng. Cảm giác có điều gì bất thường.

“Buồn vì cô đơn hả?” - Chị liếc con mắt gợi tình.

Dưới ánh trăng khuya nghiêng rọi vào hậu liêu, nét mặt chị Ba có sức quyến rũ lạ lùng. Mùi xà bông chanh trên tóc, mùi đàn bà quyện vào nhau thoang thoảng. Những đêm nằm một mình dưới mái hiên, tôi thèm được hôn hít vuốt ve một thân thể mềm mại ấm áp của người nữ. Nhưng, chưa bao giờ tôi dám nghĩ người ấy là chị Ba.

“Nói đi. Có phải buồn vì cô đơn?”

Chị lắng lơ nhìn tôi và đưa tay vén mớ tóc giạt qua một bên cổ. Bộ ngực vun đầy phập phồng dưới lớp áo mỏng nghiêng về phía tôi.

“Chị Ba ơi..., còn anh Ba Canh.”

Nói thế, nhưng hình ảnh Ba Canh đã mờ nhạt trong tâm trí tôi rồi. Giờ đây, chỉ còn chị Ba như một khối nam châm dục vọng có sức thu hút làm nghiêng đổ những người đàn ông lòng dạ sắt đá.

“Ảnh đi ra chợ. Anh cũng biết mà.”

Chị nói mà không nhìn vào tôi, như một khuyến khích muốn làm gì thì làm đi. Không nhìn là để anh hành động được tự nhiên. Hơi hướm từ cổ chị Ba phả vào mũi tôi cám dỗ. Tôi hồi hộp nghe rõ hơi thở dồn dập của mình, đồng thời với nhịp tim đập liên hồi trong lồng ngực.

Bỗng có tiếng dơi kêu chí choé bên kia hàng hiên. Tôi bàng hoàng tưởng như tất cả những bức tượng ngả nghiêng đóng bụi trong đình đều trỗi dậy la ó. Quỷ Thần kéo nhau ra hậu liêu, đứng nhìn chị Ba và tôi. Tôi chợt nhớ lại ngày còn bé, đọc chuyện Một Vị Quan Thanh Liêm đời xưa, trong sách Giáo Khoa Thư. Có người mang của hối lộ đến. Vị quan từ chối. Người ấy nói: "Xin quan cứ nhận. Chuyện này không ai biết." Vị quan nói: "Sao không? Ông biết. Tôi biết. Quỷ Thần Trời Đất biết." Chuyện của Chị Ba và tôi đêm nay, dù Ba Canh không biết, nhưng chị Ba biết, tôi biết, và Quỷ Thần Trời Đất biết.

Ngọn đèn lương tâm sắp tắt. Tôi cố thắp lên bằng cách bước ra đứng ngoài hiên. Ánh trăng mờ và lạnh.

"Chị Ba ơi, về đi. Lỡ có người trông thấy thì... chết." Tôi nói với chị Ba, cũng như nói với chính mình

Chị ngỡ ngàng ngồi sững. Tội nghiệp chị. Tội nghiệp luôn cả tôi nữa. Tôi muốn quay lại ôm lấy cái thân thể chín muồi dục vọng, ngả xuống mặt giường. Tôi và chị sẽ quấn lấy nhau, sẽ chìm vào nhau, và trong giây phút sẽ cùng nhau chết đuối trên chiếc giường này. Lúc đó, ngoài tôi và chị, tất cả những gì chung quanh không còn gì quan trọng.

"Thôi, tôi về. Đã theo tán tỉnh mấy con đĩ, còn lên mặt đạo đức làm cao."

Câu nói như một gáo nước lạnh, bất ngờ dội xối vào mặt tôi. Chị thay đổi thái độ nhanh vô cùng. Từ khuôn mặt hừng hực lửa tình quyến rũ, đôi mắt lẳng lơ mời gọi, bỗng trở thành lạnh băng. Tôi hụt hẫng, chưa định được phản ứng thế nào. Chị vùng vằng bỏ đi. Không biết nghĩ sao, chị dừng lại ngập ngừng.

"Anh hứa không nói với ai?"

"Vâng. Tôi hứa."

Chị quay lưng. Thấp thoáng dưới trăng, bóng chị Ba mờ khuất ngoài Bến Củi.

Tôi nằm thao thức suốt đêm. Chuyện xảy ra không lường trước được. Tôi đã bỏ lỡ dịp may. Một con mèo đói vụng về đánh mất miếng mỡ. Tôi thầm tiếc, nhưng cảm thấy yên lòng. Ngày mai nhìn lại Ba Canh, tôi không xấu hổ với lương tâm mình.

Bình minh lên. Tôi dậy muộn. Nghe tiếng quạ kêu trên đầu cây sao già. Tiếng quạ kêu rất thảm. Trong tiếng quạ sáng nay, dường như có pha thêm điều gì thảng thốt. Có lẽ, lòng tôi bắt đầu nhuốm bệnh?

Mọi sinh hoạt của Bến Củi vẫn bình thường. Chị Ba đối với tôi cũng bình thường. Nhiều khi tôi tự hỏi, chị còn nhớ gì trong đêm ấy không? Khó mà biết được ý nghĩ của chị. Trong cái đầu của mỗi người đàn bà, có cả một kho tàng bí mật.

Anh Ba Canh bao giờ cũng tử tế. Lòng anh đơn giản. Anh tưởng lòng người cũng đơn giản như anh. Anh thường khuyên tôi nên tìm một người đàn bà góa để gán ghép hai cuộc đời cô đơn làm một. Vì quá thật thà, anh đâu biết có những cặp vợ chồng đang đi trên lưỡi dao cạo. Đến một ngày nào đó, hiểu ra thì con tim đã bị cứa nát rồi. Chừng nào anh Ba Canh mới thấu được lòng dạ chị Ba? Lúc ấy, liệu anh làm sao với con tim chảy máu của mình?

Ba năm tôi ở Tầm Lanh. Kẻ lạ chợt đến chợt đi. Tình người dưng nước lã. Tôi nương tựa vào gia đình Ba Canh, coi đây là chỗ thân tình duy nhất. Đứa con gái lớn của anh, tên Mận, học hành dang dở. Tôi đến chơi, thường vẫn dạy thêm cho Mận về những môn thường thức của nhà trường. Năm mười lăm tuổi, Mận nghĩ chuyện gì ở trên đời, tôi cũng thông suốt.

Mận hỏi: "Chú ơi, muối lấy từ đâu?"

Tôi nói: "Từ trong nước biển."

"Tại sao nước biển có muối nhỉ?"

"Vì nước biển mặn."

"Tại sao nước biển mặn?"

"Vì nước biển có muối."

Cái kiểu trả lời theo chu kỳ vòng tròn của tôi, làm hai chú cháu cười ngất.

Năm mười sáu tuổi, Mận nói: "Chú ngon hơn ông Nguyễn Công Trứ."

Tôi hỏi: "Tại sao?"

"Ông Nguyễn Công Trứ đang làm quan bị hất xuống làm lính, vẫn chạy theo sau chiếc xe công danh réo gọi ơi ới. Còn chú, nghe ba cháu nói cũng đang làm quan gì đó, rồi bị đi tù, trở về đi vác củi, không thèm chạy theo cách mạng."

"Hoàn cảnh mỗi thời mỗi khác. Không so sánh thế được đâu. Cháu đừng nhắc chuyện cũ để chú yên thân làm nghề vác củi."

Năm mười bảy tuổi, Mận nói: "Chú ơi, chú giống ông Trần Tế Xương."

Tôi hỏi: "Ổng là thi sĩ. Chú là phu vác củi. Sao lại giống nhau?"

Mận lật quyển sách, đọc:

Một trà, một rượu, một đàn bà
Ba thứ lăng nhăng nó quấy ta
Chừa được thứ nào hay thứ ấy
Có chăng, chừa rượu với chừa trà.

Rồi ngước lên nhìn tôi: "Chú cũng vậy. Không chừa được đàn bà."

"Đàn bà đâu? Chú đang sống độc thân mà."

"Hừm... Cháu thấy mấy cô làm đĩ, bu vào chú nói chuyện hoài."

"Ừ, thì nói chuyện cho... vui."

"Không được. Chú phải chừa cái thứ ba luôn."

Tôi kêu: "Trời ơi! Chú đâu phải thầy tu mà chịu đủ thứ điều răn giới luật?"

Mận khẳng định: "Người tốt không giao thiệp với người xấu."

Trong mắt Mận, tôi là người tốt. Mận không muốn tôi lân la gần gũi những người mà Mận cho rằng xấu. Mận đâu biết trên cõi đời ô trọc này, không thể nhìn bề ngoài con người mà tỏ được vàng thau. Mận thừa hưởng tấm nhan sắc mặn mà của mẹ, còn tính nết ra sao, chỉ có trời biết.

Một chiều nghỉ việc sớm, tôi đi thơ thẩn trên sân đình.

Mận đến, nói: "Má cháu bảo đem biếu chú trái dưa hấu đầu mùa." Và đặt trái dưa xuống bậc thềm.

Tôi nói: "Tránh chỗ đó. Coi chừng mái hiên sập xuống bất cứ lúc nào."

Chúng tôi đi vòng ra đứng trước cửa tiền đình.

Mận nhìn cánh cửa gỗ mối mọt hư hao: "Cái đình này ghê quá."

"Cháu có vào bên trong bao giờ chưa?"

"Hồi nhỏ, cháu thường vào mỗi khi có dịp cúng đình. Nghe nói Thần đình được sắc phong của vua. Sắc đựng trong cái hộp gỗ, để bên cạnh bức tượng."

"Mình vào coi thử đi."

Tôi mở cửa chính điện. Bụi thời gian lả tả rơi đầy trên tóc, trên vai. Lâu ngày không ai quét dọn, mùi cứt dơi xông nồng lên mũi. Nền đình lót gạch Tàu. Dấu chân chúng tôi in trên màu bụi xám. Trong đình âm u. Ánh sáng bên ngoài hắt qua cửa chính mờ mờ, đủ nhìn thấy bàn thờ và bức tượng. Hai tấm liễn màu đỏ hai bên, viết bằng Hán tự. Bụi phủ, nhện giăng. Tượng Thần không lớn mà uy nghiêm. Hộp đựng sắc vua phong làm bằng gỗ mun, được che bởi miếng vải lụa điều. Tôi giở miếng vải lụa. Trên nắp hộp có hình một cặp giao long khảm xa cừ lóng lánh.

Tôi toan mở, Mận ngăn: "Không được."

"Sao không?"

"Chẳng phải ai cũng có thể mở hộp ra coi được đâu."

"Vậy ai có thể mở?"

"Cháu nghe nói, chỉ những vị chức sắc làm lễ xin phép Thần trước khi mở hộp."

"Những vị chức sắc, bây giờ ở đâu?"

"Không biết."

Mận đứng nép vào tôi, ngó dáo dác chung quanh.

“Mình đi ra, chú! Vào đây, cháu thấy sờ sợ.”

Mùi tóc, mùi của người nữ thoảng vào mũi tôi. Tôi muốn đứng đây mà hít thở. Và Mận cứ nép vào tôi như thế mãi. Hơi ấm thịt da con gái luồn vào tôi một nỗi gì êm đềm lâng lâng khó tả. Tôi định nói một câu thân tình âu yếm, nhưng lại thốt khác đi.

“Mai cháu đem cây chổi cho chú mượn. Chú muốn quét dọn bên trong ngôi đình.”

Mận ngước nhìn tôi: “Không... Đừng động đến mọi vật trong này.”

Tôi nói thêm một câu thật lãng: “Vì tôn trọng tín ngưỡng, tập tục lễ nghi của người đời trước, chú không mở hộp để coi sắc phong thần vua ban.”

Mận cầm tay tôi lay nhẹ: “Chú!”

Bàn tay Mận đẫm mồ hôi. Xa đàn bà lâu quá, tôi đâm ra ngờ nghệch vụng về không biết nói lời gì.

“Mình đi ra, chú!” - Mận giục.

Tôi nói nhỏ: “Hãy khoan.”

Mận kêu: “Không. Cháu sợ, chú ơi!”

Chẳng biết Mận sợ sự âm u của ngôi đình, hay sợ nỗi gì khác.

Chúng tôi ra tới cửa chính. Bất ngờ, thấy chị Ba đứng sẵn nơi tiền đình. Tôi gật đầu chào chị.

Mặt chị có vẻ khác thường: “Các người làm gì trong ấy?”

Mận nói: “Chú định coi sắc vua.”

“Hừ... Sắc vua?”

Chị nắm tay Mận lôi về, không thèm ngó đến tôi.

Hôm sau, tôi gặp lại Ba Canh ngoài bãi. Anh không nói gì. Thái độ rất lạnh.

Tôi hỏi: “Anh có điều gì không vui?”

Anh ngừng tay làm việc, rút thuốc ra hút và đứng suy nghĩ.

Mãi lâu sau, anh nói: "Tôi quý chú em, coi như người nhà. Không ngờ, chú tệ quá." Anh thở dài.

"Tôi làm những gì mà anh gọi là tệ?"

"Những gì chú cũng biết rồi. Con Mận còn khờ. Chú là người hiểu biết. Miếu đình là chốn linh thiêng. Sao lại đem nhau vào trong ấy…?"

"Có phải chị Ba thêu dệt chuyện này?"

"Ai dám thêu dệt chuyện động trời như thế."

"Anh đã hỏi kỹ lại con Mận chưa?"

"Làm sao nó có thể nhận một hành động tày trời? Nó chối. Khóc kêu oan."

Tôi gắt: "Anh cũng tin lời chị sao?"

"Không tin vợ thì tin ai?" Nếu vợ tôi không bắt gặp tại trận, chỉ nghe lời đồn thì cũng khó tin được."

"Bắt gặp thế nào?"

"Chú là người trong cuộc, chú biết rõ hơn ai hết. Tôi không nói là vì còn nể mặt nhau."

Tôi muốn đấm ngực than trời. Mận khóc kêu oan. Còn tôi, kêu với ai? Đính chính thế nào?

"Bây giờ anh tính sao?"

"Chuyện xảy ra quá đột ngột, tôi chưa biết đường nào giải quyết. Đàn bà nhiều khi sáng suốt hơn mình. Vợ tôi nói vì danh dự của chú và con Mận, không nên làm ồn vụ này. Nó phải giữ danh giá để mai kia còn lấy chồng. Chú nên rời khỏi Tầm Lanh, cắt đứt ngay mối tình vụng trộm."

Cái câu "chú nên rời khỏi Tầm Lanh" làm tôi hiểu rõ ý định của chị Ba. Chị không hiểu lầm. Chỉ vì không muốn tôi còn lảng vảng quanh đây, sợ một lúc nào đó, tôi sẽ tiết lộ cái đêm trăng cũ chị đến mái hậu liêu. Nếu lần ấy, tôi đồng tình với chị thì hai người cùng giữ bí mật. Và chị cũng không cần phải dựng đứng lên một điều không có thật giữa tôi và Mận. Bây giờ, dù tôi có vạch rõ âm mưu của chị Ba, thì anh Ba Canh cũng sẽ cho rằng tôi đặt điều bêu xấu vợ anh để chạy tội cho mình.

Tôi nói: "Anh Ba, mai tôi rời Tầm Lanh. Xin anh nhắn với chị rằng, vì muốn bảo vệ danh giá của mình, chị đã vu oan cho tôi và con Mận."

"Vu oan? Tôi không nghĩ thế. Và cũng không hiểu ý của chú muốn nói gì?"

"Hiểu sao được khi anh đang sống ngọt ngào trên lưỡi dao cạo. Tôi và con Mận đã bị đứt tay rồi. Không biết chừng nào tới anh."

Trên chuyến xe rời Bến Củi, tôi thấy Mận đứng dưới mái hiên, ngùi trông theo. Chẳng biết Mận có khóc hay không. Bóng xế hắt hiu trên đầu cây sao già. Ngôi đình cũ vẫn im lìm như ngày tôi mới đến. Ba năm. Cây rừng Tầm Lanh mọc rễ trong tôi. Tôi nhổ gốc ra đi. Không có ai vẫy tay làm đưa tiễn.

Lâm Chương

tranh Đinh Cường

Vật Thiêng
ĐOÀN VIỆT HÙNG
(Nguyễn Lệ Uyên)

Đó là một đêm bão tuyết bất thần đổ ập xuống vùng rừng núi hoang vu, gào rú tru tréo như bầy sói điên loạn. Đó cũng chính là đêm Lão Zalev quay về quê hương bản quán, sau bao nhiêu năm lang bạt kỳ hồ. Trước kia, chẳng ai biết lão đi đâu, đến đâu và làm những gì trên đất khách? Chỉ nhớ mang máng lão ra đi với chiếc túi vải đựng mấy tấm áo quần nhàu rách, chiếc mũ lông chồn cũ trùm kín tai và đôi ghệch vải lanh quấn chầm mấy lượt.

Lần này trở về không phải chiếc túi cũ năm xưa, mà là chiếc sắc-cốt da bò lủng lẳng trên vai; quần áo thì lành lặn hơn. Chiếc mũ lông chồn thay bằng chiếc mũ dạ thời Đại đế, khoác thêm chiếc áo bành-tô màu cứt ngựa lụng thụng. Nhìn lão cứ như khúc gỗ sồi di động. Nhưng quan trọng hơn cả, có một thứ mà lão hí hửng gọi là "vật thiêng", luôn kè bên nách.

Suốt dọc đường về, lão luôn lẩm nhẩm: "Ngươi phải ra tay cứu thế gian này thoát khỏi thế giới bần cùng, nô lệ, áp bức, bất công..."

Chưa ai biết đó là cái thứ quái quỷ gì và có thật nó sẽ cứu loài người khốn khổ khốn nạn đang sống dở chết dở kia không, chỉ biết phong thanh do lão nhắn với cho bọn đàn em từ lúc đặt mình trong chiếc xe lừa kéo, trên đường quay về cố xứ.

Bọn đàn em ấy, chúng đang đứng đợi bên này con sông rộng, nước chảy xiết, kéo theo những tảng băng bị băm vạt.

Trước mặt, trong đêm tối sáng trắng lờ mờ, là mảng bè ghép bằng những cây vầu nhấp nhổm trên làn nước lạnh ngắt. Nó sẽ là nhân chứng trong giây phút lịch sử, sẽ là công cụ đưa lão qua sông về cố xứ để viết bản trường ca có một không hai trên xứ sở Ca-Bay-Ngop điêu tàn.

Cả bọn đâu hơn mươi đứa, toàn những tên vô công rồi nghề, đầu trộm đuôi cướp, học hành chữ đực chữ cái. Đứa làm phu phen; đứa suốt ngày say xỉn nằm lăn ở các ga tàu điện ngầm; đứa bám vào hàng rào đêm đêm căng mắt dán vào chuồng ngỗng; đứa bạo gan hơn vác cuốc chim khoét ngạch nhà hàng xóm… bất kể địa chủ hay bần nông cùng khổ. Chúng từng vung vít buông tuồng mỗi khi nẫng được một thứ gì đó, của một nhà nào đó, "Những thứ này là của chúng ông bởi chúng mày rặt một lũ bóc lột", chúng nhăn nhở phun ra những câu ngông nghênh như vậy.

Đại từ *chúng ông*, ban đầu để chỉ mươi đứa, càng về sau, khi được lão Zalev hà hơi tiếp sức, *chúng ông* thành một từ khác lạ hoắc; một từ tựa như kiểu kéo bè kết cánh. Nó không có mặt mũi, tay chân tim, tóm lại là không có hình hài. Tuy vậy, mỗi khi nó xuất hiện chỗ nào thì y như rằng tất cả đều quỳ mọp sát đất. Sinh mệnh con người do nó ban phát, định đoạt. Cái khối chập chờn ma quỷ đó vừa có mà như không, vừa không mà như có, nhưng chính nó lại điều khiển tất cả mọi sự, từ đái ỉa, làm tình tới ăn uống đi đứng sinh hoạt kết bầy chí đến được phép sống chết!

Câu kinh nhật tụng *muôn năm vinh quang* được bọn đàn em vác trên đầu lưỡi, mang ra bãi cát ven sông ngầu đục vào bóng đêm, dõi theo bóng người, là một hình nhân tròn méo mờ ảo, gần xa giữa tiếng sóng tru tréo, tiếng chim đêm rên rỉ lẻ loi, vọc vào lõm sáng khuyết ma trơi lập lòe, vỡ ra đốm đốm. Cả bọn ngân nga trong cổ họng, thì thào với lớp bọt trôi nổi trên mặt nước đóng váng; chúng nắm chặt tay như đang bấu vào thanh tre lúc bước lên cầu ván lắc lẻo.

Cả đám tin về chuyến trở về của đàn anh sẽ mang chúng lên

thiên đường. Mặt đứa nào cũng rạng rỡ, dầu cho cái bụng thì lép xẹp từ ba ngày nay. Tội nhất, là tối hôm kia, chúng lẻn vào chuồng bò nhà Bolhaven mở róng chuồng dắt con nghé sữa, định đưa lên hẻm núi thịt để mở tiệc khao đàn anh ngày "quy cố hương", nhưng lũ chó nhà đánh hơi lạ, ùa ra sủa dữ dội. Đèn đóm thắp lên sáng choang. Đám gia nhân toàn trai đinh khỏe mạnh cầm gậy gộc rượt đuổi. Cả làng thức dậy, xách nồi đồng, mâm thau… cùng tất cả những gì có trong tay, gõ inh ỏi vừa hô cướp cướp vừa rượt đuổi… dậy trời đất. Màn đêm như bị xé toạc. Chúng co giò chạy bán sống bán chết, chạy loạn xạ như bầy sói bị săn đuổi. May là dân làng không tóm được đứa nào, chỉ bị một phen chạy bở hơi tai, chạy dựng tóc gáy.

Nhưng rồi nỗi sợ, cái mệt, cơn đói dữ dội trước đó cũng kịp tan biến nhanh chóng bởi niềm tin xác quyết về cái thiên đường đang lấp ló đâu đó ngay trước mắt mà lão Zalev đã nói, đang trên đường mang về cho chúng, mặc dầu chúng chưa thấy, chưa hiểu thiên đường tròn méo ra sao? Không thấy, không biết nhưng cứ tin. Niềm tin như một liều thuốc thần xóa đi cơn đói quặn thắt, xóa đi những cơn sợ hãi chập chùng, cuồn cuộn như lớp mây xám lơ lửng trên đầu.

Tiếng gà eo óc ngân dài, cuộn giữa cái lạnh màn đêm. Cả bọn giật mình bật dậy như chiếc lò xo. Theo quán tính, chúng ùa ra mép nước. Vẫn bóng đêm dày đặc. Trời đất, sông nước cuốn trong manh chiếu ẩm mốc, bốc mùi. Chúng co ro nhóng sang bờ bên kia. Một lúc sau, âm thanh chiếc sừng trâu oe oe nổi lên, nghe giống như tiếng trẻ con bị bóp cổ. Cả bọn vội vã tháo dây, xô mảng bè chống qua bờ bên kia. Tiếng oe oe vẫn đều đều trộn vào giòng nước xiết đấm mạnh vào mạn bè. Âm thanh đến sắc lạnh và ai oán. Khi bè cập bờ, qua ám hiệu, người đàn ông gầy gò nhảy phóc lên. Hai ba đứa vội vàng dang tay đỡ. Bè tách bờ, lặng lẽ thả trôi xuôi sang bờ bên kia, tấp vào mô đá dẫn thẳng lên núi, nơi có một hang sâu luồn tận vào cánh rừng thông mênh mông.

Bóng đêm dày đặc.

Đến được nơi an toàn, chúng gom củi khô đốt lên. Lúc này chúng mới rõ mặt đàn anh của mình. Đó là một người đàn ông gầy nhom, râu tóc tua tủa như người tiền sử, chỉ có đôi mắt sáng, sâu hoắm như một tiêu điểm làm thành con người khác hẳn với những con người bình thường khác. Zalev không thể lẫn lộn với ai. Đôi mắt ấy như mắt loài cú ban đêm, như lũ sói trên thảo nguyên. Nó nổi bật lên giữa hai hõm má hóp háp, kéo thêm chiếc cằm dài ra như chiếc lưỡi cày vừa rèn xong.

Thằng thứ nhất nhìn lão rồi quay lại đám người đứng ngồi lộn xộn, hỏi nhỏ:

- Lấy gì cho đại ca ăn đây?

Chỉ có im lặng và những cặp mắt mất hết thần sắc.

Hang núi lạnh lẽo.

Tiếng tặc lưỡi của con thằn lằn núi dội vào vách lạnh, ai oán.

Thỉnh thoảng vài giọt nước trên trần đá rơi xuống thành tiếng toong toỏng trong cái vũng nhỏ bên dưới, ngập ngừng âm vang tiếng chuông đến ngắc ngoải, xa xa.

Thằng lúc nãy lại ghé tai thầm thì gì đó với thằng bên cạnh, rồi hai đứa nhẹ nhàng trườn qua những phiến đá nhấp nhô thoát ra cửa hang.

Tiếng toong toỏng vẫn đều đặn.

Zalev khép mắt nằm trên lớp rơm dày, chúng lấy cắp từ chuồng bò mụ góa Mukaia, thở cò ke trong cổ như tiếng đờn balalaika chùng dây phát ra từ bàn tay nghịch ngợm của đứa bé lên bảy.

Đống than cời ra đỏ rực.

Trời tưng tửng sáng, nhợt nhạt níu lớp sương mù dày đặc; ngoài cửa hang lớp tuyết mỏng trắng xóa. Lớp sáng ấy giãy giụa, quẫy đạp cố nhoi ra khỏi vũng sương tuyết thẫm đục. Giữa khối màu như ảo ảnh kia, hai thằng trở về, vác theo một khúc tròn nâu sẫm tựa như khúc củi. Những người trong hang không một ai biết đó là thứ gì, nhưng mắt vẫn long lên sáng rực. Phản xạ có điều kiện của Pavlov dựng đứng những chiếc miệng há to và nước miếng trào ra như nước suối!

Chúng đặt khúc nâu sẫm lên tảng đá, nhét vào chút muối dự trữ trong ngách hang. Vài đứa vội mang thứ lá cỏ gì đó vò nát, xát lên rồi găm vào thanh tre tươi đưa lên đống than hồng. Mùi khen khét tỏa ra thít chặt mọi ngóc ngách trong hang, không thơm, cũng không có tiếng xèo xèo của dòng mỡ chảy trên than như chúng từng nướng những con chồn, con thỏ… trước kia.

Khối nâu sẫm kia chuyển sang màu trắng bệch rồi hóa đỏ như tẩm máu, và cuối cùng ngả sang vàng chói. Tên đi ra khỏi hang lúc nãy dùng dao xẻo một lát lớn, lay đàn anh dậy, cung kính đưa cho đàn anh bằng hai tay. Lão Zalev quệt nhử ghèn trong hốc mắt, nhìn bọn đàn em ra chiều cảm động. Lão thong thả đưa lát cắt lên miệng, cắn từng miếng nhỏ, thong thả nhai, thong thả nuốt. Vẻ thỏa mãn co giãn trông thấy trên các cơ quai hàm khiến buổi gặp mặt tuy không thịnh soạn, nhưng cũng đầy tình.

Khi chỉ còn trơ lõi xương trắng, lão quệt miệng bằng ống tay áo, cảm động:

- Các chú tinh tươm lắm. Cảm ơn các chú đã đón tôi.

Đến lúc này, cả bọn mới dám chia nhau chỗ còn lại.

Loáng một cái, những màu đỏ màu vàng màu nâu trôi tuột qua miệng, trôi xuống dạ dày.

Những mảnh lõi nhỏ màu trắng cũng biến mất.

Chỉ còn thằng sau cùng, người choắt cheo cúi gằm mặt cố gặm hết chỗ các màu bám trên lõi.

Ăn uống tạm lưng lửng bụng, chúng ngồi vòng quanh Zalev, nhìn chằm chằm vào người lão và chiếc sắc da bò kẹp chặt giữa hai đầu gối xương xẩu mà không đứa nào dám mở miệng. Không khí im lặng đến nỗi có thể nghe tiếng đá thở, lớp rêu trở mình và tiếng nổ lép bép thỉnh thoảng bật ra giữa đống than bắt đầu lụi tàn.

Lão Zalev ngồi dựa mình vào vách đá, thản nhiên lấy móng tay cạy những mảng vụn bám vào chân răng, rồi lại nhóp nhép nhai.

Thằng đi vác khúc nâu lúc nãy gãi đầu:

- Thưa, đại… ca...

Zalev liếc nhìn thằng đàn em, thừa hiểu bụng dạ nó nghĩ gì, vẫn tiếp tục cho tay vào các kẽ răng, tiếp tục nhóp nhép.

Đống lửa tàn dần. Hơi ấm yếu đi. Đến lúc này Zalev mới lên tiếng:

- Tôi hiểu các chú nghĩ gì, muốn gì. Giờ này có bổ đầu các chú nhét vô, chắc cũng không hiểu nổi. Chỉ có thực tế công việc diễn ra rồi các chú nghiền ngẫm và tự… Lão nói và bỏ lửng.

Giờ phút thiêng liêng đã đến. Đống lửa bỗng phụt tắt. Hang đổi sang màu sáng xanh lè những đốm lân tinh rải rác trên vách, trần nhũ đá. Những vệt dài nối nhau sắc xanh của cặp mắt mụ phù thủy trong đêm.

Zalev trịnh trọng mở dây gút, trịnh trọng lấy vật thiêng, giơ lên.

Cả bọn trố mắt nhìn như chưa bao giờ được nhìn một vật lạ đến thế. Cái vật ấy to chỉ bằng bàn tay xòe, dèm dẹp như quyển sách nát, sáng hắt lên quầng thẫm màu máu đọng. Nó không phải là phiến đá, mẩu gỗ hay những tờ giấy xếp chồng lên thành quyển; cũng không phải là con vật có mắt mũi, có máu. Nhưng ở trên tay lão, nó rung lên như cánh đập con ong, lúc thì phình to ra, khi thì thu hẹp lại chỉ bằng lóng tay. Nó nằm yên rồi bỗng dựng đứng, bay là là phát ra những tiếng kêu chin chít đến chói tai, lại có sức hút như thỏi nam châm với người đối diện.

Cả bọn không hiểu gì cả.

Zalev mỉm cười, nụ cười kẻ cả, khinh miệt sự ngu dốt của đám người tối dạ, mông muội đang ngồi trước mặt lão.

Vụt cái, vật thiêng lao ra khỏi bàn tay xương xẩu của lão, phát ra làn sáng xanh đến lạnh gáy, bay một vòng quanh đầu rồi biến mất.

Đám đàn em há hốc mồm, toàn thân lạnh ngắt.

Zalev bình thản nằm xuống ổ rơm, không một lời giải thích và cả cái liếc nhìn về phía đám người xưng tụng lão là đại ca.

Đại ca mở nụ cười bí hiểm và nhắm mắt.

Làng Novostoie đang yên bình, bỗng chốc bị dựng đứng cả lên. Khắp ngõ trên chí xóm dưới, nhà nào cũng có những mảnh vải trắng cột vào cọc cây khô treo trên nóc nhà, trước cổng, góc rào. Dúm người khác, thì thầm vào tai nhau, dùng lá ngải giã dập bỏ vào túi vải lận lưng; nhưng tốt hơn cả là tìm cho ra cây bạch y bám vào vách đá trên núi cao bốn ngàn mét là hiệu nghiệm nhất. Lên đỉnh núi bốn ngàn mét giữa mùa tuyết phủ là sự khó, càng khó hơn khi đu người tìm cho ra cây bạch y? Cuối cùng cả làng vào rừng thi nhau vặt trụi lá ngải. Nhưng khốn thay cái mùi hăng hắc cay cay của loại cây này chỉ làm tăng thêm nỗi hoang mang của bầy người nhớn nhác. Có người còn bày dùng cứt gà sáp bôi lên cổng, cửa cái, cửa sổ… sẽ xua đuổi tà ma ám khí, đến nỗi cứt gà cũng không đủ để bôi, lại còn dùng cả phân tươi pha loãng quét lên các vật nuôi. Mùi hôi thúi bay khắp làng, nhưng tất thảy đều vô hiệu. Các pháp sư cũng chắp tay vái dài, quẳng cả chuông mõ, áo khoác lông chồn, khăn quấn đầu… chạy có cờ. Tất cả đều chìm trong cảnh tan hoang, bởi không còn cách nào trừ khử được con vật lạ, chỉ to bằng bàn tay đang lừng lững gieo rắc tai họa lên mọi sinh linh như chốn không người.

Lúc đầu, nó chỉ xuất hiện vào ban đêm, hình thù kỳ dị, lúc đen thẫm như con bọ hung, lúc xanh xám tua tủa lông như con sâu róm. Mỗi chuyển động của nó đều phát ra âm thanh maaac leee, maaac leee… rất giống tiếng con mọt gỗ nghiến nhai đều đều trong những căn nhà rệu rã. Mỗi khi bay, phát ra âm thanh là có hàng chục, hàng ngàn những con giòi đỏ từ phía sau, tựa như lỗ đít, chui ra hàng ngàn, hàng vạn con bọ khác, tanh lợm.

Nhưng nếu chỉ có vậy, dân làng Novostoie cũng có thể quen dần. Đằng này, mỗi khi phát ra tiếng kêu maaac leee… nó lại xán tới một con vật nào đó bâu vào người và lập tức mảng lông dày mượt trụi lủi rồi biến mất, để lộ ra từng lỗ nhỏ bằng đầu kim khâu thảm, đỏ lòm nhìn không thấy đáy! Đầu tiên là đàn gà nhà Bolhaven, con vện nhà tên mõ làng Stavoi… lan tới cả bầy chó trong xóm. Trong một đêm đàn ngựa của làng cũng biến mất. Quan trên cử lính tập về bao vây làng đến con kiến cũng không chui lọt, vậy nhưng không hiểu bằng cách nào, sáng ra thấy cổng chuồng vẫn y nguyên, nhưng bầy cừu thì mất tăm, không để lại dấu vết nào, chỉ còn cái chuồng đầy phân, trống lạnh.

Nhưng kinh hoàng hơn cả, kể từ ngày con maaac leee… xuất hiện, từ đứa trẻ nhỏ chí người già ở Novostoie đều bị ghẻ chốc mọc đầy mình. Những mụn ghẻ nhỏ phình lên, lở ra đỏ loét và ngứa. Ngứa thì gãi. Gãi thì các mụn chảy ra chất nước nhờn màu xanh, tanh tưởi rồi bò lan đi khắp thân thể. Tóc trên đầu bắt đầu rụng dần, da tróc ra đỏ hỏm. Mọi người đều biến dạng, trông kinh dị như lũ sâu bọ từ trời rớt xuống, từ đất sâu chui lên.

Dân làng cứ teo tóp dần, sần sùi khô quắt đứng ngồi trong mọi tư thế, bất động. Họ chưa chết hẳn, nhưng bất động!

Một ngày kia, các trinh nữ trong làng đều mang thai đồng loạt, nhưng không phải chín tháng mười ngày thì sanh theo quy luật tự nhiên, mà đến những hai năm chẵn. Những đứa trẻ chào đời, trai có, gái có và thảy đều đỏ quạch, trọc lóc từ đầu tới chân. Duy chỉ có chỗ từ hai mắt xuống tới cằm là màu vàng chói. Mới rời cuống nhau là chúng đã chạy nhảy, hò hét, đập phá lung tung, hơn cả đàn cọp dữ… Chúng đi tới đâu là nhà tan cửa nát, các nhà thờ chính thống nghiêng ngả, chùa miếu đổ sập tơi tả như thể vừa trải qua một trận cuồng phong.

Sau làng Novostoie tới làng Al Bolevaia kế bên rồi lan qua tổng Evgenisyn, bò khắp các huyện, phủ khiến mọi người, từ triều đình chí đám dân ngu khu đen tất thảy đều hoảng loạn, khiếp đởm.

Ở phía bắc, cách khu vực phủ Mondrovin non trăm dặm, do địa hình đồi núi chập chùng lại nằm lọt thỏm giữa hồ nước rộng mênh mông nên làng Kiritarta có vẻ còn yên tĩnh bởi con maaac leee và lũ trẻ tinh ranh chưa xán được gần. Dân làng, dưới sự chỉ huy của chàng Kabounin, một lực điền sức lực hơn người, kêu gọi dân làng chặt tre vát nhọn cắm xuống lòng hồ bao quanh làng, trên không kéo những sợi mây tươi phủ lên thành một mái vòm khổng lồ bao kín. Làng Kiritarta lúc này, nhìn từ xa như một pháo đài thời trung cổ, có vẻ chắc chắn, an toàn: thủy quái không thể vượt qua những cọc tre nhọn lên bờ tấn công vào làng; loài chim ưng tiền sử không thể từ trời cao liệng xuống bắt dân làng bay đi. Mọi người có vẻ hài lòng và hơn hết là vui mừng ra mặt với sáng kiến của chú Kabounin. Họ mở tiệc ăn mừng, là những củ khoai, củ nần, con cá, con chồn mắc bẫy. Chiêng trống khua vang, dậy đất trời. Họ uống những hũ rượu làm từ lúa mì, củ sắn, bắp trộn vỏ dăm bào và lá cây. Họ ôm nhau nhảy múa, ca hát thâu đêm, cho đến khi mệt nhoài lăn ra ngủ quanh đống lửa đỏ rực những hòn than.

Mặt trời chưa ló, màn đêm còn lờ mờ, thình lình một cơn gió ào ào thổi qua cùng với tiếng rin rít maaac leee… maaac lee… kéo dài như tiếng chiếc câu liêm cùn cứa vào đá. Cả làng chưa kịp mở mắt định thần thì bầu trời trên đầu họ trống hoác, dọi màu đỏ như nhuộm máu. Những cọc tre vạt nhọn và tầng gai mây nhũn ra thành tro bay lả tả. Ở phía mỏm đá nhô ra hồ có cây Cộc Đàn cổ thụ đứng sừng sững từ thời Sơn Tinh cắm xuống để phân định ranh giới với Thủy Tinh, mượn ở Việt Nam, đã chết đứng từ bao giờ, máu nhỏ giọt nhuộm đỏ cả mặt hồ; dưới gốc chú Kabounin nằm ngửa, cổ bị cắt đứt, máu đọng đen.

Làng Kiritarta bàng hoàng khi nhìn những giọt máu từ cây Cộc Đàn và cổ chú Kabounin còn găm chiếc câu liêm cùn; rồi chết lặng khi nhìn vào người của nhau. Tất cả, ai cũng như ai, thân thể không còn nguyên vẹn như xưa mà trên đầu, rễ Cộc Đàn tua tủa, thân mình những cọc tre vát nhọn xù ra như lông nhím. Mỗi khi cử động, chúng phát ra âm thanh maaac leee… maaac leee… kin kít đến rợn người.

Hơn bốn năm sau kể từ khi mảng bè dạt vào mỏm đá… cả xứ Ca-Bay-Ngop trở nên điêu tàn, xơ xác. Người dân cơm không đủ ăn, áo không đủ mặc. Triều đình, quan quân lớp bị ném xuống biển, lớp đưa lên núi hoan ca với sốt rét rừng… Xương trắng ghềnh ghềnh che lá xanh. Xương cao ngang đầu núi. Hiện tượng này bay ra thế giới bên ngoài. Giới truyền thông xán tới. Tin giật gân rút tít to: Thế Giới Tới Ngày Hỗn Mang. Các học giả tiếng tăm đổ xô tới biên giới, dựng lều che bạt. Hết nghiên cứu tới hội thảo khoa học. Những luận chứng, lý thuyết tung ra như bụi mù. Cụ tổ Darwin bị lôi ra. Lông vượn, cứt khỉ vỡ ra. Có học giả còn mang theo cả máy Lie Detector [1] cho người đang đêm lén treo vào cổ, vào mồm vài ba người dân Ca-Bay-Ngop, nhưng các tín hiệu đưa lại chỉ là những âm vọng maaac leee… cứ kin kít… kin kít như cưa đá.

Các nhà khoa học, các học giả sau một thời gian miệt mài nghiên cứu, một phần mắc chứng trầm cảm dẫn đến tự treo cổ hàng loạt.

Nhưng có điều lạ, treo toòng teng như vậy trên cây nhưng không ai chết, chỉ có da dán sát vào bộ xương và mỗi khi có cơn gió nhẹ thổi tới, những bộ xương kia lại phát ra âm thanh maaac leee… maaac leee… kin kít.

Dân xứ Ca-Bay-Ngop chỉ còn lại những bộ xương.

Nhưng lũ dòi từ con maaac leee ỉa ra thì béo tròn nung núc.

Xứ Ca-Bay-Ngop được đổi thành xứ Cộng hòa Maac Leee…

Đoàn Việt Hùng

(Khởi viết tháng 1/21014 – Đọc và sửa chữa lại tháng 6/2019)

____

(1) Loại máy dò sự thật

tranh Đinh Cường

Mưa
MH HOÀI LINH PHƯƠNG

Quê người, mưa có vui không?
Mà sao ta khóc, ngóng trông quê nhà…
Hạt buồn từng giọt đi qua…
Nửa đời lưu lạc, lệ nhòa… theo mưa…

Mưa Saigon… thuở mộng mơ
Đường mưa ướt phố tuổi chờ mười lăm
Mưa trên hàng lá âm thầm
Mưa trên ngón nhỏ ngại ngần tay nhau
Đẹp như vụng dại tình đầu
Ngẩn ngơ chưa biết để sầu cho ai…

Bây giờ… khuất nẻo đường mây
Quê nhà mưa cũ còn đầy thương yêu?
Nghìn trùng bến lạ buồn hiu
Ta riêng ta với những chiều mưa bay!

M.H. Hoài Linh Phương
Washington D.C mùa mưa 2019

Hạt Đen
HOÀNG XUÂN SƠN

nhấm nháp cơn buồn ngủ
hạt rơi tôi xuống hố đen
kìn kìn thuốc nhuộm
da đầu vỡ tinh thể
dợn lên triều mơ
những lọn tóc không phải lúc nào cũng mềm mại
xách
xỏ
bầu trời đa dáng những cột sáng ngoài vi lô
cột cờ đơn thoại thủ ngữ
rùng rùng chạy trốn
mùa âm sa
như bến. đã là một đơn vị của sông
sông dìm chết bến
những chuyến phất cờ hô hoán đại dương
tòng phạm mối buồn chu lưu
tổn thất từ lũ buồm nâu xập xệ
không trụ nổi mùa chướng gió
mụn đời nhân văn
trồi đầu tăm lốp xe nằm chui
thau nước cáu bẩn

hóa ra có thời chúng ta ghiền núc tinh thể gà qué
bia đặc quậy
o tròn như quả
trứng sữa ngây ngây mùi xóm
hơi lá. vách người
tiếng chó tru không
nơi chăn màn hỗn độn
nở một đóa yên ba cực kỳ
câu vọng cổ mần mằn xuống
những vết xe. chương lạc xa dần cuộc địa thám
tiếng tu huýt thổi quéo giò
khẩu trang ngợ mặt
cổ trúng gió
không phải lúc nào thế đứng chữ T cũng cân bằng
tôi tôi   ẻo
lả
lắp rắp âm hồn
nói leo đèn khí đá
mùi chợ kinh niên
thổ mộ lồng khuya còi cọc
vận tốc ngoẹo đầu nâng lên bình phương cột sống
một phần xương tủy đã ráo mùa
cây bút. cục tẩy
lưỡi kéo mon men rìa tim
khi ngủ đứng dưới bầu trời chú thích.

Hoàng Xuân Sơn | 2019

Tiếng Việt - Tiếng Như Chim Hót

CHÂU YẾN LOAN

Người đầu tiên hưởng ứng lời kêu gọi hãy đến xứ Nam truyền giáo của chúa Nguyễn là linh mục Buzomi, người Ý, có thể xem Buzomi là người chính thức đặt nền móng cho công cuộc rao giảng phúc âm ở xứ Đàng Trong.

Đầu năm 1615, Linh mục Buzomi đến Hội An, cha Buzomi được chúa Sãi tiếp đón niềm nở. Chúa Sãi đã ban cho cha một tờ chiếu đóng dấu đỏ của triều đình cho phép cha được tự do truyền giáo khắp nơi trong xứ Nam, lại còn cấp đất cho cha làm nhà thờ và nơi cư trú.

Để tiện cho công cuộc truyền giáo, ban đầu cha Buzomi nhờ giáo dân người Nhật thông ngôn. Người Nhật đến Hội An buôn bán đã lâu, họ đã có cơ ngơi ở đô thị này và cũng có nhiều mối quan hệ với những quan chức ở Thanh Chiêm nên giúp cho cha Buzomi vượt qua được những hạn chế lúc mới bắt tay vào việc.

Về sau cha Buzomi tìm được một giáo dân tân tòng có tên thánh là Agostinô, một thanh niên đầy nhiệt tình và quả cảm, giúp việc cho cha. Theo Bartoli, Agostinô là người đầu tiên trong tổ chức các thầy giảng ở xứ Nam và sau này ở xứ Bắc. (Lịch sử truyền giáo ở Việt Nam, Linh mục Nguyễn Hồng, Tập I, Tủ sách Hiện Tại 1959, tr 60).

Việc đầu tiên của cha Buzomi là "tìm học hỏi phong tục tiếng nói của dân bản xứ, trước khi muốn đem tin lành đến cho họ. Cha có những nhận xét rất đúng về nền văn hóa Việt Nam. Theo cha, Việt Nam là một nước văn minh, có một trình độ văn hóa cao, trọng cổ truyền, trọng "chữ viết và sách chữ". Về văn tự thì phân ra một đàng là lối nói bình dân, một đàng là lối nói của văn gia". Họ viết bằng bút lông, và chữ viết đó trong những giấy tờ thường dịch, còn muốn hiểu và đọc được sách chữ, thì phải học một số rất nhiều thứ chữ mà ở đây chúng tôi gọi là chữ Hán, chữ dân chúng thường dùng thì cũng giống thể chữ Hán, nhưng lối đọc lại khác. Còn tiếng nói thì cung giọng êm dịu và giàu hơn tiếng nói của người Trung Hoa, nghe như người ta bình một bài thơ phổ nhạc". (sđd, tr 61).

Cùng đi với Buzomi có linh mục Diego Carvalho, là vị truyền giáo của người Nhật, ông thông thạo tiếng Nhật và phong tục của người Nhật, nên khi đến Hội An giáo đoàn đã được giáo dân Nhật đang lập nghiệp ở đây ủng hộ hết mình. Năm 1616, cha Andrea Fernandez người Bồ được tăng cường để thay cho cha Carvalho được gọi về Macao để sang Nhật truyền giáo.

Năm 1617, giáo đoàn Buzomi có thêm linh mục Francisco de Pina, người Bồ và linh mục Francisco Barreto, người Ý.

Họ đã phân công cho nhau mỗi người một khu vực để phát triển tông đồ. Buzomi về Nước Mặn (Quy Nhơn) có Christoforo Borri trợ giúp, Fernandez coi Hội An, còn Francisco de Pina về Thanh Chiêm vì ông là người có thể giảng đạo bằng tiếng bản xứ nên tại Dinh trấn Thanh Chiêm ông có thể giao thiệp trực tiếp với các Hoàng tử và quan lại, một điều kiện rất thuận lợi cho việc truyền giáo.

Ấn tượng đầu tiên khi các linh mục tiếp xúc với tiếng Việt là họ có được một cảm giác êm ái, họ nghe tiếng nói người Việt giống như **tiếng chim hót**, có cung bậc trầm bổng du dương.

Christoforo Borri trong tập ký sự "Xứ Đàng Trong năm 1621" đã phát biểu cảm tưởng: "Mặc dầu ngôn ngữ của người Đàng Trong cũng giống ngôn ngữ người Trung Hoa, vì cũng như người Trung Hoa, họ chỉ dùng những từ có một vần nhưng đọc và xướng lên với nhiều cung và giọng khác nhau, nhưng có sự khác biệt vì tiếng Đàng

Trong phong phú hơn, dồi dào hơn về nguyên âm, vì thế dịu dàng và êm ái hơn. Họ có tai rành âm nhạc và có khả năng phân biệt các cung giọng và các dấu khác nhau.

Tiếng Đàng Trong, theo tôi, là một tiếng dễ hơn các tiếng bởi vì không có chia động từ, không có biến cách các danh từ nhưng chỉ có một tiếng hay một lời rồi thêm vào một phó từ hay đại từ để biết về thời quá khứ, hiện tại hay vị lai, về số ít hay số nhiều.”… “Do đó người ta dễ thấy là ngôn ngữ này rất dễ học, và thực ra trong sáu tháng chuyên cần, tôi đã học được đủ để có thể nói chuyện với họ và giải tội được nữa, tuy chưa được tinh thông lắm, vì thật ra muốn cho thật thành thạo thì phải học bốn năm trọn” (Xứ Đàng Trong năm 1621, Christoforo Borri, Bản dịch của Hồng Nhuệ - Nguyễn Khắc Xuyên và Nguyễn Nghị, nxb TP Hồ Chí Minh 1998, tr 74, 75, 76).

Alexandre de Rhodes rất hào hứng khi viết: “Chúng tôi khởi hành từ Macao vào tháng 10 năm 1624 và sau mười chín ngày thì tới Đàng Trong, tất cả đều hồ hởi hoạt động tốt. Ở đó chúng tôi gặp cha Pina, ngài rất thông thạo tiếng xứ này, một thứ tiếng khác hẳn tiếng Tàu. Tiếng mới này còn thông dụng ở Đàng Ngoài, ở Cao Bằng, ở Đàng Trong và người ta còn nghe và hiểu ở ba xứ lân bang khác. Đối với tôi, thú thật vừa tới Đàng Trong và nghe dân xứ này nói, nhất là phụ nữ, tôi tưởng như **nghe chim hót** và tôi không bao giờ mong có thể học được.

Hết các tiếng đều độc vận và chỉ phân biệt ý do nhiều giọng nói khác nhau,… vì thế khi nói chỉ như ca như hát”. Hành trình và truyền giáo, Alexandre de Rhodes, Bản dịch Việt ngữ của Hồng Nhuệ, Tủ sách Đại Kết, Ủy ban Đoàn kết Công giáo TP Hồ Chí Minh 1994, tr 55).

Pina, người khởi đầu công cuộc sáng chế chữ Quốc ngữ lại có nhận định rất khoa học: “Ngôn ngữ này có thanh điệu như một bản xướng âm, cần phải biết xướng âm trước đã. Sau đó mới học các chữ” (Những người Bồ Đào Nha tiên phong trong lãnh vực Việt ngữ học, Roland Jacques, NXB Khoa học Xã hội 2007, tr 43)

Những điều ghi sau đây trong “Manuductio ad linguam tuncki-nensem” cho thấy sự bén nhạy của các giáo sĩ khi mới chân ướt chân ráo đến Việt Nam:

"Thói quen trong dạy và học ngôn ngữ là bắt đầu bằng các chữ cái. Tôi cũng vậy, tôi không do dự theo thói quen này. Nhưng trong tiếng Việt, việc hiểu biết các thanh điệu là cần thiết bậc nhất. Có nó người ta mới hiểu rõ hơn các chữ, thật vậy, người ta không thể đưa ra một thí dụ nào cho các quy tắc để có thể đọc đúng, nếu như trước hết người ta không thu nhận đôi chút về chức năng của dấu thanh…

Ta có một thí dụ về thanh điệu thứ nhất trong từ "Ba" (không có biến (âm) sắc của giọng).

(Thanh điệu) thứ hai là dấu sắc. Nó được phát âm với giọng (bổng) như thể tỏ ra giận dữ. Đó là trường hợp cùng từ "Bá"… Tuy nhiên cần nhớ rằng (thí dụ âm nhạc) chỉ cho thấy sự biến (âm) sắc và sự lên cao của giọng chứ không phải là chính thanh điệu đó cũng như thanh này ở đây tương đương với (nốt) "sol" trong âm nhạc. Thực tế không thể thể hiện nó chính xác được.

(Thanh điệu) thứ ba là (dấu huyền). Ta hạ giọng để phát âm nó. Lại nữa ta thấy nó được dùng trong từ "Bà". Ở đây (nốt) "la" trong âm nhạc không hoàn toàn tương ứng với thanh điệu của từ "Bà", nhưng đây chính là (một cách biểu thị) thuận tiện để chỉ sự biến (âm) sắc và hạ giọng nói.

(Thanh điệu) thứ tư là ngã (dấu). Ta uốn giọng để phát âm nó, tạo âm từ đáy ngực rồi nâng cao thành tiếng kêu…

(Thanh điệu) thứ năm là dấu nặng vì nó được phát âm từ một giọng phát ra từ đáy ngực với một trọng lượng nào đó, nghĩa là một sức nặng nào đó. Đây chính là trường hợp trong từ "Bạ"…

(Thanh điệu) thứ sáu gọi là dịu vì nó được phát âm dịu dàng và vì như muốn đặt câu hỏi "có phải không?" chẳng hạn. Trường hợp của từ "Bả" là như vậy… Lại nữa ở đây (việc biểu thị bằng âm nhạc) dùng để ghi sự biến (âm) sắc và nâng cao giọng, chứ (đúng ra) không phải là chính thanh điệu. (Những người Bồ Đào Nha tiên phong trong lãnh vực Việt ngữ học, Roland Jacques, NXB Khoa học Xã hội 2007, tr 100, 101)

Ngôn ngữ nghe như ca như hát đó đã khiến các giáo sĩ say mê nghiên cứu và cũng bởi vì họ có một nguyện vọng duy nhất, chinh phục ngôn ngữ để có thể trực tiếp giảng đạo cho người bản xứ nhằm thực hiện nghĩa vụ mà vì đó họ đã tới nơi này.

Alexandre de Rhodes đã nhận ra lợi ích của việc nói thông thạo ngôn ngữ bản xứ: "Tôi cả quyết rằng hiệu quả của việc trình bày các mầu nhiệm trong ngôn ngữ của họ thì vô cùng lớn lao hơn khi giảng bằng thông ngôn: thông ngôn chỉ nói điều mình dịch chứ không nói với hiệu lực của lời từ miệng nhà truyền đạo có Thánh Thần ban sinh khí" (Hành trình và truyền giáo, Alexandre de Rhodes, Bản dịch Việt ngữ của Hồng Nhuệ, Tủ sách Đại Kết, Ủy ban Đoàn kết Công giáo TP Hồ Chí Minh 1994, tr 56).

Đam mê tiếng Việt và được thúc đẩy bởi ước vọng được giảng đạo bằng tiếng Việt khiến các giáo sĩ học và nghiên cứu tiếng Việt một cách miệt mài và cuối cùng họ đã chinh phục được ngôn ngữ bản xứ để tạo ra một lối ký âm mới, sáng tạo chữ Quốc ngữ, hiến tặng cho người Việt một công cụ giao tiếp tuyệt vời mà giản dị, khoa học, dễ truyền bá.

Châu Yến Loan

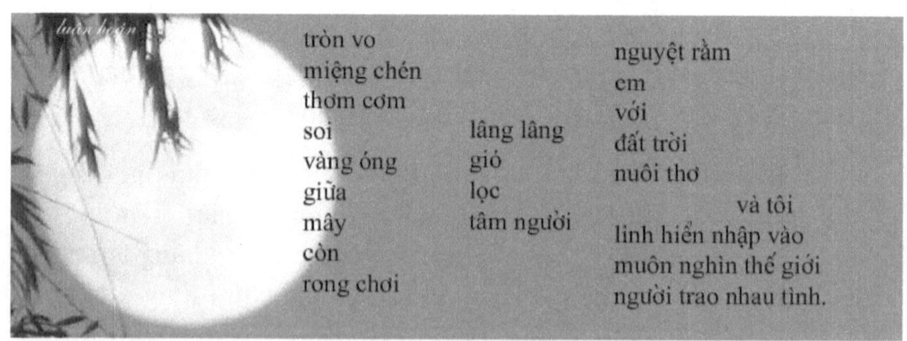

Ngõ Hoa

MANG VIÊN LONG

Cô bạn giới thiệu cho Thuận căn phòng có chiều dài 5 mét, chiều rộng 4,5 mét - tổng cộng hơn 22 mét vuông, như ở tầng trên. Đến xem, Thuận đề nghị lấy phòng dưới đất, bởi còn chút khoảng sân có bóng cây, có thể đi lui đi tới được. Bà chủ nói đã nhận lời một cô giáo mới vừa chuyển đến dạy ở thị xã niên khóa này rồi, đành chịu.

Lúc đứng ở khoảng hành lang hẹp tầng trên, Thuận nhìn sang dãy phố đối diện, thấy ngôi nhà kiểu *villa* thời Pháp có trồng nhiều hoa, nghĩ có thể thư giãn đôi chút mỗi sáng khi vừa thức dậy. Căn phòng nầy là phòng trọ thứ ba Thuận đi tìm thuê trong gần tuần lễ nay tương đối tốt, nên đã đặt cọc tiền trước ba tháng cho bà chủ nhà.

Quanh thị xã, nhất là ở các ngõ hẻm, đường nhỏ - nhiều gia đình thừa đất vườn, xây thêm nhiều nhà cấp bốn, chia dãy dài nhiều phòng, từ 20 - 30 mét vuông, để cho thuê khi không biết (hay không thể) kinh doanh mua bán gì thêm. Nhà tôn, phòng hẹp, không có cửa sổ, ít bóng cây, giống những chiếc hộp. Cả dãy phòng dài nhưng sinh hoạt vệ sinh chung một phòng cuối dãy, rất bất tiện, tuy giá có thấp hơn căn phòng Thuận đang xem. Thuận nghĩ, những căn phòng nầy chỉ thích hợp với học sinh, sinh viên ở trọ, hay người thường có công việc làm ngoài đường hơn ở nhà mà thôi. Còn Thuận, ngoài giờ có mặt ở văn phòng đại diện một buổi, anh được ở nhà nhiều hơn nên trong 22 mét vuông, có đủ phòng vệ sinh nhà tắm, khu nấu ăn nhỏ bên cạnh, và khoảng rộng phía trước, có thể kê chiếc bàn thấp, vài chiếc ghế, và đặt một tấm nệm, xem ra tiện hơn nhiều. Hơn nữa, căn phòng Thuận thuê nằm chung trong khu đất còn thừa phía sau căn nhà mặt tiền của chủ nhà, chỉ có hai căn cho thuê, nên biệt lập và ít ồn. Chiếc cầu thang đúc nhỏ dẫn lên phòng Thuận nằm trong khoảng đất trống bên cạnh, được rào chắn chung quanh trông ngăn nắp.

Hai ngày sau khi Thuận dọn đến ở, một buổi sáng sớm anh đã nhìn thấy dọc con đường trồng hoa từ cổng nhà bên kia đường, có dáng một thiếu nữ trong bộ áo quần ngủ rộng mầu trắng, đi thơ thẩn ra vào bên cạnh người đàn bà thường ngày vẫn cầm vòi nước, tưới hoa miệt mài quanh những bụi hoa, chậu hoa rải rác từ cổng vào sân nhà. Cô gái chỉ xuất hiện khoảng hơn mười lăm phút, là mất hút sau khu tiền sảnh.

Từ trên hành lang hẹp, Thuận theo dõi cô gái, nhưng cô ta chỉ thấp thoáng quanh những chậu hoa buổi sáng sớm mà thôi. Thuận biết thêm, trong căn nhà ấy, có lẽ chỉ có ba người đang sống - mẹ và người cha của cô gái. Khu nhà tương đối yên vắng, khép kín bên con đường phố hai chiều nhộn nhịp người xe qua lại nhất thị xã.

Gần một tháng sau, Thuận trong bộ áo quần đi bộ thể dục bước nhanh qua đường, khi vừa trông thấy cô gái bước dần ra cổng.

- Chào em…

- Dạ, chào anh! Anh hỏi ai?

- Anh hỏi em!

- Hỏi em? - Giọng cô gái ngạc nhiên.

- Đúng rồi!

- Mà có việc gì vậy?

- Anh muốn hỏi xin một nhánh gốc cây hoa hoàng lan, hay bông giấy tím.

- À! Xin lỗi - cô gái quay lại định bước đi - anh hỏi xin dì Tư nhé!

- Anh nhờ em nói giúp.

- Được, được - giọng cô gái ngập ngừng, lát nữa em sẽ nói.

Cô gái đã đi vào trong khu tiền sảnh, nhưng Thuận vẫn đứng

yên, nhìn theo. Thuận cảm thấy vui vui với ý nghĩ, dầu chưa xin được hoàng lan, nhưng đã thấy rõ được gương mặt thanh tú, duyên dáng, một vẻ đẹp nhân hậu, đằm thắm của cô gái thay cho hoa rồi. Thuận đoán nàng chỉ trên hai mươi một chút.

***

Sáng sớm hôm sau, Thuận lại có mặt ở cổng, chờ - nhưng không thấy bóng cô gái ra vườn, Dì Tư bước lại mở cổng, tiếp Thuận.

- Cậu xin hoa hoàng lan hôm qua phải không?

- Dạ, đúng!

- Tôi đã có sẵn một gốc nhỏ, về nhà trồng sẽ sống ngay.

- Cảm ơn dì!

- Cậu cảm ơn cô Trinh ấy, tôi làm theo lời dặn thôi mà!

- Cô Trinh dặn thế nào, dì?

- Cô ấy nói, nếu có ai đến hỏi nhận hoa hoàng lan, thì dì tìm một gốc, để gởi cho họ. Mình chia hoa, cũng như chia niềm vui với mọi người dì à!

- Hôm nay cô Trinh đâu rồi không thấy ra vườn?

- Chi vậy?

- Cháu muốn cảm ơn.

- Tôi sẽ chuyển lời cho, cậu yên tâm. Cô ấy không muốn nhận ơn ai bao giờ! Cô ấy không được khỏe.

Ba ngày sau, Thuận phải về Sài Gòn dự họp, để báo cáo lại tình trạng hoạt động của văn phòng sau hơn một tháng khai trương; anh mang chậu hoa xuống nhờ cô giáo ở trọ phòng dưới tưới nước giúp mỗi sáng. Cô giáo khẽ cười: "Anh Thuận yêu hoa quá nhỉ!"

- Đã trồng rồi, phải chăm sóc chứ em!

- Không siêng chăm sóc, hoa sẽ héo.

- Cô giáo nói hay lắm! Tình yêu cũng vậy.

- Anh Thuận có vẻ sành sỏi nhỉ!

- Cũng nghe người ta nói vậy thôi, chứ trong tình yêu, ai dám nói mình đã sành sỏi, em?

- Có ông bạn dạy ở trường em "tuyên bố" ông ta rất "lão luyện" trong tình trường, không ai có thể qua mặt được.

- Một là ông ấy nói dóc - Thuận cười, hai là ông ấy chẳng biết gì về tình yêu cả!

***

Khoảng mười hôm sau ngày trở lại nhà trọ, Thuận luôn nhìn sang ngõ hoa Hoàng lan của ngôi biệt thự đối diện, nhưng không hề thấy bóng cô gái. Trinh đã đi đâu?

- Dì Tư ơi!

- Cậu Thuận đó hả?

- Dạ, cháu!

- Có chuyện gì không? Dì Tư đặt ống nước trên thềm nhà, bước dần ra cổng.

- Dạ, có.

- Ông bà chủ căn dặn - dì nhỏ giọng, ở nhà không được mở cổng cho ai, nhưng biết cậu là người hàng xóm hiền từ, tôi…

- Cảm ơn dì - Thuận hỏi ngay, Cô Trinh có ở nhà không, dì?

- Trời ơi! Tội con nhỏ - Gương mặt dì Tư chợt tái nhợt, hai hôm rồi mà chưa tỉnh được.

Thuận theo chân dì vào ngồi ở bậc thềm nhà.

Dì kể đã đến giúp việc cho gia đình ông Phú hơn ba năm 8 tháng, từ ngày Trinh vừa lên lớp 10, đến nay đang học năm thứ nhất Đại học Ngân hàng. Ông Phú làm chủ nhiệm HTX Tín dụng duy nhất trong thị xã, bà Phú còn gần một năm nữa mới được nghỉ hưu. Anh trai của Trinh đang làm giám đốc cho Ngân hàng Agribank ở một quận trong thành phố. Thi xong học kỳ I, chuẩn bị về thăm nhà, Trinh bị đột quỵ ngay trong phòng riêng nhà người anh; cậu ấy phải đưa đi nhập viện cấp cứu. Ngỡ là Trinh chỉ bị đột quỵ nhẹ, nhưng sau đó, bệnh viện đã phát hiện Trinh đang bị ảnh hưởng của K phổi.

Cả ông bà Phú đều bay vào Sài Gòn. Nghe nhiều người bạn mách bảo, ông bà quyết định đưa Trinh sang Singapore điều trị, để họ phẫu thuật cắt bỏ phần lá phổi bị nhiễm virus, ngăn chặn các tế bào K phát triển thêm, đồng thời tiêm thuốc tiêu diệt dần các tế bào cũ;

nhưng Trinh cương quyết không đi. Cả nhà năn nỉ mấy lần cô bé cũng không chịu nghe, đến lúc cậu anh phải nói thật hết lời của bác sĩ đã nói riêng với gia đình cho cô ấy nghe, rằng *"cháu chỉ còn sống không quá 6 tháng nữa thôi"*, cô ấy đã trả lời: *"Con chỉ muốn được về sống ở nhà trong 6 tháng ấy thôi, không đi đâu hết!"*. Dì Tư sụt sùi: "Đến nay, cũng gần 6 tháng rồi, cậu ơi!"

***

Đầu giờ buổi chiều, Thuận tìm đến phòng cấp cứu bệnh viện để thăm Trinh. Phòng cấp cứu cho biết bệnh nhân đã được chuyển sang phòng hồi sức sáng nay. Thuận đẩy cửa phòng hồi sức, đến ngay bên giường Trinh đang nằm chuyền nước. Anh gọi: "Em!"

Trinh hé mở đôi mắt, mở to dần - gương mặt bỗng tươi sáng hẳn lên trước sự ngạc nhiên của bà Phú. Thuận đến bên cạnh bà Phú, khẽ nói: "Cháu xin lỗi bác!"

- Không - bà nhìn đăm đăm lên nét mặt vẫn điềm nhiên của Thuận, cháu không có lỗi gì.

- Cháu muốn được thăm Trinh và săn sóc cô ấy.

- Bác cảm ơn cháu - giọng bà ướt sũng, cháu làm được gì cho Trinh vui, là bác biết ơn cháu rồi!

Theo chỉ định của bác sĩ, sau một tuần hồi phục, bệnh nhân có thể xuất viện, nhưng Trinh đã nhờ Thuận nói với mẹ, làm giấy tờ để nàng xuất viện về nhà sớm hơn 2 ngày. "Em muốn được sống ở nhà, anh ạ" - nàng đã trìu mến thì thầm với Thuận trong buổi sáng ngày thứ năm ở phòng hồi sức, khi anh vào thăm như mọi hôm.

Từ sau buổi sáng hôm ấy Trinh được về nhà, Thuận đều có mặt đúng 6 giờ sáng, để đưa nàng đến một quán café ngoại ô mà Trinh rất thích, vì "như được ngồi ở nhà mình". Một hôm, nhìn Thuận giây lâu với ánh mắt xa xăm, khác lạ - nàng nhìn lơ đễnh ra ngoài vườn hoa, thì thầm: "Em rất tiếc, anh ạ!"

- Em lại tiếc điều gì?

- Em không thể đem hạnh phúc đến cho anh lâu dài.

- Đừng nghĩ vậy, em! Thuận hơi bối rối - có phải là chúng mình đang vui, đang hạnh phúc không?

- Dạ - Trinh mỉm cười, nói như với chính mình - cuộc sống của em ngắn quá!

- Cuộc đời của tất cả đều ngắn, thậm chí chỉ dài trong một hơi thở - Thuận nhìn lên gương mặt đăm chiêu của Trinh, nhưng hai mươi bốn giờ trôi qua phải sống như thế nào mới là quan trọng em à!

- Cảm ơn anh - nàng thở nhẹ, đôi lúc được bên anh, em cũng nghĩ như vậy.

- Anh muốn em phải luôn nghĩ như vậy, em yêu!

- Dạ!

Được hơn một giờ ba mươi phút buổi sáng ngồi bên nhau ở quán café, và hai giờ buổi chiều trong sân vườn sau chiếc cổng hoa hoàng lan với bộ bình trà dì Tư pha sẵn nơi chiếc bàn đá dưới gốc bông giấy tím - Trinh luôn được dì săn sóc trang điểm với những chiếc váy mới, xinh xắn, hay bộ áo quần thể thao gọn gàng, trẻ trung của bà Phú vừa mua cho nàng.

- Em rất sợ buổi chiều mau hết, bóng đêm đến -Trinh cầm lấy bàn tay Thuận ve vuốt.

- Lúc khó ngủ, em hãy gọi cho anh.

- Em đã làm vậy - nàng ngước lên, nhìn Thuận, giọng ngập ngừng, nhưng em sợ anh khó ngủ.

- Được nói chuyện với em, anh ngủ ngon mà - im lặng giây lâu, Thuận cười, em biết là anh chờ tin em hằng đêm còn hơn ngày xưa chờ mẹ đi chợ về!

Gương mặt Trinh chợt sáng hồng niềm vui khiến Thuận bàng hoàng. Anh không muốn nhớ lại cảm giác buổi chiều lúc Trinh tiễn anh ra khỏi cổng hoa, về lại nhà trọ. Mấy câu thơ anh nhẩm thầm trong đầu bỗng trở về: *"Cổng hoa hương sắc vẫn tươi - Mà em nay đã là người xa xăm!"*.

Đã hơn một năm trôi qua, chiều nay Trinh vẫn dịu dàng ngồi bên anh nơi gốc bông giấy tím, khẽ khàng rót mời anh từng tách trà.

Chia sẻ cùng Em!

Mang Viên Long

Mưa 5-7-5

CAO NGUYÊN

Chỉ là tiếng mưa đêm...
Ngủ đi em... Chỉ là tiếng mưa...
Tiếng mưa đêm... Mưa đêm...

Sương... Nhớ anh thì thầm:
Sương là mưa con gái... Em thở:
Sương là mưa mắc cỡ.

Tình yêu mình nhanh quá
Thơ anh theo không kịp em ơi!
Sét đánh! Mưa nhanh rơi!

Gió đùa áo đang phơi
Trên chiếc sào lả lơi trong đêm
Gió đem mưa không em?

Xe dừng. Ngã tư quen
Cái gạt nước lặp đi lặp lại
Mưa xưa ướt trưa nay.

Cao Nguyên

Theo Hương Gió Chiều
LÊ HÂN

trời chưa hẳn đã vào thu
ở đây nắng thắp ngọn ru gió đầy
chim oằn nhánh lá xanh cây
tiếng hót rót giữa đường mây phiêu bồng

tôi đi giữa những bóng hồng
mùi hương thành thị loãng trong bụi đường
mơ hồ vóc dáng quê hương
qua vai áo lụa vóc trường túc thơ

vịn lên đôi chút ơ hờ
em đưa mắt ngại như chào như không
đường xe chạy như dòng sông
tôi về đứng đợi mênh mông thuở nào

giọng ai nói như ngâm thơ
thì ra em Việt Nam ngào ngọt thưa
"ông qua đây đã lâu chưa
nhìn trên mái tóc nắng trưa còn đầy ..."

gió theo tà áo em bay
và tôi bỗng chợt loay hoay qua đường.

Lê Hân
8-2019

Dương Tường, Bản Nháp Chiều Tơ Liễu
NGUYỄN ĐỨC TÙNG

Trong khi chúng ta quay đi, thế giới thay đổi. Những liên kết nhảy vọt trong thơ Dương Tường tạo ra các ảo ảnh. Đó là chuyển động nhanh từ một hình ảnh này đến hình ảnh khác; hai hình ảnh, rời nhau, và khoảng cách giữa chúng, tập hợp ấy tạo ra nội dung mới và ý tưởng mới.

Vẽ nhăng trên tường ở Paris
Ngớ ngẩn thăng hoa
Thơ ca cứt đái
Âu yếm đầu đường xó chợ

Vẽ nhăng trên tường ở Paris
Tình sử khoác vỏ ngoài tục tĩu

(bản dịch của Phạm Toàn)

Trong một bài thơ của Dương Tường, có sự chuyển động phức tạp, từ quá khứ đến hiện tại, từ hiện tại đến tương lai và ngược lại, từ hiện thực đến ảnh trong gương và ngược lại, và cuối cùng tác giả lăm le vượt qua biên giới giữa lời và ngoài lời. Thơ Dương Tường là một cố gắng, đối với nghĩa thì đi ra ngoài nghĩa đến chữ, tức đến âm, và đối với chữ, thì đi ra ngoài chữ, hay ngoài lời, tới cái không lời.

Tôi đâu chọn
rì rào
mái đầu thương
ngày r
  ụ
  n
  g
dòng đau
trôi một mùa xác ve sầu

Ngày r hay ngày (rụng) là một cố gắng "phi lời". Dương Tường đặt cược đời mình vào đó, sự vượt qua. Thơ ông không phải để đọc lớn. Mặc dù là một thứ thơ âm bồi, như tác giả tự gọi, tức nặng về âm thanh, con âm chứ không phải con chữ, thơ ấy không dùng để đọc lớn. Bạn chỉ nên đọc thầm hay đọc trong im lặng.

Vì âm thanh của thơ vang lên trong im lặng. Khả năng cắt rời hiện thực và liên kết chúng lại đòi hỏi khả năng ngôn ngữ lẫn hội họa, mà tôi tin ông có hai thứ ấy. Hiện thực tuy thường xuyên dịch chuyển nhưng không biến mất, chúng để lại ảnh trong gương, nơi đánh dấu sự trở lại. Đó là cách nói khác để mô tả sự lơ đãng có chủ đích. Lơ đãng chọn lọc.

Les graffiti de Paris
j'en cueuille par ci et par là
c'est comme des tulipes écloses
dans la fange
je les mets au vert
et en hume le bouquet

Những hình vẽ nhăng trên tường ở Paris
ta lượm đây một đóa kia một đóa
như tuy-líp nở trong bùn
nâng niu chăm chút
vục mặt hít hà

(bản dịch của Phạm Toàn)

Dương Tường không phải là người đưa ra các nhận xét luân lý, bài thơ của ông không hướng tới kết luận có ý nghĩa xã hội, nhưng chính sự buông thả ấy làm nên khí chất nghệ sĩ. Tuy vậy, sự hiện diện của chính tác giả trong bài thơ, như một nhân vật, sự hiện diện ấy làm đầy ý nghĩa của bài thơ, như khi có một người bạn thân đến thăm bạn, chỉ cần người ấy bước qua ngưỡng cửa và ngồi xuống, không nói năng, không gian buổi chiều của bạn đã được làm đầy.

Bởi tình yêu và sự thương xót. Bởi lòng can đảm. Sự tỉnh thức của Dương Tường là sáng sủa và mạnh mẽ. Hãy coi:

Je me nourris
De l'amer de l'amour

Tôi nuôi sống mình
Bằng chất đắng tình yêu

(bản dịch của tác giả)

Chữ l'amer, l'amour chơi chữ, khó dịch. Tính riêng tư trong thơ Dương Tường cao, sự trầm tư, hình ảnh chắt lọc, làm cho thơ ấy thành một thứ để ngẫm đi ngẫm lại, đôi khi trong một số bài thơ ngắn đó là các thứ cây cảnh bonsai. Hoặc Haiku. Có thể đời sống nơi Dương Tường viết, từ những năm trẻ tuổi, là một xã hội thiếu tự do đến mức mà sự khôn ngoan và sự hèn nhát thực ra là một, và kẻ yêu quý tự do không thể không phản kháng. Như thế, trong văn chương, sự hài hước và phóng túng, các hình thức vô thức của phản kháng, cần thiết hơn bao giờ hết. Dương Tường giữ trong thơ những huyền thoại, ông nuôi dưỡng chúng, làm cho chúng lớn lên, ngày ngày, lặng lẽ, gần như cô độc, nên nhiều người không biết. Tôi có cảm giác rằng ngay cả một số những người gần gũi không phải bao giờ cũng chia sẻ những quan tâm đặc biệt của Dương Tường. Một người dễ mến, giao thiệp rộng, đa tài, can đảm trong những hoàn cảnh khắc nghiệt, thấy như vậy là đúng về Dương Tường, nhưng có lẽ không đủ. Tôi không biết rõ đằng sau những tính cách ấy là gì, nhưng có cảm giác về một hiện diện khác, mơ hồ, sầu muộn. Một thứ triết lý ngoài lời cần được chiếu rọi vào thơ chăng. Nếu bạn từng có một tâm trạng như vậy, nỗi buồn chia ly, sự thất vọng, một điều gì bạn chẳng muốn nói ra, thì bạn đọc thầm một câu thế này:

Đối với người đang tự hài lòng với mình, hay tự hài lòng với sự đúng đắn của mình, câu thơ ấy tất không đáng chú ý.

Nhưng khi đọc nó, trong tâm trí tôi hiện ra buổi chiều xế nắng, ngõ hẻm dài sâu yên tĩnh, phía sau những quán tạp hóa bán trà, đường đen, mực khô, thuốc bắc, những gánh hàng xén, những cô hàng xén, trong một căn nhà khá rộng, khi tôi bước vào, Dương Tường ngồi đó, chờ sau chiếc bàn nhỏ, thấp, ấm trà nguội, hộp thuốc lá, đón tôi, đến một mình. Không gian của Dương Tường rộng, huyền ảo. Câu thơ trên đây đúng đến nỗi không thể thay được chữ nào. Cũng như:

Bản nháp chiều tơ liễu

Chỉ có ai lang thang bên hồ, nhìn nước cau lại tang thương liễu rũ, mới đọc thế. Chúng ta là những bản nháp của lịch sử. Những bản nháp của lịch sử tình yêu, chưa xong. Một bài thơ khác.

Thôi
lạy mẹ
kiếp phù sinh
mea culpa
tôi đã đánh hỏng đời mình

Đánh hỏng một đời mà nhẹ như không.

Nhiều người biết mấy câu thơ ấy, thật ra cũng không phải là đoạn thơ xuất sắc, nhưng chúng xuất hiện như lời kinh, hay tuyên ngôn, cứu chuộc. Đó là sự cầu nguyện xuyên qua bài hát, sự đối diện ở cuối đường, quay nhìn lại. Thay vì chỉ ghi nhớ, ký ức của Dương Tường phản chiếu kinh nghiệm, suy tưởng, là hồi ức suy tưởng, giúp tác giả và người đọc đối diện với tình cảnh không lui bước được: sự tổng kết đời mình trước cái chết. Cuộc đời Dương Tường cũng như bài thơ dài, gồm nhiều câu ngắn, nhiều chỗ ngắt dòng kỳ lạ, bất ngờ, chuyển giọng. Bài thơ của ông như hành trình, mỗi lần đọc một lần thay đổi. Được viết từ một nơi chốn mà người đọc chưa đặt chân tới, không phải vì từ ngữ của ông quá lạ hay quá mới, mà vì chúng đã được làm thay đổi.

Tôi mư ư ưa

Chữ mưa như thế chỉ có ở ông. Một trong những nhà thơ dành nhiều suy tư cho chữ và nghĩa, cho chữ và âm, cho lời và ngoài lời. Trong thơ Việt Nam, ngay từ những năm 60, và ngay cả hiện nay, đó là một trường hợp quý báu.

When it happens you are not there

O you beyond numbers
Beyond recollection
Passed on from breath to breath
Given again
From day to day from age
To age
Charged with knowledge
Knowing nothing
(To the Words, W.S. Merwin)

Khi điều ấy xảy ra bạn không ở đó

Ổ bạn ta bên kia những con số
Đằng sau ký ức
Truyền từ hơi thở này đến hơi thở khác
Ngày này sang ngày khác thời đại này
Sang thời đại khác
Dồi dào kiến thức
Mà có biết chi đâu

Gần đây có dịp đọc lại Dương Tường, cả trong thơ lẫn tiểu thuyết dịch, tôi thấy tác phẩm của ông là một tự làm trẻ lại, là lời ca ngợi đối với hoang vắng, thiếu sót, lời nhắc nhở đối với lầm lỗi và lãng quên của Hà Nội, một đời người, của một đất nước. Nếu cần tìm một nhà thơ có tính duy mỹ cực điểm mà vẫn lăn lộn trần thế, tôi nghĩ Dương Tường. Đó là người có cái nhìn viễn kiến ngay trong thời buổi bị kiểm soát, đàn áp, vượt lên khỏi hoàn cảnh của mình, của kinh đô nền nếp và chật hẹp như nấm mồ, suy nghĩ xa, như một người đi qua tro tàn của lịch sử, tìm kiếm hơi thở mới. Dương Tường là một trong những tâm hồn nghệ sĩ tự do mà tôi được biết, về mặt xã hội là người sống trung thành với lập trường của mình, về mặt cá nhân là người phóng khoáng không câu thúc, người trí thức từ thời tiền chiến dưới những ảnh hưởng tốt đẹp của văn minh Pháp, ngày nay không còn thấy. Giữa những bề bộn đời sống, ông trở lại với mẩu kết quả xét nghiệm đã bị vò nát:

Ở đây tất cả đều tủn mủn
Chỉ riêng khổ đau là hoành tráng

Sự căng thẳng của xã hội hôm nay, áp lực của thời gian, sự giả dối, sự ganh đua, dẫn đến tâm trạng lo âu, xao xuyến, bồn chồn ở những người trẻ và ở tất cả chúng ta. Mỗi cá nhân bị xé nhỏ thành nhiều mảnh, bị giằng xé bởi quá khứ và tương lai, các mâu thuẫn bên trong dân tộc, ảnh hưởng của cuộc nội chiến hai mươi năm, còn lâu dài chia cắt chúng ta. Thơ Dương Tường hầu hết ở thể tự do, nhưng tính âm nhạc cao, chuyển hướng bất ngờ, cách gieo vần rộng, một số ý tưởng đẹp và mới, nhưng không hoàn toàn táo bạo, nổi loạn, đập vỡ. Khác với Trần Dần, chẳng hạn.

Tôi vẫn mưa hằng hà
nhật nguyệt
có hy vọng nào đợi chờ nào khổ đau
nào khắc khoải nào mê muội nào
không đẫm
jọt

mưa tôi?

Thơ trữ tình Dương Tường nói về mất mát, hy vọng, trong điệu thức suy tưởng. Niềm ao ước của ông là mang lãng quên trở lại với ý thức, tuổi trẻ yêu dấu ra khỏi bóng tối. Thơ ông là khúc bi ca hướng tới vĩnh cửu, giữ cho cái chết được ở lại giữa chúng ta, làm cho những gì không còn sẽ sống lại. Giá trị của thơ ông trước hết không phải ở tu từ, mặc dù đó là thơ nặng về "chữ", mà ở khả năng tư duy, phán xét, sự tiên đoán, là thái độ của trí thức giữa thời kỳ băng hoại giá trị. Mặc dù mới, không cổ điển, chúng vẫn thể hiện tính liên tục như tấm vải dệt bền bỉ, không đứt đoạn. Khả năng của nhà thơ là kết hợp những thể thơ cũ giàu âm điệu và khuynh hướng văn xuôi hóa, cụ thể hóa, thơ thị giác. Khả năng dùng chữ của ông là độc đáo với kỹ thuật lặp lại, kỹ thuật song song. Đó cũng là một trong những nhà thơ đòi hỏi lối đọc liên văn bản, với nhiều tham chiếu.

Dương Tường là người nội tâm nhưng sẵn sàng xuất hiện nơi công cộng, cởi mở, hai khía cạnh ấy đều có thể được quan sát. Dương Tường viết thơ tình cho đám đông nhưng thơ ấy không thể đọc trước đám đông mà chỉ nên đọc trong phòng vắng. Một người giỏi ngoại ngữ, đọc sách nhiều, nhưng có tâm hồn Đông phương, sẽ sinh ra một loại thơ phảng phất Haiku Nhật Bản, ngắn gọn, nhiều hình ảnh, chú trọng về mô tả, ghi nhận. Trong thơ, chỉ đôi khi mới thấy cảm xúc nổi lên. Mặc dù có khuynh hướng duy mỹ, thơ ấy cần được đọc dưới góc nhìn lịch sử- văn hóa.

Có lẽ truyền thống Đông phương làm Dương Tường đến gần hơn với thơ truyền khẩu, một loại thơ trước chữ. Thơ ngoài chữ. Từ thơ ngoài chữ mà thành thơ ngoài lời, có thể chỉ một bước. Trong sự chuyển tiếp ấy, có thể nhận thấy đặc tính của các điển tích, các giai thoại, sự tham chiếu, hay những mảnh nhỏ của chúng. Đọc Dương Tường vì vậy bao giờ cũng là một lối đọc liên văn bản của người có hiểu biết cần thiết.

bởi lẽ tình yêu mạnh hơn thù hận
và có thể bắc cầu qua mọi đại dương
nên mình đến

bởi lẽ cậu không trở lại
còn mình đã có ngày về
nên mình đến

(bài 1967)

Một số bài thơ của ông gần với ký họa, với phác thảo, hơn là gần với hội họa, vì tính chất không hoàn tất của nó, một cách cố ý, vì tính chất gãy vỡ, vì sự xác định đường biên, nét cắt, chân trời, hơn là bản thân màu sắc. Tôi nghĩ đọc Dương Tường cần một trường thẩm mỹ riêng, tuy không hoàn toàn khác với thẩm mỹ chúng ta dùng cho các nhà thơ cùng thời của ông, trong nhóm Nhân văn và Giai phẩm, nhưng cũng không phải đồng nhất. Sự tồn tại của một người không làm biến mất sự tồn tại của người khác, nhưng sự tồn tại ấy được tăng cường bởi sự chú ý, dấn thân, sẽ tạm thời làm biến mất trong trí nhớ sự hiện hữu của người khác. Đó là ý nghĩa của câu thơ sau đây:

Những hình vẽ nhăng trên tường Paris
ta lượm đây một đóa kia một đóa
như tuy-líp nở trong bùn
nâng niu chăm chút
vục mặt hít hà

Vẽ nhăng trên tường ở Paris
ngớ ngẩn thăng hoa
thơ ca cứt đái
âu yếm đường xó chợ

Vẽ nhăng trên tường ở Paris
tình sử khoác vỏ ngoài tục tĩu
thơm mùi nồng cống rãnh
và đôi khi vang vọng xa lắc những thiên đường đã mất

Vẽ nhăng trên tường ở Paris
ta lạ gì đâu
bàn tay này từng vẽ thế

Chúng ta đã lặp lại. Nhưng có thể nhờ thế mà, trong những giai đoạn đen tối nhất, sống một cách khó khăn dưới những nghi ngờ, Dương Tường đã không để cho nỗi buồn rầu và sự đông đặc đánh bại mình. Lòng tin yêu ấy, sự say mê sống có phần ngây thơ ấy, là những búp hoa trên cành trong rừng thơ tiếng Việt. Thơ Dương Tường nhiều tiểu sử nhưng không nhiều hoài niệm, là một loại thơ ở thì hiện tại, trong sáng, nhẫn nhục, đầy niềm tin. Một ngôn ngữ nhiều cảm xúc nhưng không quá mẫn cảm. Kẻ đã sống qua nhiều thời kỳ, dưới đáy, nhưng không sẵn sàng làm nhân chứng, mà chỉ là kẻ ghi nhận bên lề cuốn sách lịch sử của dân tộc. Điều gì đúng thật với trần gian cũng đúng với thiên đường.

Serenade 1

Những ngón tay mưa
dương cầm trên mái

những ngón tay mưa
kéo dài tai quái
một nỗi nhớ vô hình
nhạt nhòe đường xanh
đêm lập thể

Những ngón tay mưa
truồi theo phố lạnh
màu nâu cảm tính
đường parabole tư duy
điệp khúc u hoài
những chuyến tàu đi

Những ngón tay mưa
trời sao bạc
tím mộng Scheherazade

đêm ngàn-lẻ-hai

Sự có mặt của yếu tố siêu thực, và cả sự thần bí, bí nhiệm, chứng tỏ loại thơ nặng về lời ấy là một loại thơ có nhiều ý nghĩa. Ngôn ngữ tạo ra sức hấp dẫn lớn nhất trong thơ Dương Tường nhưng bên dưới những chữ, có một điều gì khác nữa, có người gọi là nội dung, có người gọi là ý nghĩa, nội dung ký hiệu, bởi vì thực ra tác giả nếm trải một đời sống hoàn toàn hiện thực, đi qua những vui buồn thật, cái tốt và cái xấu cụ thể, sự cao thượng và lỗi lầm có thể nhìn thấy bằng đôi mắt tinh anh của ông. Niềm vui thú cao nhất trong thơ ông là được sống, yêu đời, khao khát sống. Thơ Dương Tường không có gì liên quan đến những cuộc cách mạng hay kháng chiến mà thời trẻ ông đã từng dự phần tích cực và có lẽ chỉ sau này ông mới, đôi khi, tìm cách thách thức các giá trị của chúng.

những đại dương

                 trùng trùng

      sóng

mồ vĩnh cửu ôm ấp trong lòng sâu vĩnh cửu
triệu triệu vong linh   ngư dân   thủy thủ   nạn
nhân đắm tàu   thám hiểm gia đi tìm đất mới
hải tặc thuyền nhân   ôi rong rêu bất tận   cứ thế
ngàn vạn năm đại thiên di exode tổng đại
thiên di tiếp nối
nước biển xanh bao nhiêu tỉ lệ phần trăm máu?

Ai cũng biết chúng ta bị phản bội, những giấc mơ bị phản bội, ai cũng biết thế giới đầy đau thương và lầm lẫn, ai cũng biết chúng ta sẽ hạnh phúc hơn nếu có tự do. Nhưng Dương Tường không phải là nhà tranh đấu, ông thực sự là một nghệ sĩ từ trong ra ngoài. Một nghệ sĩ thực sự trước hết phải ca hát. Và nói như Bertolt Brecht (1898- 1956), trong thời kỳ đen tối, con người vẫn hát, và hát về những điều đen tối. Chúng ta cũng có thể thêm rằng, Dương Tường còn hát cả về tình yêu trong những điều đen tối. Vì vậy thơ ông có lẽ sẽ được nhắc đến như một trong những cánh cửa sau của ngôn ngữ Việt Nam, thành công và thất bại, không hứa hẹn một điều gì. Sự quyến rũ chết người ấy làm nên năng lượng của sáng tạo. Dương Tường là một phần của năng lượng ấy, đạm bạc và rực rỡ, chán chường nhưng không mệt mỏi, dịu dàng nhưng có sức xuyên thấu những ngăn cách giữa người Việt và người Việt, giữa người Việt và thế giới, giữa thi tính bên trong và bên ngoài ngôn ngữ. Thơ ngoài lời, theo cách gọi của Dương Tường, có nguồn gốc khác nhau, nhưng chính nhà thơ cho rằng nguồn gốc ấy có lẽ bắt đầu từ Apollinaire với các bài thơ thị giác mà Châu Diên đặt tên là thư đồ thi. Cũng theo Châu Diên ở Việt Nam chỉ có ba nhà thơ làm thơ ngoài lời là Trần Dần, Dương Tường, phần nào Đặng Đình Hưng. Tập thơ Đàn của Dương Tường là tiêu biểu cho khuynh hướng này. Là một người yêu mến chữ, tất nhiên ông không xa lạ gì với phép tu từ, nhưng trong các bài thơ của ông phương pháp ấy được ẩn kín.

> *Đêm đầu tiên tân hôn lại*
> *vợ anh giảng*
> *những chưa biết trong*
> *tình yêu*

Sự thú vị trong mạch đi của bài này nằm ở ý tưởng bất ngờ, một hình thức chơi chữ. Những thú chưa biết trong tình yêu thì có nhiều, một người đàn ông tha hồ tưởng tượng. Mà dừng lại ở đó cũng được. Nhưng ông lại viết:

> *những chưa biết trong*
> *tình yêu*
> *bằng không nói*
> *người đàn bà ít mồ hôi*
> *ba năm chờ*

Hài hước trở thành trữ tình. Một người làm thơ đọc đến đây sẽ tự hỏi, thế rồi bài thơ sẽ kết thúc thế nào? Nhiều người, nhất là những người mới viết, sẽ kết thúc bằng tình yêu đôi lứa, bằng tình dục, bằng sự hồi tưởng ba năm gió mưa đâu đó. Dương Tường kết thúc thế này:

> *cười vô lối*
> *cửa sổ sóng sánh tiếng*
> *huýt sáo một người*
> *đi chơi đêm*

Như thế là từ năm 1966, ngay trong chiến tranh, trong sự vây khổn, có một nhà thơ đã bình thản đi xa trên con đường cách tân ngôn ngữ, dùng phép sắp xếp mới của ngôn ngữ mà góp phần hình thành các ứng xử văn hóa trang nhã.

> *Ba mươi hai năm*
> *Ba mươi hai lối chân đưa*
> *lầm lũi*
> *thời gian như một cái nhìn*
> *vàng*
> *Tôi vẫn phi-tôi*
> *vẫn lạc lối hoài trong một im lặng*
> *trầm*
> *đa giác*

Đôi khi ý nghĩa của chúng triển nở đa giác, gần như vô hạn. Ngôn ngữ của ông không bí hiểm như trong một số nhà thơ cùng thời, nhưng sự khó hiểu nằm ở khía cạnh khác. Là sự chọn lựa lối vào, hệ thống tham chiếu và xa hơn, hoàn cảnh văn hóa. Bài thơ thường là cảnh vật cụ thể, tình huống, thậm chí chỉ một xúc động thoáng qua, hay một tuyên bố, nhưng bài thơ không dừng lại ở đó mà lan tỏa ngầm. Có một nhạc điệu thì thầm, ngân nga dịu dàng bên dưới câu thơ tiết kiệm của Dương Tường. Chính vì thế mà sự diễn giải bằng văn xuôi các bài thơ, kể cả thơ cụ thể, thơ thị giác, nơi sự pha lẫn giữa hội họa và thơ ca là dụng ý của người viết, sự diễn giải ấy là phức tạp, thậm chí không làm được.

> *ngã tư*
> *cột đèn*
> *ô kính*
> *những ngón tay mưa*
> *xập xòe kỷ niệm*

Trong thơ Dương Tường không có lịch sử, vì lịch sử được tái tạo mỗi ngày trên trang giấy, hóa thành hiện đại, toàn bộ lịch sử là sự có mặt hôm nay. Thơ Dương Tường dung chứa một huyền thoại kín đáo, thỉnh thoảng tương tác giữa hiện thực và huyền thoại tạo ra câu thơ chói lòa, gần hoang tưởng, hay giấc mơ.

> *Ai giảng giùm tôi liên*
> *quan đường gân lá bồ đề rụng trên vai ngày Phật Tổ Như Lai*
> *với gập*

ghềnh Đồi Sọ Golgotha Chúa Jêxu nhục hình
đinh câu rút
đường tràn mang án sống tôi bụi thơ và tự
chẩn bệnh cho mình

Liên văn bản trong thơ Dương Tường là đặt câu hỏi. Đó là sự tìm kiếm những khả năng khác nhau trong cùng một hoàn cảnh, những chọn lựa khác nhau trước thử thách. Dương Tường có lẽ không phải là người có đức tin tôn giáo, nhưng thơ ông bàng bạc cảm xúc bí nhiệm, không khí thánh kinh. Một loại thơ trữ tình nhiều vui sướng, sự hỗn hợp của một truyền thống thơ ca tiền chiến và không khí đương thời. Tình yêu và bao dung, như thể cái đẹp có thể làm ra sự thật, như bông hoa có thể tạo ra mái nhà. Sự lặp đi lặp lại một số chữ, một số đoạn không phải là điều mới mẻ trong thơ, nhưng ở Dương Tường trở thành những giai điệu, nốt nhạc, thánh thót. Thơ là hành động, nhưng đó là trạng thái hành động mang tính thưởng thức, ghi nhận, ký gởi, hơn là mang tính thay đổi.

những bản thảo en souffrance
những dự án bay nằm đáy học tủ
những mộng mơ ngày một teo tắt lại

Nhà thơ là một trong những người không tin vào các định chế tinh thần đã được thiết lập. Đó là ý thức tự do, sự phản kháng dịu dàng nhưng không thay đổi. Nếu so sánh với những người bạn nổi tiếng như Lê Đạt hay Hoàng Cầm, thì Dương Tường lặng lẽ hơn, kín đáo hơn, nhưng ý thức nổi loạn xem ra bền bỉ không kém.

Mư ư ưa
Mùa v-
  ắ-
    n-
      g
          trắng
(Mea Culpa)

Dương Tường có nhiều bài thơ viết bằng tiếng Pháp được dịch ra tiếng Việt bởi chính tác giả hay một số người khác như Phạm Toàn, Đặng Tiến, Châu Diên, Ngô Tự Lập. Trong tập "Thơ Dương Tường", gần như là một tuyển tập đầy đủ và quan trọng nhất gồm bốn phần không kể phần phụ lục:

- Tôi đứng về phe nước mắt

- Le soir est tout soupirs

- At the Vietnam wall

- Thơ thị giác

Đủ thấy sự đa diện của Dương Tường. Một trong những người còn lại sau cùng của thế hệ mình, sống qua thời kháng chiến chống Pháp, thời kỳ chiến tranh ở miền Bắc, thời kỳ sau 1975 hòa bình lập lại, Dương Tường là còn lại của ký ức tập thể, sâu lắng, trong trẻo. Một chất giọng trầm tư nhưng gần như ca ngợi đời sống, sự lặp lại nhiều lần một số giai điệu, sự tiếp xúc giản dị đối với hiện thực dung chứa nhiều khả năng diễn dịch dành cho người đọc. Bi kịch, bóng tối, tội ác của một hệ thống, sự đày đọa con người, cái chết, sự cứu rỗi của tình yêu và tha thứ, đó là những gì làm nên ngôn ngữ và nhạc điệu Dương Tường.

Cái dằm khổ vẫn mắc trong lìm lịm
ba
mươi hai lớp thịt tháng năm

Văn chương là phương cách từ bỏ sự chú ý, trở nên buông thả, bao quát, thân mật. Bài thơ của Dương Tường thường ngắn như một loại thơ thiền kiểu mới, Haiku, là giây phút tỉnh thức, khung cửa sổ nhìn vào thực tại mới. Sự tỉnh thức đối với vấn nạn của kiếp người, sức mạnh và sự yếu đuối của họ, sự vô tội và tội ác. Một nhà thơ tài năng bao giờ cũng làm nổi bật được một số quan niệm của mình trong một bài thơ ngắn, hoặc về nghệ thuật hoặc về cuộc đời, tất nhiên không phải như một bài giảng luân lý. Một bài thơ của Dương Tường cũng mang lại quan niệm, nhưng chúng nhiều hơn một, rải rác nhưng không rời rạc, bao gồm những chuyển tiếp, được chiếu sáng bởi sự ngạc nhiên. Nhà thơ Hoa Kỳ Pound từng nói: Thơ là một thứ tin tức bao giờ cũng vẫn là tin tức (mới). Thơ Dương Tường thoạt nhìn không mục đích, không chủ đề, chính ra là những giây phút cần thiết. Những câu thơ di chuyển với tốc độ nhanh, sức hấp dẫn không hẳn nằm ở sự quyến rũ của chữ như trong trường hợp Trần Dần hay Hoàng Cầm mà nằm ở chức năng của chúng. Điều kỳ lạ là trong khi Dương Tường có xu hướng về lời, gần duy mỹ, thì nhiều bài thơ của ông có thông điệp. Đó không phải là một thứ thông điệp rõ và bất biến. Chúng thay đổi theo người đọc và lần đọc khác nhau.

> *Em đi*
> *môi mọng*
> *đùi mọng*
> *vú ấm*
> *tim trống*
> *đầu trống*
> *Em đi - nhớt đêm*
> *Em đi - mưa xiên*
> *Em đi - trời nghiêng*
> *Em - đời bỏ quên*

Môi mọng là một chữ thông thường, thậm chí hơi sáo. Nhưng đùi mọng là chuyện khác, chữ không có trong tiếng Việt, nhưng hình như sẽ đứng được.

> *Em đi - nhớt đêm*

Có phải là nhớt trên đường chảy lênh láng? Hay nhớt trên người. Xuyên qua cuộc đời dài, với nhiều hoạt động, bè bạn, Dương Tường trở đi trở lại với khung cảnh phố xá, mưa, đô thị, mùa thu, với thiên nhiên, những đề tài cũ được lật tung trở lại với bút pháp mới, đó là những đặc trưng của chủ nghĩa hiện đại trong thơ Dương Tường. Một ngôn ngữ không chuẩn bị, có tính tán gẫu cao, tính đời thường, bất chợt, sự hài hước tinh tế khó nhận ra.

> *Em đi*
> *ngực nhụy*
> *rớm hương*

Thân xác chúng ta không chỉ là thân xác, nó còn là nơi kết tụ những đầu mối. Hiện diện thường xuyên sự tìm kiếm, nghĩ ngợi, một tình yêu với đời sống thuần khiết, đến mức các thứ khác phải bị bỏ lại. Cái gì bị bỏ lại? Trước hết là thói dung tục, tính bầy đàn, cuối cùng là sự tủn mủn đời thường, các thứ ấy là tiêu biểu của một không gian địa lý chính trị cụ thể, một nửa đất nước, thu nhỏ xét về mặt số lượng, nhưng về văn hóa có thể là cả dân tộc. Bạn đọc lại:

Ở đây tất cả đều tủn mủn
Chỉ riêng khổ đau là hoành tráng

Dương Tường đôi khi sáng sủa đôi khi tối tăm. Độ nén của ngôn ngữ là tài năng của mỗi nhà thơ. Sự phát hiện có tính sáng tạo, sự ngạc nhiên, là cảm xúc thú vị mà người đọc tìm gặp ở Dương Tường. Ngạc nhiên là gì?

Giọt sao dềnh vũng nhớ
Khuya em về mưa mi mineur

Hình ảnh siêu thực nhưng ý thức bàng bạc. Trong tuổi trẻ của Dương Tường có một phần của nước Pháp, một phần của châu Âu.

Vẽ nhăng trên tường ở Paris
ta lạ gì đâu
Bàn tay này từng vẽ thế

Tại sao có những sự vật chỉ hiện ra trong khoảnh khắc lại có thể có ý nghĩa đến thế với tâm hồn. Những bước nhảy trong thơ Dương Tường giải phóng ký ức ra khỏi ràng buộc, ra khỏi các *tiền quan niệm*. Sự tập trung chú ý làm sâu sắc thêm nỗi ngạc nhiên từ cuộc đời, trước vẻ đẹp của tình yêu. Thật ra có vẻ như Dương Tường không phải là người đi tìm kiếm, ông chỉ là người nhìn thấy.

Những chân trời   những chân trời xa   những
chân trời mờ mịt   những chân trời lung linh
những chân trời vẫy gọi (sao không nói tay
trời?)   những chân trời ảo   những chân trời
hứa hẹn   những chân trời cạm bẫy   những
chân trời hi vọng   những chân trời lừa mị

Các vẻ đẹp của văn chương khác với vẻ đẹp của đời sống; chúng có liên hệ với nhau nhưng không phải là mối quan hệ mật thiết ràng buộc. Ngay cả vật tầm thường bé mọn, những điều tưởng đã cũ, dưới cái nhìn mới lại sáng lên như hiện tượng mới.

Chợ ái ân

Loang lổ
Đèn đường

Đó không những là mô tả những cô gái giang hồ, mà còn là ánh đèn đường, là bức tranh hội họa vẽ cảnh đêm Hà Nội, tôi ít thấy bức tranh nào giản dị mà sắc màu nổi bật thế, bởi nét cọ mảnh, tàn nhẫn.

Mủ đêm

Thơ ngoài lời là thơ cụ thể, thơ thị giác, thơ tạo hình. Đây là một hình thức nghệ thuật lâu đời ở phương Tây nhưng khá mới ở Việt Nam, ngay cả vào những năm đầu của thế kỷ 21. Sự tiếp nhận của công chúng đối với thơ ngoài lời dè dặt và hạn chế. Dương Tường là người chăm chú biểu đạt, đã để lại những vết chân như những thứ gì chưa hoàn thiện, tìm đường. Đọc và nhìn thơ ngoài lời của Dương Tường để cảm nhận được đời sống của ông gần hơn, sâu hơn.

> *Cây ngoài kia bắt đầu trút lá*
> *ta nên trút theo chăng?*
> *vòm lá ta: những cuộc tình hoang phế*
> *ta vẫn một mực mang như tấm áo sờn*
> *dùng dằng không nỡ dứt*
> *e hồn ta xây xước lõa lồ*
> *ngoài kia cây đang trút lá*
> *ta cùng trút theo chăng?*

Ngôn ngữ của chúng ta trước hết là ngôn ngữ được tạo ra bởi người đi trước, và Dương Tường không tránh khỏi điều ấy.

> *Chiều se sẽ hương*
> *Vườn se sẽ sương*

Trong một bài thơ ngắn, được in ở trang bìa sau cùng của tập thơ do Nhã Nam in mới nhất, năm 2017, nhưng đó không phải là một bài thơ quá mới.

> *Người đàn bà hít mồ hôi*
> *ba năm chờ*
> *cười vô lối*
> *Cửa sổ sóng sánh tiếng*
> *huýt sáo một người*

đi chơi đêm

Mới thật là bài thơ mới. Lạ, đẫm tình dục, lóng lánh, lãng mạn, mà dũng mãnh như G. Lorca. Thơ không nhằm phản ảnh hiện thực. Nhà thơ tạo ra hiện tượng mới. Thơ bao giờ cũng là tiếp diễn một nền thơ trước. Tuy hiện tượng lo lắng về ảnh hưởng của người khác là điều có thật, đó không hề là nỗi ám ảnh lớn của các nhà thơ Việt theo truyền thống Đông phương. Trong những nhà thơ cùng thời với ông, chúng ta có thể tìm thấy dấu vết của thơ đi trước, nhưng ở Dương Tường ấn tượng ấy không rõ lắm. Thơ ông ít có tiền lệ.

Hồ môi thơ lã chã âm xưa
Bản nháp chiều tơ liễu
Đưa mưa

Thể thơ, các quy ước vần điệu có lẽ đã ám ảnh Dương Tường khá nhiều, kẻ đi tìm một thế giới khác, thật ra là để liên kết con người vào những hiện thực tiềm ẩn, bị che lấp, một thứ tiền hiện thực, mang chúng ta trở lại với nguyên mẫu, cội nguồn.

Tôi đâu tròn
rì rào
mái đầu thương
ngày r
      ụ
  n
  g
dòng đau
trôi một mùa xác ve sầu

Thơ ca là nghi lễ. Thơ trữ tình thoạt nhiên là thơ được hát như bài hát. Là lời được nói lên, hát lên, không phải chữ. Thơ trước hết ở ngoài chữ, trước chữ. Những người làm thơ đều có kinh nghiệm rằng khi viết họ không ngồi đếm số chữ trong một câu, và một hai câu đầu tiên sẽ dẫn đường cho nhạc điệu. Như vậy có một hệ thống ký mã về âm thanh ở ngay câu đầu tiên.

À côté de moi

Bên cạnh anh

Như thể chỉ có thể là:

ta place vide
chỗ em nằm trống không

place òu jamais tu ne viens t'allonger
chỗ em không bao giờ nằm

Thơ tình mơ hồ, nhẹ nhõm, bát ngát, như có như không, không đau đớn, không dằn vặt, nhưng lâng lâng như không khí mùa thu miền Trung miền Bắc, tươi mới, thanh cao. Tác động nếu có của thơ ấy trước hết là từ sự đối lập giữa một bên là quy ước vần điệu và một bên là câu thơ vượt khỏi chờ đợi.

Kỉ niệm zi căn
vào
tâm thất

Chữ z trong zi căn chia người đọc làm hai: những người thích nó và những người rất không thích. Cũng vậy, cách Dương Tường học lối dùng chữ ở Hồ Xuân Hương hay nhất là ở   E.E. Cummings như ông có lần nói đâu đó, sẽ còn gây tranh cãi.

Thật ra chẳng có bài thơ tự do nào hoàn toàn tự do, với nghĩa là tác giả tự do chọn lựa. Có lẽ chỉ trừ câu đầu tiên, mọi thứ tiếp theo tự mình đi theo quy luật của nó. Dương Tường cũng chịu ảnh hưởng của các nhà thơ phương Đông trong việc tiết kiệm chữ và say mê theo đuổi hình ảnh. Có thể gọi đó là khuynh hướng hình ảnh sâu (deep images) mà các tác giả như William Carlos Williams đã nhắc tới. Câu thơ của ông kích thước không đều, các chữ được lựa chọn khá cẩn thận, mặc dù không phải khi nào cũng chuẩn xác hay cũng "đắt". Câu thơ là đơn vị đặc biệt, có thể xem là một trong những quan tâm lớn của Dương Tường. Chính vì thế mà đến một lúc nào đó ông buộc phải vượt qua. Như một người suốt ngày đăm đăm nhìn một cánh cửa, thế nào cũng tìm cách vượt qua nó.

Thơ Dương Tường là thách thức đối với các nhà phê bình. Sau này, một số bài thơ của ông có lẽ sẽ không còn ở lại được với thời gian, một số thể nghiệm có thể sẽ/ đã lỗi thời, nhưng một số khác, cũng như toàn bộ cách tiếp cận của Dương Tường đối với ngôn ngữ, là trường hợp điển hình, giúp người đọc thơ sống cuộc đời của họ một cách ý thức hơn, hiểu biết sâu xa hơn về đau khổ và tình yêu, giúp họ hình dung một số điều ở bên ngoài giới hạn của lịch sử, của lời.

Chờ em đường dương cầm sim
vằng vặc nụ dương cầm trinh

Trinh là tên riêng của người bạn đời. Dương Tường quan tâm đến thế sự, mặc dù ông không biến nó thành đề tài. Chất thế sự ấy bàng bạc như âm nhạc hậu cảnh (background music). Có một khả năng, một thời điểm khi chính trị, thế sự gặp gỡ thơ ca, nhưng đó là thời điểm đầy xáo trộn, của các giá trị. Thơ là biểu hiện cao nhất của động lực của hiện thực. Thơ Dương Tường nói về thiên nhiên, không phải thiên nhiên thuần phác như trong thơ tiền chiến, mà mang dấu ấn của con người. Thiên nhiên trong thơ ông là tấm gương phản chiếu giấc mơ không thành, số phận bị đe dọa, tình yêu đánh mất, và không ngớt trở nên cao thượng.

Gửi lại em
gửi lại em tất cả
Kể cả con âm đầu trót thụ tinh thơ

Riêng đêm em xòa bóng nốt ruồi
24 quầng

Anh giữ

Bài thơ có nhiều nhánh, nhiều ngả. Thơ ông nhỏ bé, mỏng mảnh, là ký ức qua năm tháng, phần tinh khiết của dân tộc, một lớp người, của khổ đau và vàng son ký ức, của tự hào nhầm lẫn và nhầm lẫn tự hào.

Đau sao yêu được mình đau
Đau sao yêu chẳng đủ đầy

Đọc thơ Dương Tường đôi khi cần đọc như kinh cầu. Chúng ta yêu nhau, đau khổ, tan tác, vỡ vàng. Chúng ta tin, vì không tin không sống được. Thơ Dương Tường không phải là thơ triết lý, tất cả những nhà thơ bạn ông cùng thời kỳ cũng đều ít khi làm thơ triết lý. Ngôn ngữ của họ nặng về hình ảnh, mô tả. Ở Dương Tường là chắt lọc hình ảnh. Mặc dù thế, những phát hiện có tính nhận thức là đặc điểm của thơ Dương Tường. Đọc lại một bài thơ của ông dễ gặp cảm giác mới lạ, nhờ cách tổ chức hình ảnh, ngôn ngữ tưởng cũ mà mới, cách nói giản dị và buông thả, không chuẩn bị, không giải thích. Sự hài hước trong thơ khó nhận thấy, tinh tế, thấp thoáng, gần như không có chủ đích.

> *Tiệc liên hoan tôi lấy phần*
> *một gói buồn trémolo*

Nỗi ám ảnh của thời tiết, người tình, tất nhiên đó không phải là những đề tài riêng của mình Dương Tường. Nhưng ông chuyên chú nhiều vào một không gian đặc thù, nửa lãng mạn, nửa hiện đại. Tác giả nhân cách hóa sự vật tầm thường, nhân chúng lên bằng cái nhìn âu yếm đặc biệt, như một người sống giữa và cảm thông với cây cối và đồ vật. Rất khó để trích một bài thơ của ông trong một hai câu vì mỗi bài thơ gần như một toàn thể. Ông chỉ nhắc rất thoáng qua những quãng đời thực của mình, nghèo khổ, sự đàn áp, tù tội, sự nghi ngờ, hãm hại. Ông là người nghệ sĩ, hẳn nhiên, nhưng đằng sau thái độ sống ấy là minh triết sâu xa, một quan niệm sống đồng hành quan niệm văn chương. Sống như một trí thức, không hoàn toàn là người phản kháng, nhưng nhẫn nhục, chịu đựng, vượt qua và không bao giờ đầu hàng. Bên trong vẻ dịu dàng là ngọn lửa của sự sống hết mình, tính cam kết mạnh mẽ đối với lý tưởng riêng. Khác với một số người cùng thời, Chế Lan Viên chẳng hạn, ông ít nhắc đến cái to tát, cái lý tưởng, ít đấm ngực. Họa hoằn lắm, mới có câu mang tính khái quát. Tuy thế, cũng có những lúc Dương Tường không thành công và không phải là mình:

> *Tôi hé một con mắt-vú-bò qua kẽ nghiêng phòng*
> *hoá-nghiệm-tổng-hợp tím cong cong*
> *ngắn*
> *ngực thời gian*

Hay chịu ảnh hưởng rõ ràng của người khác:

> *Tôi đến em*
> *tôi ái tình từ đầu móng tay*
> *chân sợi tóc*
> *tôi*

Lũy thừa yêu
Lũy thừa nhớ
Lũy thừa đau
xin nhập hộ không đăng ký đuôi mắt
dài
phố sao em bối rối

Là một tuyên bố, cái nhìn cận cảnh đối với sự vật, hay là cái nhìn đối với cuộc đời?

lụa len
phố nêm
mà im
thèm
men
nhá nhem
lối khói
lá khói
Boheme
Boong
Boong
chuông em
lá khói
thèm em
thềm êm
đường đêm
tràn im
khuya thêm
rộng thêm
mùi thêm
buồn thêm
sao em
phi lí
ngực rằm

Thơ hội họa là một hình thức của thơ cụ thể. Thật ra trên thế giới cũng chưa bao giờ và ở nơi nào, hình thức này của thơ ca, dù xuất hiện đã lâu, lại nhận được sự tán đồng hoàn toàn của dư luận. Cũng như mối quan hệ giữa thơ có vần và thơ tự do, mối quan hệ giữa thơ cụ thể và thơ thông thường có những ranh giới mơ hồ. Vượt ra ngoài vần điệu, thơ tự do giúp người đọc sống chính đời sống của cá nhân mình, một đời sống không khuôn thước, đầy hơi thở khỏe mạnh, sâu xa. Đẩy thơ tự do đến tận cùng biên giới của ngôn ngữ, và cuối cùng vượt qua chúng, cực đoan hóa sự phóng túng, là nguồn gốc của thơ ngoài lời. Đó là cố gắng khó khăn, tuy chưa chắc đã mang lại những tác phẩm lớn, mà vẫn giữ vai trò làm người mở đường, báo hiệu các thành công và thất bại của thơ ca.

Sự thật thơ ca, mặt khác, là một sự thật có tính tượng trưng, do đó sự tìm kiếm nó không thể dựa trên phương pháp thông thường. Tuy Dương Tường là người vượt ra khuôn phép, chính ông lại yêu mến các nghi lễ. Nghi lễ là hình thức của tình yêu và của mất mát, của cái chết. Bởi vì thơ không thể tách rời khỏi nhạc điệu, khái niệm thơ ngoài lời có thể khác với khái niệm thơ cụ thể ở chỗ nó nhấn mạnh tính chất âm nhạc của thơ ca, ngoài tính chất hội họa. Tất nhiên âm nhạc ấy không được thực hiện bằng các nhạc cụ như đàn hay trống, phải được thông qua các hình ảnh. Có điều đây là hình ảnh gợi ý, không phải chân dung.

Tôi đến em
tôi ái tình từ đầu móng tay
chân sợi tóc

Vậy, đọc Dương Tường cần đọc như một hệ thống gợi ý. Các điển tích, các dẫn chiếu, sự đọc liên văn bản, là bắt buộc phải có khi đọc Dương Tường và một số nhà thơ khác như ông, tôi sẽ có dịp nhắc đến sau. Đọc thơ tự do vốn cần một sự chú ý cao đối với các hình thức biểu hiện.

Không ai cứu tôi
tất cả bận lâm chung
để mặc tôi bơ vơ
với
sống

Người đọc chú ý đến các tình huống trong giọng thơ: sự tan vỡ, sự nguy hiểm, cái chết, tuyệt vọng. Hình như có một cảm giác bồi hồi tưởng nhớ những người cùng thời đã khuất, nhưng không hẳn là cảm giác thấy mình có lỗi của kẻ sống sót sau tai họa (survivor's guilt), mặc dù Dương Tường thực sự là kẻ sống sót.

Bên cạnh anh
Chỗ em nằm trống không
Chỗ em không bao giờ nằm

À côté de moi
Ta place vide
Place où jamais tu ne viens t'allonger

(bản dịch của tác giả)

Dương Tường ao ước được ghi trên mộ chí mình câu sau đây: *"Tôi đứng về phe nước mắt."* Câu ấy, mặc dù hơi nữ tính, tiêu biểu cho hành trình thơ ca của ông, ý thức về tha nhân và xã hội, lập trường của một người nói tiếng nói của nhân dân, một nghệ sĩ có tư cách, nhà trí thức lên tiếng trước tội ác và những lầm lỗi có tính hệ thống, có thể gọi là thái độ bất khuất trước bạo lực. Nhưng con đường thơ ca ấy còn một phía khác, của tâm hồn nghệ sĩ yêu cái đẹp lạ thường. Vì yêu cái đẹp mà ông đành có lỗi với thế gian?

mea culpa
ai vỗ về hòn đá khóc

Nhiều người cho rằng những đổi mới trong thơ là sự phá vỡ ngôn ngữ. Điều ấy có thể đúng nhưng chưa đầy đủ. Kẻ yêu thiên nhiên, biết lắng nghe tiếng nói bên ngoài con người, lắng nghe cảm xúc của trái đất, không những sẽ biết:

Chiều se sẽ hương
Vườn se sẽ sương
Đường se sẽ quạnh
Trời se sẽ lạnh
Người se sẽ buồn

Đường gió mát hơi thu. Mà còn biết một ngôn ngữ khác, tôi nghĩ là nối kết trực tiếp hơn vào với thiên nhiên.

Ai đi

Và những: *"Đèn rem, đùi ren, lụa len, ngực rằm».*

Là nối kết hạ ý thức. Thi pháp con âm của Dương Tường, theo cách nói của ông, là liên kết giữa thơ ca và nguồn cội, mang chúng ta trở lại với tuổi thơ của con người. Trong ý nghĩa ấy, thơ ông mang thân xác vào quê hương, mang mùa thu vào phố thị, mang âm nhạc vào hội họa. Trong thơ, ông trở thành tấm gương, nỗi ao ước của con người chống lại nghịch cảnh, vượt qua tình trạng bị vây hãm bởi các hệ tư tưởng xã hội lỗi thời, đầy bạo động, trở lại với tinh thần phóng túng phục hưng. Thơ Dương Tường vừa trong sáng với ý tưởng rõ ràng, nhiều thi tứ hơn nhiều người tưởng, vừa đầy rẫy cấu trúc mờ, gãy, tái phối trí, các câu dài ngắn bất thường, buông, đôi khi ngân nga như nhạc. Sự khác biệt, thậm chí xung đột ấy, vừa là điểm mạnh vừa là điểm yếu của thơ Dương Tường. Thật ra một người như ông không có chọn lựa nào khác. Ông viết ít, các bài thơ ngắn, nhưng sự phức tạp là lớn lao và có lẽ chưa được nhìn thấy. Dương Tường tách mình ra khỏi truyền thống lãng mạn tiền chiến, xếp mình bên cạnh những người cùng thời như Đặng Đình Hưng, nhưng với một lối nói mới, nhỏ nhẹ mà cứng cỏi, bình thản mà lâu bền. Thơ ông là niềm vui được sống, hoài niệm về cái đẹp, không hẳn là hoàn toàn biến mất, là tiếng nói lương tâm giữa một thời đại đổ vỡ, là sự làm mới trong khi trở lại, là sự trở lại để làm mới. Vì vậy thơ Dương Tường dù được biết từ năm 1960 trong hoàn cảnh lẻ loi, mất tự do, hay được viết gần đây, giữa rộn ràng những người bạn trẻ tuổi của ông, yêu mến nhà thơ, vây quanh ông như tôi đã từng thấy, vây quanh ông như chính người vợ và cuộc đời kia, giọng thơ ấy vẫn cứ sống động ở thì hiện tại.

Dương Tường làm việc miệt mài vào những năm lớn tuổi, ở người khác là không viết được nữa, như thể cuộc đời ấy chưa bao giờ, không bao giờ kết thúc, lúc nào phía trước cũng có một trang sách mở chờ ông. Sau tất cả những năm gian khổ đã đi qua, những chặng đường vui đã bỏ lại, sau những cuốn sách đã viết, những tranh đã vẽ, sau những lời đã không nói, ông vẫn nghĩ:

Tôi còn ván chơi cuối kỉ xập

xình beat rock disco sốt cuồng

Một tâm hồn trẻ trung, náo nức, mở cửa tự do cho những tình yêu mới, mà sự từng trải không dập tắt được. Tuy vậy, đôi khi bạn cũng tìm thấy trong thơ ông sự trống rỗng, gần như hư vô, và ở trong cõi trống rỗng ấy vang lên tiếng nói của im lặng.

Chiều
buông
đầy
những
thở
dài

Tình trạng vắng lặng, mênh mông ấy là sự vô phân biệt, là lối đồng nhất giữa chủ thể và đối tượng, giữa con người và xã hội. Giữa sự đề kháng quyết liệt và khả năng tha thứ. Giữa sự từ bỏ của Dương Tường và sự trở lại.

Nguyễn Đức Tùng

Chú thích: Tài liệu tham khảo:

Dương Tường, Thơ, NXB Hội nhà văn 2017

Louise Glück, American Originality, NXB FSG 2017

Robert Hass, What Light Can Do, NXB Ecco 2012

Helen Vendler, Part of Nature, Part of Us, NXB Harvard University Press, 1980

Lại Nói Về Ba Tàu và Các Chú
THIẾU KHANH

Trong một bài viết, "Cớ sao gọi người Trung Quốc là "Tàu"!" đăng trên website báo Người Lao Động (https://nld.com.vn/tieng-viet-tinh-tuy/co-sao-goi-nguoi-trung-quoc-la-tau-20141122214910842.htm), tác giả, học giả An Chi cho rằng (trích) *Tàu là một yếu tố Hán cổ và trong tiếng Hán cũng như tiếng Việt còn có nghĩa là "xe". Tàu (trong tàu bè) là một từ Việt gốc Hán bắt nguồn ở một từ ghi bằng chữ* 艚 *mà âm Hán Việt hiện đại là tào, có nghĩa là "thuyền". Chữ tào* 艚 *này cũng thông với chữ tào* 漕*, mà theo biện luận của Lưu Quân Kiệt trong Đồng nguyên tự điển tái bổ (Ngữ văn xuất bản xã, Bắc Kinh, 1999) thì đều còn có nghĩa là "xe". Cái nghĩa "xe" của từ tàu vẫn hiện hành trong tiếng Việt. Cứ so sánh tiếng Bắc, tiếng Nam thì thấy ngay. Cái mà trong Nam gọi là tàu thì ngoài Bắc gọi là thuyền. Rồi ngoài Bắc gọi là tàu hỏa thì trong Nam gọi là xe lửa. Thế là cái nghĩa "xe" đã thấp thoáng trong danh ngữ tàu hỏa (nếu không đi sâu vào từ nguyên thì dễ hiểu lầm đây là cách dùng theo ẩn dụ). Rồi ngược lên đầu thế kỷ XX, cả trong Nam ngoài Bắc đều gọi máy bay là tàu bay. Thế là cái nghĩa "xe", mở rộng là "phương tiện chuyên chở", đã nằm ngay trong danh ngữ tàu bay. Cho nên, trong thành ngữ tàu bay tàu bò thì cả hai thứ "tàu" này chẳng qua đều cùng là "xe". Vậy thì có lẽ* *ta sẽ biện luận rằng vì ngày xưa Tàu sang ta bằng xe nên tổ tiên ta đã gọi họ là "Tàu" chăng? Nên nhớ rằng họ đã sang ta từ xưa và sang thành nhiều đợt, lẻ tẻ có, thành đoàn có và đây là cả một câu chuyện dài.* (ngưng trích)

Ông An Chi nói *Tàu* có nghĩa là "Xe, thuyền" tôi cảm thấy ngờ ngợ. Tiếng Việt vừa có *Tàu* vừa có cả *Xe*. Xe là phương tiện chuyên chở có hay không có động cơ (xe bò, xe kéo…) chạy trên bộ. Các phương tiện chuyên chở khác không chạy trên mặt đất thì kêu bằng Tàu: tàu bay, tàu thủy. Riêng một phương tiện đường bộ vừa *tàu* lại vừa *xe*: người Nam gọi là *xe lửa*; người Bắc gọi là *tàu hỏa* (có lẽ vì nó không chạy trực tiếp trên mặt đất mà chạy trên đường ray chăng?) Theo cấu trúc từ vựng như ta thấy, Tàu là một từ tiếng Việt có lẽ không liên quan gì đến chữ Tàu của tiếng Hán mà ông An Chi nói. (Tiếng Hán có thể nói *hỏa xa*, hay *hỏa... tàu* (!) chớ không nói *tàu hỏa*!)

Ông An Chi đã nhầm lẫn ngay cả trong tiếng Việt khi nói "*Cái mà trong Nam gọi là tàu thì ngoài Bắc gọi là thuyền* (!). Thực ra, cái mà trong Nam gọi là *Tàu* thì ngoài Bắc cũng gọi là… *Tàu*! Còn cái ngoài Bắc gọi là *thuyền* thì trong Nam gọi là *ghe* hay *xuồng*, một dạng nhỏ hơn *tàu*. Tuy nhiên *Thuyền* là một từ Hán Việt, cũng dùng chỉ một chiếc tàu trong ngữ cảnh từ Hán Việt, như *chiến thuyền* là tàu chiến; *giang thuyền, hải thuyền* là loại tàu quân sự cỡ nhỏ chạy trên sông hay trên biển. (Ngoài ra, *phi thuyền* chỉ một loại *tàu* bay ngoài không gian, có lẽ để phân biệt với *phi cơ* là *tàu* bay trong khí quyển)…. Dùng như một từ đơn, *thuyền* trở thành một từ Việt và đó là một chiếc… ghe.

Một chiếc thuyền câu bé tẻo teo… của Nguyễn Khuyến chỉ là một chiếc ghe, không thể là… tàu được.

Ông An Chi nói: "*Vậy thì có lẽ ta sẽ biện luận rằng vì ngày xưa Tàu sang ta bằng xe nên tổ tiên ta đã gọi họ là "Tàu" chăng?"*

Không phải đâu. Trong tiếng Hán có từ *Xa* nghĩa là Xe. Theo lý luận như vậy, nếu ngày xưa người Tàu qua Việt Nam bằng xe, thì phải gọi họ là *người ... Xa* hay *người... Xe* chớ, sao gọi là *người Tàu* để phải suy diễn "tàu là… xe" cho lôi thôi! Mà bằng chứng lịch sử cũng cho thấy người Tàu, ngay cả các phái bộ sứ giả, sang ta cũng đi bộ, không thấy sử sách nào nói họ đi xe. Mà nếu có thì chỉ một lần duy nhất và họ đi chiều ngược lại, từ Việt Nam về Tàu. Đó là lần Tôn Sĩ Nghị chui vào một cái ống đồng bỏ lên xe chở quân lương cho quân sĩ kéo chạy thoát sự truy đuổi của quân đội Nguyễn Huệ.

Cho đến năm 1945 khi đội quân Tàu phù của tướng Lư Hán sang giải giới quân đội Nhật cũng gồng gánh bồng bế dắt díu nhau đi bộ lang thang lướt thướt như một đám ăn mày. Thế thì bọn Tàu di dân lếch thếch càng không thể đi bằng xe.

Một là xe không phải là phương tiện di chuyển phổ biến ở bên Tàu cho đến đầu thế kỷ XX, làm gì có nhiều xe vào thời thượng cổ!

Thời Chiến quốc người ta quan niệm sức mạnh của quốc gia bằng số xe họ có, một nước "vạn thặng" có vạn chiếc xe thì lớn hơn một nước "thiên thặng" chỉ có một ngàn chiếc xe. Thực ra số xe đó là của triều đình, và là phương tiện chiến đấu trong lực lượng quân sự đi xâm lược nước khác thôi, không phải phương tiện giao thông trong đời sống xã hội. Vả lại, thiên thặng hay vạn thặng chỉ là tiếng thậm xưng, nói vống lên như nói "vạn tuế" chớ không phải có một vạn chiếc xe thực. Vì đâu có ai sống được… vạn tuổi?

Hai, vào thời thượng cổ, xe là phương tiện sang trọng và biểu hiệu quyền lực của vua quan triều đình, ngay cả giới thượng lưu trong dân chúng cũng chưa chắc dám sắm xe (cạnh tranh với vua có mà mất đầu!), trong khi di dân là hạng dân cùng khổ đi tìm đất sống, làm gì có xe mà đi *"sang thành nhiều đợt, lẻ tẻ có, thành đoàn có"* như ông An Chi nói đến nỗi thành danh là *người Tàu* (với nghĩa người di cư bằng xe!). Không lẽ ông An Chi nghĩ dân Tàu di cư bằng… xe đò? Ngay cả khi triều đình của chúng cử binh đi đánh nước ta, chúng cần "thần tốc" và giữ sức khỏe cho binh sĩ mà cũng phải đi bộ hàng tháng trời, quân chưa tới nơi đã có lắm đứa bỏ mạng vì kiệt sức. Tàu (xe) ở đâu ra cho bọn cùng đinh di cư để được gọi là *người Tàu*?

Trong *Đại Nam Quấc Âm Tự Vị*, Huình Tịnh Paulus Của giải thích:

"Tàu: *c.n.* Thuyền lớn, thuyền đi biển, nước Trung quốc; người An Nam thấy tàu khách qua lại nhiều, lấy đó mà gọi nước Tàu, người Tàu.

Người Tàu: người có nhiều Tàu, người Trung quốc.

Bên Tàu: bên Trung quốc."

Giải thích của Đại Nam Quấc Âm Tự Vị có vẻ "nôm na" dân dã, nhưng có lẽ hợp lý và khả thủ hơn. Người ta thấy tàu buôn của họ đi lại ngoài biển thì gọi họ là Tàu, chớ không phải thấy xe hay thấy họ qua Việt Nam bằng xe mà gọi là… Tàu!

Ông An Chi lại *"khẳng định rằng Tàu là âm cổ Hán Việt của từ ghi bằng chữ* 曹 *mà âm Hán Việt hiện đại là tào, có nghĩa rộng là "cơ quan triều đình", hiểu rộng ra là "quan". Trong thời Bắc thuộc, nói chung giới cai trị là người Trung Hoa cho nên dân chúng đã quan niệm rằng người Trung Hoa là "tàu", nghĩa là "quan"* (sic).

Tôi động lòng nhớ lại, khi còn nhỏ tôi nhiều lần chứng kiến bọn quân Pháp hành quân càn quét (thời đó chúng gọi là đi pa-trui – patrouille) đến các làng quê, bắt bớ hay sát hại những người chúng nghi là Việt Minh và chúng hãm hiếp phụ nữ. Chuyện này rất phổ biến ở các vùng quê xa thành phố. Dân làng chỉ còn biết quỳ lạy van xin chúng, gọi chúng là "quan lớn," và bất cứ "thằng Tây" nào kể cả những tên lính "lê dương" người châu Phi da đen rạch mặt, cũng tự xưng quan lớn (qua miệng bọn thông ngôn người Việt). Thế nên tôi nghĩ, từ thời Bắc thuộc người Việt có thể đã gọi bọn Tàu đô hộ là "quan" – nghĩa là … Tàu như ông An Chi nói chăng?

Tuy nhiên, các nạn nhân của bọn lính Pháp trong cơn nguy nan sinh tử dù có quỳ lạy chúng gọi chúng là "quan lớn" để xin chúng tha mạng đi nữa, trong lòng họ vẫn căm hờn chúng; chúng đi qua rồi, người ta lại nguyền rủa chúng, hễ có cơ hội là phục kích giết chúng, chớ có ai thực sự coi chúng là quan lớn cho đến ngày… chúng lên tàu về nước đâu, nói chi đến hàng ngàn năm sau khi người Việt thoát khỏi ách đô hộ của Tàu mà vẫn gọi chúng là quan!

Vả lại, tiếng Hán cũng có chữ *Quan* để gọi người làm quan, thì việc gì phải gọi và suy diễn *tàu* là *quan*! Việc gì ông An Chi phải gò ép mọi thứ cho thành Tàu như kiểu gọt chân cho vừa giầy như thế.

Bài viết của học giả An Chi bị nhiều người phản đối trên mạng. Rất tiếc hầu như tất cả chỉ phản đối bằng cảm tính, chỉ bằng trực giác cảm thấy lý lẽ của tác giả không đúng, nhưng chưa ai đưa ra một biện giải nào có tính học thuật chắc chắn. Dù vậy, ta hẵng cứ gọi họ, người Trung quốc, là *người Tàu* như thói quen trước giờ, hoặc theo như *Quấc Âm Tự Vị* nói, còn nguồn gốc của từ đó thực sự thế nào cứ tạm để lại chờ các nhà nghiên cứu khác đưa ra thêm những luận giải nào nữa chăng.

Người Việt không những gọi người Trung quốc là Tàu mà còn gọi họ là *Ba Tàu*.

Tại sao gọi họ là *Ba Tàu*? *Ba Tàu* là gì?

Có người, có lẽ biết rõ ngày xưa di dân Tàu không thể đến Việt Nam bằng xe và tàu là… tàu chớ không phải là xe, cho nên đã cho rằng người Tàu di cư sang Việt Nam bằng… tàu (tức là ghe/thuyền). Vì số tàu khá nhiều, không biết chính xác là bao nhiêu, nên người ta nói đại là… ba tàu, cũng như nói *ăn ba hột cơm, nói ba câu chuyện*…

Lại có thuyết khác nói vì thấy các tàu di dân của người Trung quốc thường đi từng ba chiếc một, hoặc xúm chụm lại nghỉ ở đâu đó từng ba chiếc một để dễ bảo vệ nhau nên người ta mới gọi chúng là người … ba tàu!

Những lý giải khôi hài này có lẽ giúp cho không khí tìm hiểu đỡ căng thẳng.

Mới đây trong một bài viết "Ngôn ngữ Sài Gòn xưa: Những chữ vay mượn" (https://groups.google.com/forum/#!topic/khoa69-74ktd-n/7pM8-rgoFhQ) khi đề cập những từ "*Ba Tàu*," và "*Các chú*," tác giả Bericht Van đã tham khảo một bài phiếm luận (được gọi là "tạp vụ") trên tờ Gia Định Báo, tờ báo chữ quốc ngữ đầu tiên của Việt Nam ra đời tại Sài Gòn từ năm 1865, trong số ra ngày 16/2/1870, nói rằng: (trích) "*Từ Ba-Tàu có cách giải thích như sau: Ba có nghĩa là ba vùng đất mà chúa Nguyễn cho phép người Hoa làm ăn và sinh sống: vùng Cù Lao Phố (Đồng Nai), Sài Gòn-Chợ Lớn, Hà Tiên, từ Tàu bắt nguồn từ phương tiện đi lại của người Hoa khi sang An Nam, nhưng dần từ Ba Tàu lại mang nghĩa miệt thị, gây ảnh hưởng xấu...”* (ngưng trích)

Bài phiếm luận trên tờ Gia Định Báo này xuất hiện chỉ 50 năm sau thời điểm xảy ra lý do đưa đến sự ra đời của từ *Ba Tàu*, thế mà tác giả và nhà báo đã quên mất sự kiện đó, để nói chuyện một cách vu vơ. Nếu người Tàu vì được cho ở tại ba vùng đất mà gọi là người Ba Tàu, thì người Việt ở trên ba miền đất nước sao không gọi mình là người... Ba Việt?

Những lý giải tào lao trong bài viết đó được chia sẻ lại trên (ít nhất) một website khác và trên mạng xã hội Facebook có thể khiến sự suy diễn vô căn cứ này càng phổ biến hơn.

Thực ra, từ *người Tàu* vốn đã có từ lâu như đã nói trên, và cũng được gọi phổ biến là *người Hoa*. Từ *Ba Tàu* chỉ mới xuất hiện từ đầu thập niên 30 của thế kỷ XIX, là kết quả của một sự kỵ húy của triều đình nhà Nguyễn dành cho bà Hồ Thị Hoa, vợ chánh của vua Minh Mạng, mẹ của vua Thiệu Trị.

Năm 1806, vua Gia Long và vợ (Thuận Thiên Cao Hoàng hậu) kén chọn con gái của các quan đại thần làm vợ cho thái tử Nguyễn Phúc Đảm, người về sau là Vua Minh Mạng. Cô Hồ Thị Hoa, 16 tuổi, con gái của Phúc Quốc công Hồ Văn Bôi người Biên Hòa được chọn. Một năm sau, 1807, Hồ Thị Hoa sinh hạ hoàng tôn Nguyễn Phúc Miên Tông, tức về sau là vua Thiệu Trị. Nhưng chỉ 13 ngày sau khi sinh, bà Hoa qua đời. Vua Gia Long rất thương tiếc đứa con dâu hiếu thuận, ban lệnh kỵ húy cho bà. Nhưng chỉ sau khi vua Minh Mạng lên ngôi (1821) mới chính thức ban chiếu về sự kỵ húy cho người vợ văn số. Từ đó, tất cả những từ *Hoa* trong dân gian khi nói hay viết được đổi sang nhiều từ khác. Tỉnh Thanh Hoa đổi thành tỉnh *Thanh Hóa*, Cầu Hoa (trên đường Đinh Tiên Hoàng, quận 1, Sài Gòn) được đổi thành *Cầu Bông*. Cửa (gate) Đông Hoa của Hoàng thành Huế đổi thành cửa *Đông Ba*. Và chợ Đông Hoa ngoài cửa Đông Hoa cũng đổi tên thành chợ *Đông Ba*...

Sao người ta không đổi từ Hoa này thành *Bông* (như cầu Bông) mà đổi thành *Ba*? Có lẽ vì *Bông* là một tiếng thuần Việt (Nôm) đi với Cầu cũng là tiếng Việt, thành *Cầu Bông*, nhưng không thể ghép được với chữ *Đông* là từ Hán Việt để thành cửa *Đông Bông* và chợ *Đông Bông* nửa Tàu nửa ta rất dị hợm. Gọi Cửa *Đông Hóa* hay chợ *Đông Hóa* (như tỉnh Thanh Hóa) có lẽ chẳng có ý nghĩa gì hay ho cả. Sự biến đổi đầu tiên xảy ra ở kinh đô, với cửa *Đông Hoa* thành cửa *Đông Ba* rồi từ đó từ "*Ba*" thay cho từ "*Hoa*" lan vào Quảng Nam, với Hội An là cái "ổ Hoa kiều" lâu đời. Cho đến nay, người Quảng Nam không còn nói "*ba*" thay cho "*hoa*", nhưng họ vẫn còn giữ lại câu ca dao xưa:

Thủng thỉnh lượm bông ba *rơi*

Lượm cho có cách hơn người trèo cao.

Từ đó trên cả nước không còn nơi nào và có ai còn gọi người Hoa là *người Hoa* nữa. Từ *Hoa* được thay bằng từ *Ba*, nhưng gọi *người Hoa* thì ai cũng hiểu, trái lại gọi *người Ba* thì vừa lạ hoắc vừa vô nghĩa, chẳng ai biết đó là gì. Họ vốn là người Tàu. Thế thì gọi luôn *Ba Tàu*, mà không cần giải thích gì thêm, ai cũng biết. Chỉ có vậy thôi, chẳng có ý gì là miệt thị cả.

Còn về từ "Các chú," bài phiếm luận vu vơ trên tờ Gia Định Báo gần một trăm rưỡi năm trước viết: (trích) "*Kêu Các-chú là bởi người Minh-hương mà ra; mẹ An-nam cha Khách nên nhìn người Tàu là anh em, bằng không thì cũng là người đồng châu với cha mình, nên mới kêu là Các-chú nghĩa là anh em với cha mình. Sau lần lần người ta bắt chước mà kêu bậy theo làm vậy...*" (hết trích)

Thực ra, "Các chú" chỉ là cách nói chệch từ "Khách Trú" (Sojourners) mà từ gốc chữ Hán của nó là 寄居者 (*ký cư giả*). Nói về những người Tàu di dân sang Việt Nam qua các thời đại, trong tác phẩm lịch sử *The Birth of Vietnam,* tác giả, giáo sư sử học Keith Weller Taylor cũng dịch chữ *ký cư giả* trong sử liệu chữ Hán thành *Sojourners* – khách trú.

Có thể có người muốn hỏi khó: Trong thực tế có bao giờ người Việt gọi những người Hoa ở Việt Nam là Khách trú không?

Có chớ. Bình thường mà. Cho đến trước năm 1975, nhiều người vẫn gọi người Tàu Chợ Lớn là Khách trú đấy. Đọc sách của cụ Vương Hồng Sển thường gặp từ này.

Trong nhiều thập niên đầu của thế kỷ XX, khách trú là một thế lực lớn thao túng xã hội Việt Nam nhiều mặt, là vấn đề quan tâm của nhiều giới người Việt. Giở lại sách báo xuất bản thời đó thì thấy ngay. Thậm chí khi nhà báo Đào Trinh Nhất xuất bản tác phẩm biên khảo *"Thế Lực Khách Trú Và Vấn Đề Di Dân Vào Nam Kỳ"* của ông (Nhiêu Ký xuất bản, 1924), cái thế lực khách trú này tung tiền ra cho người tới canh cửa nhà xuất bản, chờ sách được đưa ra, chúng thu mua hết để đem đốt.

Ngay từ xưa lực lượng khách trú đã nắm giữ hầu hết các nguồn lợi thương mãi của Việt Nam, và thao túng nền kinh tế Việt Nam nên người ta đã nói chệch hai chữ Khách trú thành "các chú" để mỉa mai chăng?

Thiếu Khanh

Giữa Trùng Cao
DUNG THỊ VÂN

1-
Lá mùa thu mỗi ngày mỗi trở
Như lòng người chì bấc dệt vàng thau
Như lá lụy phong trong chiều viễn tận
Như tình người phản trắc hóa bạc lưu

2-
Này thu ơi em không là ngũ sắc
- Nâu đỏ cam vàng đậm lợt giữa trùng khâu
Trong khoảnh khắc em pha màu ly biệt
Ta giật mình hỏi cỏ sẽ về đâu...

3-
Hãy là em ngàn thu phong nhuộm lá
Cho ta nương góc cạnh phía quê nhà
Hãy là em - ta vin cành nhả ngọc
Hãy là thu - ta xao xuyến buổi dương tà

4-
Nhìn xác loạn ta giật mình hỏi gió
Mới hôm nào ta áp mặt lá xôn xao
Giờ lá rơi ngập ngụa chiều cô phủ
Thu mất rồi ta ảo ảnh giữa trùng cao.

Dung Thị Vân

Sài Gòn Gió Đêm Nay

HẠT CÁT DIỆU SINH
(Viết Cho Xưa Xa)

Gió Sài Gòn se sắt tóc bờ vai
u hoài
câm nín
xưa xa bịn rịn
em một mình lặng lẽ biệt hương sông.

Mưa Đô thành oi nồng
Nắng Đô thành bỏng rẫy
Ngược cầu Văn Thánh
Sông Sài Gòn gờn gợn sóng lô xô
mưa chiều lộn lạo phố hè
tàn chiều váo vơ quán xá.

… Làn tơ nhẹ
ánh vẻ xưa xa.
đêm Đô thành mỏng như cánh hoa
bập bùng ghi-ta quán vắng.
bàn tay ai nắm tay ai im lặng
nghe Sài Gòn trôi trôi…
trôi... và trôi…

Bao năm không em
Sài Gòn chưa khi nào của tôi.
Biền biệt mùa đông xứ Bắc
heo may gió ngày xa lăng lắc
mùa thu xưa rất xưa
em và tôi cũng rất xưa.

Em ơi!
Sài Gòn mưa
hạt mưa lạc vào khóe mắt
chân chim nét nhạt
long lanh mưa hay lệ giọt nhòa.

Em à
Sài Gòn đêm mưa hoa
Sài Gòn đêm gió nụ
Tôi ôm em, ôm trọn tình thơ bé
Ém trong lòng muôn kiếp
Sài Gòn
gió
đêm nay.

Hạt Cát Diệu Sinh

Thương Vô Cớ Nhớ Vô Cùng
CHU VƯƠNG MIỆN

con tắc kè còn đậu ngọn me
khan cổ gọi bậu từ năm nọ
[thơ Phan Thị Ngôn Ngữ]

chiếc cổng làng ba mươi năm vẫn rứa
qua vẫn ở không ngóng gió bốn chiều
ngỡ người thân xưa lớp gạch tường xiêu
hương lúa làng quê chiều dông chiều gió

sương muối nhạt nhòa trên từng gốc rạ
mùi đất ải trấu tro mùi khói rơm
cứ ngấm dần chân tơ kẽ tóc trái tim
dù phương người chả thế nào? quên được?

mỗi độ mỗi mùa mồ hôi da thịt
áo mẹ lưng cha mùi tóc chị em
vẫn cứ trời phùn gió bắc liên miên
bên bếp than củi vườn lách tách

mùi khoai lùi gạo rang ngào ngạt
ký ức làng quê nuôi lớn tự bao giờ?
chiếc cổng làng giếng nước cây đa
sân đình gốc gạo già cô độc

qua nơi đây còn đủ hồn đủ phách
mỗi sáng mỗi chiều từng mỗi con trăng
ba mươi năm dầu bậu chả hồi âm?
nhưng nghĩa xóm tình thôn qua vẫn đợi

lòng nước giếng vẫn dâng lên vời vợi
của làng quê thân thiết đến bao đời?
những ngày mùa vàng gánh lúa reo vui
chưa ráo mồ hôi uống ngay bát nước

nhìn nơi cổng làng nhìn nơi tổ quốc?
nơi đất lề quê thói giếng nước sân đình
ba mươi năm thương vô cớ nhớ vô cùng

Chu Vương Miện | 2019

Bài Thơ Cuối Cùng
NGUYỄN MINH NỮU

Lời Mở: Nhân vật và tình tiết trong truyện là do tưởng tượng. Xin đừng nghĩ rằng tôi nhắm vào ai, bởi vì, trước nhất tôi cũng là một người làm thơ, cũng đã gửi bài đăng trên báo giấy, báo mạng, trang web bạn bè và cả trên facebook của mình, nên nếu bạn nghĩ tôi đang nói về tôi thì cũng được, nhưng tốt nhất là nên nghĩ về một nhân vật ẢO thì vui hơn.

Sinh là một người làm thơ giỏi. Anh ta có thể làm đủ loại thơ từ Lục bát, Song Thất Lục bát, Tứ Tuyệt, Thất Ngôn Bát Cú, bài nào cũng đúng vần, đúng luật. Sinh làm thơ nhiều, cho nên anh gửi bất cứ nơi nào anh có địa chỉ, báo ngày, báo tuần, báo tháng, báo năm, báo trang web trên mạng, và cả những người có lập trang trên hệ thống internet. Mỗi khi có dịp đi đến đâu, anh ghi chú các địa danh nổi tiếng để khéo léo ghép vào trong thơ, sau đó thêm vào một chút hương vị thương nhớ, tình yêu gì đó, thí dụ đến Cần Thơ thì trong bài phải có bến Ninh Kiều, Hậu Giang, đến Huế thì phải có cầu Trường Tiền, tà áo tím, về Đà Nẵng thì thêm đỉnh Bà Nà, Cầu Hàn… Thơ gửi tới khắp các báo đài địa phương. Địa phương thấy nhắc đến các địa danh riêng mà lại đang dư trang thiếu bài, thế là gửi nhiều rồi cũng có bài được đăng. Sinh chụp lại đưa lên facebook khoe thêm lần nữa. Còn nếu đang trên các trang báo mạng thì viết lời cám ơn, chép lại đường dẫn… lâu ngày, bút hiệu của Sinh cũng khá quen thuộc trong giới văn nghệ.

Nhưng làm thơ giỏi, không có nghĩa là làm thơ hay. Cũng có người bạn thân tình nói với Sinh như vậy, và dẫn chứng có nhiều người làm thơ có khi chỉ năm ba bài mà ai cũng đọc và trân trọng, ghi nhớ, thí dụ ngày xưa như Hữu Loan, Thâm Tâm, gần đây như cô giáo Trần Thị Lam…

Sinh thực ra không phải người ương ngạnh, cho nên cũng có nghe, nhưng lòng riêng vẫn cho rằng thay vì làm được một bài thơ tuyệt tác, thì làm thật nhiều thơ trong đó cũng sẽ có một bài hay chứ, Sinh dẫn chứng như chuyện hai cô ca ve đó.

- Hai cô ca ve nào?

- Thì là chuyện kể thôi, thời quân đội Mỹ còn đóng quân ở Việt Nam, có hai cô ca ve thuê chung một phòng. Một bữa cô A đi về, trên tay đeo cái nhẫn kim cương 5 cara, cô B ngạc nhiên hỏi sao mày có. Cô A trả lời tao quen với một thằng Thiếu Tá Mỹ. Cô B gật đầu. Một tháng sau cô B cũng có một cái nhẫn kim cương 5 cara. Cô A vui vẻ hỏi mày cũng quen một thằng Thiếu Tá hả? Cô B trả lời, đâu có, tao quen với 20 chục thằng Trung Sĩ thôi.

Bạn nghe, nổi giận. Ông ví chuyện làm thơ với chuyện đi khách là không lịch sự.

Sinh mỉm cười, im lặng, nhủ thầm lòng mình tranh cãi làm gì với thằng hẹp hòi đó. Nhiều lúc tụ họp bạn bè, khi chén rượu đầy vơi, cả bọn hứng thú, ngâm thơ, hát nhạc cho nhau nghe thật là thú vị. Có điều thơ ai thì người ấy đọc, nhạc ai thì người ấy hát, chẳng ai đọc thơ người khác vì thơ chính mình làm xong rồi bỏ đó có khi không thuộc lấy đâu ra mà thuộc thơ người khác.

Những lúc một mình, Sinh thầm tự hỏi làm thế nào để viết ra được một thơ hay, mà một bài thơ như thế nào là hay… nghĩ hoài không hiểu được. Chuyện là một hôm, ngồi đối diện với màn hình trắng toát, lòng trống không, đầu óc mơ mơ màng màng, bỗng dưng thấy gió thổi rì rào rồi từ xa bước vào một chàng thư sinh mặc trang phục trắng theo như kiểu cách ngày xưa, đầu đội khăn, mặt đẹp như ngọc, cặp mắt sáng, môi đỏ thật duyên dáng.

Sinh: *"Vội vàng đón hỏi gần xa... Thần tiên lạc lối đâu mà đến đây?"* [*]

Chàng thư sinh khiêm cung chắp tay chào lại và nói vì ngài khao khát muốn gặp, nên ta khởi nhã ý tới đây hội diện. Ta là Thi Thánh đây.

Ôi Trời... Sinh kêu lên mừng rỡ. Tôi là người từ nhỏ đã hết lòng yêu quý và trân trọng với thơ ca, trải qua sáng tác viết xuống cả năm ba ngàn bài mà chân lý mong tìm cho một bài thơ bất tử vẫn chưa tìm thấy. Khao khát cầu hiền, mong được chỉ lối sang ra khỏi đường mê nay được gặp ngài thật là hữu hạnh.

Thi Thánh cười nhẹ, Thơ không phải là vật trang trí, mà là huyết lệ của mỗi tầng cảm xúc, Thơ chẳng phải viết ra để thỏa lòng yêu thích, mà phải bắt nguồn và nối tiếp bởi muôn ngàn cảm xúc từ người thưởng ngoạn, cái đó, hạ giới không nhìn được, nhưng cõi trên đong đo đếm được từng cảm xúc thật của người ngoài đối với một bài thơ được viết ra, và ta chính là người thu thập dữ liệu để ghi nhận đó.

Sinh cung kính: Thật là hay quá, xin ngài có thể cho tôi được nghe một vài bài thơ của ngài để tôi học hỏi hay không?

Thi Thánh cười lớn, Ta không làm thơ.

- Không biết làm thơ mà sao là Thi Thánh được?

Thi Thánh nói ngọt ngào: Thế đấy bạn ơi, bạn cũng như nhiều người hiểu lầm lắm.Trời sinh ra một người làm thơ là cho họ thiên khiếu hơn người về thẩm mỹ, nên họ đọc một bài thơ là lập tức có cảm nhận được đây là bài thơ ở trình độ nào, nhưng chia sẻ được cảm xúc, thấm thía được nghĩa tình, rung động được hàm ý. Chuyển tải được khắp nơi, ghi nhận được trong lòng, nhớ ra được khi cần thì lại thuộc một thành phần khác, đó là quần chúng. Trong quần chúng đó cũng có thể có người làm thơ, nhưng khi đó họ đóng một vai khác.

Nghỉ một chút, rồi Thi Thánh chỉ tay về phía xa xa... Nơi đó là một khu rừng bạt ngàn không giới hạn, tất cả những cây trong đó là những người làm thơ từ bao đời nay, họ còn sống hay họ đã chết không ảnh hưởng gì đến sự sống còn và phát triển của cây. Thực ra như thế này, mỗi người khi trót làm ra một bài thơ, thì trong khu Thi Lâm đó lập tức nẩy lên một chồi tích trữ suốt một đời của một người làm thơ đó. Cho nên trong Thi Lâm có những cây cao vạn trượng, tỏa bóng mát ra cả một vùng rộng lớn, có những cây lừng lững như bóng núi, tỏa ảnh hưởng suốt một vùng thời gian, có những cây cao vừa tầm dáng người, cũng có hoa, có lá nhưng chỉ chưng lên gọi là cho có chứ chẳng ai để ý tới ai, và có những cây suốt đời, suốt cả một đời luôn vẫn không cao hơn ngọn cỏ.

Thi Thánh nói tiếp, Ngài có muốn theo ta đi thăm một khoảng Thi Lâm không? Ta là người chịu trách nhiệm trông nom bảo tàng Thi Lâm, nên được phong chức Thi Thánh, tương tự như coi sóc một ngọn núi thì được chức Sơn Thần vậy thôi, chứ không phải người làm thơ.

Thi Thánh dứt lời, đứng dậy, tay áo phất phơ dời khỏi vị trí, Sinh thảng thốt bước theo… Chỉ chút sau đã thấy mình đang ở giữa rừng bạt ngàn, cây cao cây thấp chen nhau, có cây mỏng manh như Liễu, có cây hùng vĩ như Tùng, có cây nghiêng theo dáng núi, có cây uốn lượn thế suối... trăm nghìn kiểu dáng khác nhau. Có cây rậm rạp chi chít lá non, có cây lốm đốm lá vàng, có cây lá úa quắt queo hoặc có khi lá đã hũ nát vẫn bám vào thân. Dưới những cây đại thụ khổng lồ, lại có rất nhiều những cây nho nhỏ, nhưng không có nắng chiếu vào nên cây cành còi cọc... Sinh tò mò muốn hỏi nhưng chưa biết đề cập từ đâu. Chỉ tay vào một cây đại thụ tỏa bóng rợp trời, Sinh hỏi đây là nhà thơ nào?

Thi Thánh lắc đầu, - Không phải ta muốn giấu, nhưng thực là không thể nói ra. Những cây cao lớn như vậy là những nhà thơ mà thơ của họ chấn động tiền nhân, bàng hoàng hậu thế, bài thơ viết ra sống trong tim nhiều người, nên mỗi lòng xúc động một người là cây có thêm một lá xanh non, thêm một nhánh tưởng nhớ. Cái vĩnh viễn sống đời là Tác Phẩm chứ không phải Tác Giả. Như Ngài thấy có những cây lốm đốm lá vàng, đó cũng là lòng cảm xúc nhưng chưa là kính phục, hay những chiếc lá mục nát là những lòng khinh thị dè bỉu của người đời. Tác phẩm càng được nhiều lòng kính trọng yêu thương chia sẻ thì cây như có thêm phân, thêm nước, phát triển lớn lên hùng hùng vĩ vĩ...

Sinh ngần ngừ một chút rồi hỏi, Thi Thánh có thể chỉ cho tôi biết tôi là cái cây nào không?

Thi Thánh gật đầu, Ở trong Thi Lâm này, Ngài gọi tên ngài thì chẳng có ai đáp lại, nhưng nếu ngài đọc một câu thơ nào đó thì cái cây chủ của câu thơ đó sẽ rung lên và phát ra tiếng reo để ngài nhận diện.

Sinh thú vị, nhưng chợt nẩy ra một ý khác, bèn đọc một câu thơ của người khác coi cái cây thơ đó rung động ra sao, nên cao giọng ngâm lên:

- *Chàng Vương quen mặt ra chào*
  Hai Kiều e lệ nép vào dưới hoa.

Đọc vừa dứt, bỗng cây cổ thụ cao lớn xanh mướt hướng tây rùng rùng chuyển động và phát ra âm thanh như tiếng sáo trúc... Thì ra cây đó là cây thơ Nguyễn Du.

Sinh lại đọc tiếp:

- *Áo nàng vàng anh về yêu hoa Cúc*
  Áo nàng xanh anh mến lá sân trường.

Lần này thì ngay bên cạnh, cành lá một cây vạm vỡ vươn cao rùng mình và thoát ra một âm thanh nghe như tiếng sóng, thì ra cây thơ Nguyên Sa.

Lần này Sinh dùng sức bình sinh đọc hai câu thơ của chính mình mà chàng đắc ý nhất. Đọc xong, chả thấy cây cao nào rùng mình, chẳng nghe tiếng động nào vọng đến...

Thi Thánh nhẹ nhàng chỉ ra phía bờ suối. Ra đó Sinh thấy một cái cây cao chừng một thước, cũng có rung, cũng có âm thanh nhưng rung yếu như gió thoảng và âm thanh nhỏ xíu như tiếng muỗi kêu. Trên cây có dăm ba lá xanh, nhiều nhất là lá vàng, và mươi chồi non, chồi nào cũng héo úa không thể phát triển được.

Sinh không hiểu hết ý nghĩa lá cây nên nhờ Thi Thánh giải thích.

- Lá xanh là tác phẩm được một người nào đó đọc và cảm nhận được trọn vẹn ý tình bài thơ. Lá vàng là bài thơ được đọc, được yêu thích nhưng còn chút gì đó người đọc chưa hài lòng, lá úa mục là những lời chê trách chân tình của người đọc lướt qua. Cái nặng nhất là những chồi non mà bị héo khô, đó là những bài nhận định về thơ, viết ra từ sự giả dối, hời hợt có thể vì tình thân nên viết, có thể do nể nang nên viết, có thể do nhận tiền nên viết, những cái đó nếu là những cảm xúc chân thật, nhận xét chuẩn xác thì trở thành cầu nối để người sau đọc và thấu hiểu thơ hơn, thành những chồi non, thêm lá mới, phát triển thành cành thành nhánh cho cây, thì nay lại èo uột, thui chột, héo tàn ngay khi vừa nẩy ra, chẳng những làm cây xấu đi, mà còn cho cây khó phát triển sau này.

Sinh cúi đầu nghĩ ngợi, quay lại thì Thi Thánh đã biến mất hồi nào, Sinh ngoái người tìm quanh, chợt vấp phải gốc cây ngã nhào… và bật tỉnh.

Nhìn lại trên bàn viết, còn đây bài thơ mới viết hôm qua, định gửi đi cho một tờ báo nào đó. Sinh đưa tay vo tròn tờ giấy, liệng thẳng vào thùng rác, Sinh nhủ thầm, đó sẽ là bài thơ cuối cùng.

Chính xác là Bài Thơ Cuối Cùng cho một thời ảo vọng, viết xuống không bằng cảm xúc mà viết như một kỹ năng, viết xuống không phải bằng niềm khao khát thiết tha nào mà chỉ là ham muốn đập cái tên của mình vào mắt mọi người, những bày vẽ, đỏm dáng nhìn lại thấy buồn.

Kể từ ngày mai, Sinh cũng sẽ làm thơ, làm khi có thực sự cảm xúc và nhất là làm vì muốn chiêm nghiệm cho chính mình. Chợt bàng hoàng nhớ lại câu viết của Rainer Maria Rilke trong Mười Bức Thư gửi người Thi Sĩ Trẻ Tuổi: Đừng hỏi ai hết, không một người nào đem đến cho ông lời khuyên giải hay giúp đỡ. Hãy tự hỏi chính ông rằng nếu người ta cấm ông viết, có làm cho ông phải chết đi không? Nhất là, ông hãy tự hỏi vào giây phút thầm lặng nhất trong đêm tối, "Tôi có thực sự cần phải viết hay không?" Nếu ông có thể đối mặt với câu hỏi nghiêm trọng này như thế bằng một câu trả lời dứt khoát giản dị: "Tôi phải viết", nếu có thể trả lời như thế thì ông hãy xây dựng đời ông theo mối nhu cầu tâm tư ấy. Ngay trong những giây phút lạnh nhạt nhất, hoang trống nhất, đời sống của ông phải trở thành dấu hiệu và chứng tích cho lòng khao khát thôi thúc ấy.

Lời sau chót của người kể chuyện: Tôi thực sự không biết rõ là sau Bài Thơ Cuối Cùng của một thời đó, Sinh có còn làm thơ nữa hay không, nhưng tôi thấy chàng vẫn viết miệt mài, và khuôn mặt chàng càng lúc càng sáng rỡ, tươi tỉnh và rất thanh tịnh. Có điều cái bút hiệu ngày xưa nằm đầy trên các truyền thông đó hoàn toàn không xuất hiện trên bất cứ báo đài nào.

Câu tôi tự hỏi là: Một Người làm thơ và yêu thơ từ thời thơ ấu tới già, liệu có thể sống thanh thản nhẹ nhàng và hạnh phúc nếu không được làm thơ nữa hay không? Chắc chắn là không… Nhưng mà phải vậy không ta?

Nguyễn Minh Nữu

Tháng 5/2019

(*) Dựa theo Kiều của Nguyễn Du:
Sen vàng lãng đãng như gần như xa.
Chào mừng đón hỏi dò la:
Đào nguyên lạc lối đâu mà đến đây?

Ngôn Ngữ đã phát hành

Khi Chiều Buông
NGUYỄN DẠ QUỲNH

Tiếng chuông báo hết tiết vang như một khúc nhạc vui. Lớp học đang ngầy ngật ngái ngủ với những triết gia cổ đại chợt xôn xao tỉnh giấc. Thầy Triết ném viên phấn thừa vèo qua cửa sổ chính xác đến nỗi thằng Kiên chúm môi thán phục, nó thử ném mấy lần đều trúng ngay chấn song dội lại đánh cốp. Vậy mới hay, cái chấn song nhỏ xíu mà ông ném trúng, giỏi hơn thầy là cái chắc

- Mây tưng tửng nói, cái mặt vẫn bơ bơ không cười. Kiên giả lả cười với Mây:

- Chiều nay lên Tháp Nhạn chơi đi Mây, rủ cả Châu đi nữa, bày tiệc nhậu nghe!

Mây xốc lại ba lô, gật đầu hờ hững rồi quay người ra khỏi lớp. Mái tóc mượt dài quá lưng ngúng nguẩy như bàn tay nhỏ dịu dàng vẫy gọi làm trái tim Kiên thót lại. Nó lấy tay xoa xoa ngực rồi lắc đầu lia lịa - không có đâu là không có đâu! - nó tự nhủ rồi vội vàng vừa chạy theo bóng Mây vừa nhét cuốn tập cuộn tròn vào túi quần. Ngoài sân, cây phượng già dường như được bao phủ một ánh hào quang đỏ gắt gay của tháng năm đầu hạ. Đám sinh viên vừa ra khỏi lớp thoắt cái đã như bầy chim non táo tác bay về các nẻo đường, nhuộm trắng phố phường bằng sắc áo tinh khôi. Kiên huýt sáo một điệu nhạc vui để cạnh tranh với lũ ve sầu đang ran ran trên những lùm cây. Chợt nó sững lại - bên kia góc sân nhà thờ, Mây đang cúi đầu trước tượng Đức Mẹ, chắp tay lặng buồn. Nó ngẩn người ngắm đôi bàn tay ngoan ngoãn chắp lại ấy, chợt thèm xiết bao được ủ chúng vào những ngón tay vuông vức to bè mà thằng Châu thường trêu là giống mấy cái dùi đục của thợ mộc. Nó thấy đôi bàn tay thuôn mềm của Mây dường như biết nói và đang đắm chìm trong nỗi buồn kỳ lạ. Nó ngó xuống đôi tay mình - dường như chúng cũng đang ngẩn ngơ trong nỗi xao động thầm kín nào đó mà bỗng dưng lóng ngóng vụng về quá đỗi. Kiên lại lắc mạnh đầu, bỏ đi ra phía cổng trường, để lại cô bạn nhỏ tự nhiên cầu nguyện và để lại cả những thoáng rung động lạ lẫm của chính lòng mình mà nó không dám gọi tên.

Ba đứa níu tay nhau leo lên đỉnh núi Nhạn. Chiều, gió tứ bề, gió từ mặt sông Đà thốc lên, gió từ cửa biển thổi ngược về, nghịch ngợm xoáy mái tóc Mây thành một mớ tơ rối bời quất vào mặt hai đứa bạn nghe ran rát buồn buồn. Thằng Châu cằn nhằn:

- Bà cắt tóc ngắn đi Mây, nhìn tóc bà nhiều khi đầu tui ... ngứa quá!

Thằng Kiên sửng cồ:

- Mày vô duyên vừa thôi, làm ơn tối về gội đầu, xả sạch là khỏi ngứa thôi. Còn nếu không, tao cho mượn năm chục ngàn ra tiệm.

- Chi vậy?

- Cạo trọc chứ chi, đầu mày ngứa là vì có cả một đám ký sinh trùng có tên là người-yêu-của-Nở trú ngụ trên đó, liên quan gì đến tóc nhỏ Mây!

Thằng Châu vò đầu, cười khì. Nó chọc nhỏ Mây theo thói quen... cà khịa vốn có, chứ thiệt tình nó mê mái tóc nhỏ này đến độ thầm lặng sáng tác bao nhiêu bài thơ đem nhét kỹ dưới gối, sợ thằng bạn tai ác của mình đọc lén, chắc nó sẽ chết sặc vì cười. Tóc Mây mỗi ngày một dài, tập thơ của nó mỗi ngày một dày, khả năng bày tỏ nỗi lòng với Mây mỗi ngày một ít trong khi khả năng trở thành thi sĩ mỗi ngày một... hiện thực.

Mây quấn tóc thành búi cao rồi trải tấm ny-lông dưới lùm cây nở đầy những bông hoa tim tím. Hai đứa con trai tạm dừng cuộc khẩu chiến, bày ra mở bánh mì, thịt nguội, trái cây, mấy gói *snack*, con mực khô đã nướng sẵn và một chai Hennessy. Mây cười:

- Ở đâu ông có chai rượu này vậy Châu?

Châu lại gãi đầu:

- Của bá tánh thôi mà, bà thắc mắc chi?

Thằng Kiên lại xía vô:

- Của bá tánh hay của anh Hiếu? Hồi nãy tao tới chờ mày, nghe ổng cần nhằn là đứa nào cuỗm mất một chai trong cặp rượu ổng định đem kính biếu ông già vợ?

Châu xoa xoa mũi, ngượng ngùng:

- Thì ổng chính là... bá tánh chứ còn ai nữa.

Mây lắc đầu:

- Ông vẫn chứng nào tật nấy nha, làm tụi tui mang tiếng lây.

- Ổng không biết đâu, của ổng cũng là của... bá tánh kính biếu thôi. Mình coi như chịu thiệt thời mang tiếng để chứng giám giùm cho lòng thành của bọn họ vậy - thằng Châu trấn an hai đứa bạn bằng câu nói ngang phè thường lệ.

Chiều xuống chậm trên đỉnh Tháp. Những ngọn đèn bắt đầu nhấp nháy. Lũ dơi hoàng hôn bay chập choạng. Chai rượu cạn dần, nỗi buồn dâng cao. Châu hình như say, kéo chân Kiên ra gối đầu nằm khe khẽ hát, rồi há hốc miệng ngáy khò khò. Kiên nhăn mặt thò tay bịt mũi Châu làm tiếng ngáy nín bặt, nó trở mình chép chép miệng rồi nằm im. Mây không biết uống, chỉ lặng lẽ mỉm cười, khoanh chân ngồi nhìn hai đứa bạn thân, đôi môi hồng hồng chúm lại nhay nhay nhè nhẹ một sợi mực khô bé xíu. Mắt Mây dường như trĩu nước. Thằng Kiên dừng chung rượu lưng chừng, nó như thấy có bóng những đốm hoa tím cùng với những ngọn đèn của tháp Nhạn lấp láy trong mắt cô bạn.

- Mây có chuyện gì phải không?

- Không, Mây bình thường, Kiên say rồi hả?

Kiên lắc đầu, đặt chung rượu còn đầy nguyên xuống đất, nó chậm rãi:

- Tối qua, Kiên thấy đèn phòng trọ của Mây sáng mà Mây thì đi vào ký túc xá ngủ. Có chuyện gì vậy?

Mây cười:

- Đừng hỏi - nếu không muốn nghe lời nói dối!

Kiên yên lặng. Hồi lâu nó nhẹ nhàng đặt đầu Châu gối lên chiếc áo gió cuộn tròn, lấy thêm chiếc áo khoác của mình đắp cho bạn rồi đứng dậy đến bên lan can tựa vào ngó mênh mông ra hướng cửa biển. Mây đi theo, dịu dàng:

- Kiên giận Mây?

- Không!

- Vậy tốt đó! Tưởng giận, cho giận luôn, đáng đời hết tật tò mò...

Rồi Mây cười phá lên, giọng cười trong trẻo như những viên ngọc vỡ. Những viên ngọc lấp lánh, lanh canh, lanh canh trong chiếc ly pha lê mỏng mảnh - Kiên vẫn hình dung như thế. Kiên và Châu thân thiết nhau từ ngày học chung mẫu giáo, thường xuyên cấu chí nhau trong lớp học, bị cô giáo phạt, nhưng vẫn là cặp bài trùng thân thiết mãi đến năm lớp mười hai rồi cùng rủ nhau thi vào chung một trường cao đẳng. Ngày đầu tiên nhập học, hai đứa bắt gặp một con nhóc lạ hoắc lạ hươ ngơ ngơ ngác ngác trước sân ga, ba lô trĩu nặng trên đôi vai mảnh khảnh. Con nhóc có cặp mắt buồn thắm và cái miệng nghịch ngợm, mái tóc thì trên cả tuyệt vời, như bước ra từ đoạn phim quảng cáo SunSilk bồ kết - thằng Châu nhận xét và lần đầu tiên Kiên tán đồng ngay với bạn. Mây từ Sài Gòn ra đây trọ học, đi ngược với dòng sinh viên từ các tỉnh xa đổ về Sài Gòn, đó là điều kỳ lạ mà suốt hai năm làm bạn, thằng Kiên vẫn ngầm tìm hiểu mà chưa ra được lời giải đáp thỏa đáng. Mây thông minh, ngoan ngoãn, luôn đứng đầu lớp, được thầy cô và các bạn thương mến. Hòa đồng và bí ẩn, nghịch ngợm và suy tư, gai góc và dịu dàng là những cặp tính từ đối kháng tụi nó thường nghĩ về cô bạn thân. Ba đứa như ba chàng ngự lâm pháo thủ, nói theo kiểu thằng Châu thì là Đào Viên kết nghĩa. Tụi nó đương nhiên không dám cắt máu nên đã cùng nhau cắt... bánh bông lan ăn thề kết nghĩa huynh đệ chi giao trong một buổi chiều bên Tháp Nhạn cách đây hai năm. Từ đó, mỗi chiều thứ bảy, cả nhóm lại tụ tập đi chơi, có khi lên đỉnh núi bày tiệc nhậu, có khi kéo nhau đi bộ đến tận cửa biển, ngồi vắt vẻo trên bờ kè, co ro trong gió lộng. Cũng có khi, kéo nhau vô rạp Hưng Đạo coi phim hài Hàn Quốc rồi cười nghiêng ngả. Nhiều lần, phóng xe cùng nhau đi *picnic* tận Gành Đá Đĩa, hoặc lang thang chụp hình trong ngôi nhà thờ cổ Mằng Lăng rêu phong cũ kỹ, hoặc cùng đùa giỡn với sóng biển Long Thủy. Mây hồn nhiên đi chơi cùng tụi nó, câu giao hẹn ngày kết bái chi giao "chơi với Mây nhưng tuyệt đối không được ... yêu Mây" như một *barrier* vô hình mà bền vững giữ tụi nó cân bằng trong tình bạn tuyệt vời. Rất nhiều lần, Kiên đã vuốt nhẹ lên lồng ngực, dỗ cho con tim mình ngoan ngoãn đập đều. Vậy mà, đêm nay, đứng bên Mây, nó dường như nghe trái tim hụt đi mấy nhịp khi nghe tiếng ngọc vỡ trong trẻo quen thuộc. Tự nhiên, nó nổi khùng:

- Vô duyên, làm ơn đừng cười nữa được không?

Trong bóng đêm, đôi mắt Mây dường như to hơn, lấp lánh, lấp lánh, tiếng ngọc khua đột ngột dừng bặt rồi lại vang lên giòn giã hơn:

- Kiên khùng hả?

Bất ngờ, Kiên quay sang ôm chặt Mây, áp gương mặt nóng bừng vào mớ tóc mát lạnh sương đêm. Nó bàng hoàng nghẹn thở trong làn hương vừa quen vừa lạ ngan ngát không gian. Vẳng trong tiềm thức dường như có tiếng hát ru của mẹ, có mùi cỏ non thơm mát thanh tân như những ngày trốn học chạy ra đồng bắt dế rồi vùi mình lên cỏ ngủ ngon lành. Mây ngạc nhiên đứng yên vài giây rồi vùng ra, nhìn thẳng vào gương mặt đỏ bừng của Kiên, ánh mắt thoắt bỗng giá băng, xanh biếc như hai vì sao mọc sớm trên bầu trời. Nó quay lưng lầm lũi xuống núi, bước chân chậm rãi trĩu buồn, nét mặt chợt như cánh cửa đóng kín thờ ơ, vô cảm.

Kiên đứng sững hồi lâu, đôi vai chùng xuống bất động. Hình như nó vừa làm rơi chiếc bình pha lê trân quý bấy lâu vẫn nâng niu gìn giữ. Có một giọt mặn rớt xuống môi nó tanh tanh khi nắm đấm của thằng Châu từ đâu đó bất ngờ tung thẳng vào mặt nó. Hai thằng túm lấy nhau lăn lộn trên sân tháp, đá nhọn cứa vào người mà chẳng thấy đau, chỉ có nỗi đau nhức nhối ở đâu từ gan ruột, bất giác làm cả hai rời rã tay chân, không thiết đánh nhau nữa. Trên cao, đã có nhiều vì sao nhấp nháy mỉm cười vô tư. Gió càng lúc càng thổi lộng, rít lên từng hồi buồn bã trên những lùm cây lưng chừng núi. Lần đầu tiên trong cuộc đời, Kiên biết là nước mắt có vị mặn và nỗi buồn thì vô sắc như bóng đêm.

Nguyễn Dạ Quỳnh

tranh Đinh Cường

Thiên Bắc Phương
HOÀNG LỘC

ta đã chẳng vì ai buồn tới vậy
ngọn tre khô vừa tránh lũ chim chuyền
em biển bắc gió trời chưa ngớt thổi
mà tấm lòng như đã dạt về nam

tóc Hà Nội không dưng lừng sông phố
một chiều bay và cứ những chiều bay
ta sửng sốt một mình ta cổ độ
khi bất ngờ nghe sóng lớn Hồ Tây…

em gái bắc vừa rời xa biển bắc
về phương nam lòng dạ rất ai hoài
môi em đỏ và mấy tầng mắt biếc
để thêm lần ta được hóa con trai

ơn em gửi ta những ngày tưởng vọng
mỹ nhân hề - mỹ nhân thiên bắc phương
em đã lại mở ra chiều biển động
để trong ta sóng trắng những cơn buồn.

Hoàng Lộc | 2019

Tay Xuôi
LÊ KIM THƯỢNG

1.

Quê nhà tha thiết bao tình
Bâng khuâng thương nhớ, mơ hình bóng xa...
Đưa tay ngắt giọt nắng tà
Nghe thơm hương đất, hương nhà lâng lâng

Chùa quê vọng tiếng chuông ngân
Tiếng xa tha thiết, tiếng gần đầy vơi
Tiếng con Cúm Núm sầu đời
Tiếng con Tu Hú rơi rơi âm thừa

Cành tre ru nhịp võng xưa
Tiếng Ve mùa phượng xa đưa nao lòng...
Rạ thơm hương khói đốt đồng
Cay cay trong mắt, nồng nồng thiết tha

Sông dài chở nặng phù sa
Bóng dừa rợp mát, chiều qua nhẹ nhàng...
Nắng vương mấy đụn rơm vàng
Lam lam khói bếp, dịu dàng chen đua

Cơm chiều, bông súng canh chua
Cà xanh, mắm ruột, gạo mùa lúa thơm
Trọn đời, trọn Kiếp Rạ Rơm
Mồ hôi đổ xuống bát cơm ngọt bùi...

2.

Tuồng xưa, tích cũ ngậm ngùi
Điêu tàn gánh hát, dập vùi áo xiêm
Một vầng trăng khuyết lưỡi liềm
Nhớ quê mòn mỏi, nỗi niềm chênh chông...

Mái chèo thả sóng trôi sông
Đò côi, bến chiếc, người không quay về
Đêm đêm, tan bóng trăng quê
Tre gầy rũ bóng ngủ mê gió đùa

Cuối đời, trời đã chuyển mùa
Thương ta chiếc lá già nua quan hà
Nhìn mình, tóc bạc sương sa
Mỗi mùa, mỗi một trời xa, đất gần

Nhìn trời "Thiên tải... Bạch vân..."
Một người, một bóng phong trần hôm mai
Nhớ quê, biết tỏ cùng ai
Sợi thương, sợi nhớ vắn dài đan xen

Một đời cam chịu thành quen
Nhang tàn, nến lụn, ánh đèn chơi vơi
Tay xuôi, mắt nhắm bên đời
"Hà nhân... Thiên hạ..." khóc người yêu thơ...

Lê Kim Thượng
Nha Trang, tháng 08. 2019

Đêm Qua Cầu Vàm Cống
TRẦN ĐỨC PHỔ

Tôi về ngang qua Vàm Cống
Còn đêm sông Hậu một mình
Phà – nay im lìm bến vắng
Qua cầu đèn sáng lung linh

Tôi về qua miền ký ức
Dòng sông và những chuyến phà
Đêm còn mình tôi thao thức
Nghe như gần quãng đường xa

Đêm qua hai bờ sông Hậu
Ngỡ còn nghe tiếng còi phà
Trăm năm sông dài, bến cũ
Đôi bờ bao chuyến người qua?

Trăm năm tình sông thuở ấy
Ai qua cầu có bồi hồi?
Trăm năm – người ơi có thấy
Sông buồn đêm lặng lẽ trôi…

Đêm về qua cầu Vàm Cống
Bâng khuâng nhớ những chuyến phà
Gió về lao xao mặt sóng
Sông còn bến vắng, ai qua?

Trần Đức Phổ | 05/2019

Bến Lỡ
DƯ MỸ

Từ em bỏ bến sông dài
Cồn hoang bãi vắng vàng phai bóng chiều
Còn ai gõ cửa tình yêu
Cho ta ấp ủ ít nhiều đam mê.

Trăng vàng trải lụa sông quê
Điệu hò sông nước đê mê cõi hồn
Tạ từ còn dấu môi hôn
Biết trăm năm nữa có còn nhớ nhau.

Sông đời ai biết nông sâu
Bến đời ai biết nơi nào đục trong
Em theo con nước xuôi dòng
Ta đứng nhìn sáo sang sông không về.

Em đi mang theo câu thề
Ta ôm thương nhớ vỗ về cơn đau
Đành thôi như nước qua cầu
Tình ta gửi sóng bạc đầu trôi xa.

Dư Mỹ | 2019

Năng Rổn Rảng
HUỲNH MINH LỆ

khi tôi bị bệnh thập tử nhứt sinh
tôi được vợ tôi đưa đến một bệnh viện lớn của thành phố
người bác sĩ tên hồng mà tôi còn nhớ rõ dù đã hơn ba mươi năm qua
không nhìn mặt tôi và hất hàm hỏi tôi làm nghề gì
tôi nói tôi đi dạy
hồng liền hỏi tôi với vẻ mặt khinh khỉnh
dạy mẫu giáo hả?
(tôi là đàn ông)
tôi đã biết căn cước của hồng khi hồng mở miệng
tôi đã thấy những người có cùng căn cước với hồng đầy rẫy
từ quê đến thành phố
họ nói năng rổn rảng và khinh khỉnh

Huỳnh Minh Lệ | 07.07.2019

Tiếng Đàn Đá Trên Đỉnh Sơn Trà
NGUYỄN AN BÌNH

Đạt vội vàng xuống núi, anh không thể chờ đợi thời khắc đẹp hơn để chụp cảnh hoàng hôn trên đỉnh Sơn Trà được nữa. Mây đen đã bắt đầu quần tụ kéo tới xám xịt mỗi lúc một dày thêm trên bầu trời. Gió từ phía biển u u thổi càng lúc càng mạnh vào vách núi, anh nghĩ chắc có khi mình không kịp xuống triền núi về phía cây đa ngàn tuổi nơi có con đường nhỏ đưa anh xuống núi nơi có cái quán nước nhỏ của người dân bản địa mà anh thường ghé gởi chiếc xe máy cà tàng mỗi khi cuốc bộ lên núi lần theo bước chân của đàn voọc chà vá chân nâu hay các loài hoa, bướm đẹp để chụp ảnh. Mưa bắt đầu trút xuống, anh chạy nhanh đến một lùm cây lấy vội bộ quần áo đi mưa trùm vào người sau khi cẩn thận dùng túi ny-lông bao túi da đựng máy ảnh tác nghiệp. Đạt không phải là tay săn ảnh chuyên nghiệp cũng không phải là phượt thủ nhà nghề nhưng anh lại có một tình yêu bất tận với Sơn Trà, ngọn núi được mệnh danh là "mắt thần Đông Dương", lá phổi xanh của Đà Nẵng, yêu quý đàn voọc chà vá chân nâu loài linh trưởng kỳ lạ có một không hai trên bán đảo này cũng như trên thế giới, người ta gọi chúng là nữ hoàng linh trưởng vì bộ lông có một không hai tuyệt đẹp của chúng khi anh tham gia dự án bảo tồn Khu dự trữ sinh quyển thế giới Hải Vân – Sơn Trà. Nếu ai đã từng đi núi gặp phải cơn mưa rừng mới thấy hết cái dữ dội hung dữ của nó. Nó đến rất nhanh không kịp trở tay, có thể ào ạt chớp nhoáng rồi nhanh chóng đi qua như người khách lạ, có lúc lại dai dẳng nhiều ngày như một kẻ thù truyền kiếp đeo bám không rời. Tiếng mưa rào rạt đập vào các thân cây cành lá nghiêng ngả tạo nên những cơn dư chấn *domino* khiến người lạc trong núi phải khiếp vía. Trên độ cao hơn ngàn mét thần gió mặc sức hoành hành, những đám mây xám từ biển cứ ồ ạt kéo về, nước từ trên đỉnh núi theo các khe suối nhỏ ào ạt trôi băng băng xuống triền dốc như cơn lũ dữ. Ngày thường đó là những con suối nhỏ hiền hòa, nước trong veo tận đáy, có thể thấy cả đàn cá nhiều màu sắc lội nhởn nhơ, tung tăng một cách thong dong tự tại, bây giờ nó như trở thành con sông, đục ngầu sôi réo điên cuồng cuốn theo bao đá sỏi, nhánh cây khô, lá rừng mục rửa. Đạt chật vật lắm mới leo xuống một triền núi thấp hơn. Trong thời tiết bình thường chàng có thể xuống núi dễ dàng nhờ hướng mặt trời và tàng cây đa ngàn tuổi nhô hẳn lên nền trời xanh nhưng trong đám mưa gió phũ phàng thì định hướng đó không giúp ích gì cho anh lúc này cả, anh phải vận dụng mọi giác quan để tìm hướng đi, anh thầm nghĩ nếu mưa dai dẳng như thế này có lẽ anh ngủ lại rừng mất thôi.

Bóng tối như đồng lõa với cơn mưa rừng dai dẳng nên Đạt rất khó khăn di chuyển, chiếc đèn pin anh mang theo lấp loáng ánh sáng chỉ ở một biên độ rất gần, Đạt chật vật bám vào một nhánh rễ cây lộ ra mặt đất lần xuống một chỗ thấp lại rơi vào một tình thế khó xử. Dòng suối nhỏ thường ngày anh băng qua rất dễ, chỉ cần anh nhón chân qua những phiến đá nhô lên giữa dòng suối là có thể qua khỏi để tìm đường xuống núi thì giờ đây nó biến thành dòng sông rộng, nước nguồn đổ ào ạt xuống đục ngầu không làm thế nào qua được, nếu cố tìm cách vượt qua không khéo bị dòng nước dữ cuốn phăng đi thì nguy mất, có lẽ phải tìm một hốc núi hay bụi cây rậm nào đó trú qua đêm thôi. Trong lúc tiến thoái lưỡng nan, bên tai Đạt hình như nghe có tiếng đàn khi xa khi gần hòa lẫn trong tiếng mưa gió núi rừng hoang dã, âm thanh phát ra từ hướng tay trái thì phải, anh đưa mắt hướng về nơi phát ra cái âm thanh lạ lùng đó. Trong màn mưa Đạt thấy hình như có ánh lửa chập chờn khi ẩn khi hiện. Anh chặc lưỡi, ở lại đây cũng đói rét thôi thì cứ phăng theo ngọn lửa, âm thanh phát ra từ tiếng đàn may ra có người sống ở đó mình cũng có thể tạm yên đêm nay. Vừa nghĩ bước chân của anh cũng lần bước theo. Cây cối rậm rạp, đá núi chập chùng nhưng nhờ có ngọn đèn pin nên anh cũng vượt qua. Càng đến gần nơi phát ra tiếng đàn, anh nhận ra đúng là có một căn nhà gỗ nhỏ lúp xúp được dựng trên một nền đá núi khá bằng phẳng, ánh lửa cũng phát ra từ đó. Mừng quá anh đi nhanh về phía căn nhà.

Ngập ngừng giây lát anh đưa tay gõ cửa. Tiếng đàn im bặt. Có tiếng người con gái vọng ra phía sau liếp cửa:

- Ai ở ngoài đó thế? Đêm hôm khuya khoắt sao có mặt ở nơi rừng núi hoang dã thế nầy?

Câu trả lời của Đạt run run vì lạnh:

- Tôi là người chụp ảnh thiên nhiên trên Sơn Trà. Mưa to chẳng may xuống núi không kịp xin chủ nhân cho tá túc qua cơn mưa.

- Nhà vắng người, chắc không tiện cho khách lưu trú đâu.

Đạt nói khẩn khoản:

- Tôi chỉ là người lỡ đường, xin tạm nghỉ qua đêm không có ý xấu đâu. Xin cô đừng ngại.

Một chút im lặng, Đạt nghe có tiếng chân người rồi liếp cửa hé mở, tiếng người con gái nói:

- Ông vào đi, kẻo lạnh.

Chàng trai lách người qua liếp cửa bước vào trong, ánh lửa bập bùng trên sàn bếp làm chàng cảm thấy ấm áp. Cô gái nhìn anh nói:

- Ông bỏ áo mưa ra đi, ngồi sưởi bên bếp lửa kẻo lạnh.

Đạt ngoan ngoãn nghe lời cô gái như một đứa trẻ. Anh hơ hai bàn tay lên ngọn lửa hồng, chốc chốc xoa vào hai má. Cái ấm áp của ngọn lửa trong căn nhà nhỏ làm anh có cảm giác dễ chịu. Anh đưa mắt nhìn quanh, dưới ánh sáng bập bùng của ngọn lửa ngôi nhà được bày trí thật đơn sơ, ở một góc nhà có cái gùi dùng để đi rừng, một đống khoai củ, trên giàn treo mấy chùm ngô đã khô vỏ, trước mặt chàng là một cô gái còn rất trẻ khoảng độ mười tám hai mươi thì phải, có mái tóc mượt dài, khuôn mặt trái xoan xinh xắn, đôi mắt đen lay láy đầy nét liêu trai, Đạt chợt giật mình nghĩ đến chuyện hồ ly của Bồ Tùng

Linh mà anh đã từng đọc. Thấy dáng vẻ không được tự nhiên lắm của Đạt, cô gái nói:

- Hình như ông sợ?

Đạt giật mình vì cô gái đoán đúng suy nghĩ của mình. Chuyện ma quái kỳ lạ trên ngọn núi thiêng anh từng được nghe qua. Nào là có người ban đêm trên đường xuống núi gặp một tốp trẻ con còn lang thang, anh ta xuống núi rồi mà không an tâm về bọn trẻ nên quay trở lên gặp một đôi thanh niên nam nữ chạy ngược chiều xuống hỏi thăm họ bảo không thấy rồi tình nguyện cùng anh lên núi tìm bọn trẻ, anh ta chạy theo lên lưng chừng núi gần ngã ba có vực sâu họ cũng biến mất nốt làm anh hoảng hốt quay trở lại, sau đó lập một trang miếu nhỏ hương khói nơi đó, rồi những nấm đất nho nhỏ tự nhiên mọc lên trên đường lên núi, người ta đồn đoán rằng có những cặp tình nhân vụng trộm lén lút chôn cất thai nhi, những linh hồn nhỏ bé ấy không được siêu thoát nên cứ lẩn khuất ở chốn núi non hoang lạnh này mãi làm ai cũng e ngại không ai dám ở lại núi lâu hơn khi màn đêm buông xuống, còn về chuyện ma nữ xuất hiện hại người thì anh chưa từng được nghe kể. Tuy có hơi ngán ngại nhưng anh làm ra vẻ cứng cỏi:

- Sao tôi lại sợ? Sợ gì kia chứ?

- Sợ ma. Sợ hồ ly. Rừng sâu núi thẳm không một người ở, ma cỏ đầy rẫy ông không thấy sợ sao?

- Tôi không làm điều gì ác sao phải sợ?

- Ông không làm điều ác nhưng loài người các ông làm điều ác thì sao?

- Nè cô gái, việc ai làm nấy chịu, liên quan gì nhau đâu?

Cô gái phì cười, đôi môi như đóa hoa hàm tiếu vừa nở:

- Hỏi vui chút xíu cũng giận được nữa sao?

Đạt lòng cũng dịu lại, đúng là mình giận vô cớ thật, anh chuyển qua chuyện khác:

- Thế cô ở một mình không sợ à?

Cô gái nhìn Đạt, cái nhìn tinh ranh làm anh chột dạ:

- Sợ gì?

- Sợ thú dữ, sợ ăn cướp.

- Cha con tôi ở trên núi bao nhiêu năm có thấy gì đâu?

- Ồ! Thế cô còn có ông cụ à? Sao tôi không thấy ông ấy đâu cả?

- Tôi chưa nói với ông đó thôi. Cha tôi qua bên kia núi trị bệnh cho người quen, gặp mưa chắc không về kịp.

Đạt nhìn cô gái, ánh mắt cảm thấy như gặp ở đâu, anh mạnh dạn hỏi:

- Cô có thể cho biết tên được không?

- Em tên Linh Nhi. Còn anh?

- Tên dễ thương và đẹp quá. Còn anh Đạt.

- Sao gia đình em không xuống chân núi mà ở, sống trên đây chi hiu quạnh vậy?

Cô gái nhìn vào khoảng không:

- Cha em nói con người không ai tốt cả, nên ở xa họ càng xa càng tốt đó thôi.

Đạt phản đối ý kiến đó:

- Đâu phải người nào cũng xấu hết cả đâu em.

- Em cũng biết thế. Nhưng cha già rồi em phải theo đỡ đần cho cha chứ bỏ đi đâu được.

Linh Nhi vừa nói vừa lấy cây que cời lửa trên bếp, lôi ra mấy củ khoai còn bám tro bếp, đặt trên tấm lá chuối trước mặt anh:

- Anh Đạt chắc đói rồi, nhà chỉ có khoai thôi.

Đạt xuýt xoa:

- Được vậy tốt quá. Đêm mưa lạnh mà được Linh Nhi cho ăn khoai nóng thì còn gì bằng.

Đạt bẻ đôi củ khoai, hơi nóng từ củ khoai tỏa ra thơm phức, anh vừa ăn vừa nhìn xung quanh, chợt nhận ra gần đó có một khung gỗ, trên đặt những thanh đá dài ngắn khác nhau, anh đoán đó là bộ đàn đá mà cô gái vừa đánh ban nãy, anh hỏi Linh Chi:

- Âm thanh tiếng đàn anh nghe ở xa chắc phát ra từ bộ đàn này phải không?

Linh Nhi khẽ gật đầu, nàng nói:

- Ở núi buồn lắm, mỗi lần ra suối lấy nước, nghe âm thanh dòng nước dội vào bờ đá nghe vui tai nên em nhặt về gõ thử lâu ngày thành quen.

- Anh nghe hay lắm mà.

- Nếu anh thích em đánh lại cho anh nghe nhé.

Không đợi chàng trai trả lời, Linh Nhi bước tới bộ đàn đá, hai bàn tay nhẹ nhàng uyển chuyển đánh thanh gõ lên từng phiến đá, âm thanh một lần nữa phát ra làm Đạt như chìm đắm vào âm thanh của núi rừng, có tiếng chim hót vang lên buổi sớm, tiếng lá rì rào xôn xao trong cái nắng ban mai hay khi chiều xuống, có tiếng sóng biển từ xa đưa về, tiếng côn trùng hòa tấu những lúc đêm trăng lên, tiếng gió mưa ào ạt, tiếng bão dông cuồng nộ, tiếng thiết tha gọi tình của chim muông vào mùa sinh sản, tất cả tạo thành một bản trường ca thiên nhiên tuôn trào bất tận. Đạt khẽ bước lại gần cô gái, nhìn đắm đuối vào gương mặt thanh tú của Linh Nhi. Linh Nhi ngừng gõ, ánh mắt cô dịu dàng nhìn anh chờ đợi. Đạt cúi xuống hôn lên tóc, má cô, rồi môi tìm môi. Đạt cảm thấy cả hương núi rừng từ trong người cô gái tỏa ra làm anh ngất ngây. Cả hai thân thể quấn quýt tìm lấy nhau nồng ấm trong đêm mưa rừng ẩm ướt lạnh lẽo. Ngọn lửa chập chờn trong đêm khuya tàn lụi dần, thời gian phút chốc như ngừng lại.

Ngoài kia mưa đã tạnh tự bao giờ, ánh trăng hạ huyền lừng lững treo trên cao đã lâu, một vài tiếng chim ăn đêm bay qua để lại một chút âm thanh xao động của núi rừng.

***

Đạt tỉnh giấc bởi tiếng gà rừng gáy vang một góc núi và tiếng chim hót trên các cành cây đón chào một ngày mới, anh đưa tay sang bên cạnh để tìm Linh Nhi nhưng tay chỉ đụng phải đám cỏ khô lạo xạo, anh mở mắt nhìn sang không thấy cô gái đâu, đệm cỏ vẫn còn hơi ấm chứng tỏ Linh Nhi rời chỗ ngủ không bao lâu. Đưa mắt nhìn xung quanh anh ngạc nhiên: Mình đang nằm trên một vạt cỏ khô chứ không phải là vạt tre nệm cỏ cao ráo, chỗ mình ngủ đêm qua không phải là gian nhà gỗ mà là một hốc núi nhưng bếp lửa vẫn còn vương vất chút khói bảng lảng bay lên. Đang ngơ ngác tay chàng chạm phải một tờ giấy có mấy lời sau:

Anh Đạt. Khi anh thức giấc là Linh Nhi đã đi xa rồi, duyên kỳ ngộ của chúng ta chắc chỉ có một đêm thôi. Chắc anh còn nhớ vào mấy tháng trước có lần anh vào rừng săn ảnh nghe tiếng kêu thảm thiết của một con voọc chà vá chân nâu, loài linh trưởng mà các thợ săn luôn truy bắt để mua bán làm thuốc, mắc bẫy của bọn thợ săn, anh đã cứu thoát nó khỏi bàn tay tàn bạo của họ. Con linh trưởng đó là em. Cảm cái ân tình đó của anh em đã dùng tiếng đàn đá lưu anh lại trong đêm mưa gió trên đỉnh Sơn Trà để trả ơn. Anh đừng tìm em làm gì, em đã cùng cha và nhiều đồng loại khác tiến sâu vào đại ngàn hơn nữa để tránh sự truy bức của loài người. Họ là ai và họ có quyền gì mà sát hại bọn em như thế, phải chăng để thỏa mãn những khát vọng và lòng tham lam không đáy? Núi rừng ngày càng thu hẹp, chúng em không còn đất sống phải bỏ chốn tai ương nầy càng xa càng tốt thôi. Có một ngày nào đó ngọn núi thiêng nầy sẽ chỉ còn trơ lại núi đá trọc nham nhở. Rừng khô suối độc sẽ tàn phá tất cả, con người rồi sẽ phải trả giá cho những hành động nông nổi tham lam của mình mà thôi. Anh đừng tìm em, em đã đi rất xa nơi không có dấu chân người hoặc có thể một ngày nào đó có thể em lại sa vào tay của một tên thợ săn khát máu khác, cuộc đời thật quá buồn.

Hãy xem buổi gặp gỡ đêm qua là một kỷ niệm đẹp trong cuộc đời của anh, anh nhé.

Linh Nhi

Đạt thẫn thờ một lúc lâu, anh hiểu vì sao đôi mắt của Linh Nhi anh nhìn sao thấy quen quá, đúng là cặp mắt biết ơn của cô voọc chà vá chân nâu, nữ hoàng linh trưởng nhìn anh rất lâu trước khi trở về với đại ngàn khi anh giải thoát khỏi cái bẫy của người thợ săn. Đêm ân ái phải chăng là một giấc mơ thật đẹp của đời anh nhưng giấc mơ đó có trở lại với anh lần nữa hay không thì thật là điều khó xảy ra nữa rồi.

Đạt buồn bã xuống núi. Cây rừng còn ẩm ướt mưa đêm, khi băng qua suối Đá, bên những cây sim rừng trổ đầy hoa tím, một đàn bướm đủ màu sắc, anh nhận ra có nhiều loài bướm đẹp đặc trưng của Sơn Trà như bướm phượng đuôi kiếm, bướm phượng đốm vàng, bướm phượng đen đuôi vàng… bay hàng đàn theo bước chân anh như tiễn anh xuống núi giống như ngày xưa các nàng tiên nữ tiễn đưa Lưu Thần và Nguyễn Triệu về trần gian vậy.

***

- Anh nhà báo nói người dân mình không đủ chứng cứ tố cáo, phản biện bọn cậy quyền coi thường pháp luật nhằm băm nát ngọn núi thiêng này sao? Nhà báo nên nhớ Sơn Trà ngàn đời là báu vật của thiên nhiên ban tặng người dân Đà Nẵng cho đất nước này. Thần rừng thần núi hay thần nanh đỏ mỏ sẽ không dung thứ cho những kẻ nào đụng chạm đến ngọn núi thiêng, không vặn cổ bẻ họng bọn chúng thì chúng cũng chết bất đắc kỳ tử hay sa vào vòng tù tội thân bại danh liệt, con cháu đời đời không thể nào ngóc đầu lên được. Còn bằng chứng phản biện xã hội ư? Bằng chứng là 10.000 chữ ký của nhân dân cả nước phản đối việc xây dựng băm nát Sơn Trà, rồi sự phản biện vào cuộc của nhiều nhà khoa học, hiệp hội đoàn thể báo chí. Kẻ ác cũng phải chùn tay nao núng thôi.

- Ồ! Nhà báo đừng nói thế, tôi biết anh là một trong nhiều nhà báo nhiệt tình, có cái tâm có lòng dũng cảm viết bài đấu tranh cho sự tồn vong của Sơn Trà, lá phổi xanh của thành phố. Chỉ sợ sự đấu tranh đó gặp sự vô cảm, thiếu hiểu biết thậm chí gian tham dùng quyền lực vô hiệu hóa đi thì sự đấu tranh chìm trong quên lãng, hay chỉ còn là một đốm lửa lẻ loi heo hút giữa đại ngàn thì thật đáng buồn biết bao.

- À! Nhà báo không tin làm gì có chuyện liêu trai giữa đời thường sao? Ban đầu tôi cũng nghĩ vậy nhưng đó là một thực thể tôi không thể chứng minh dù cả trong giấc mơ cũng chưa chắc gặp được. Tôi thề với nhà báo là tôi có thể đánh đổi cả ngai vàng và đất nước nếu tôi là vua để đổi lấy một cuộc đời bình dị giữa núi rừng với Linh Nhi, tôi không cần biết nàng là ma nữ hay loài hồ ly yêu quái gì hiện thân miễn nàng yêu tôi là được. Sao cuộc đời ta cứ mãi chạy theo tiền bạc, tranh quyền đoạt lợi cuối cùng được gì chứ chẳng qua cũng chỉ là nấm cỏ khâu xanh rì? Chi bằng sống những ngày tháng thong dong tự tại bên cạnh người mình yêu là thỏa chí một kiếp nhân sinh rồi phải không?

- Nhà báo hỏi từ đêm gặp gỡ ấy đến nay tôi có gặp lại Linh Nhi lần nào không? Hai mươi năm trôi qua tôi mong gặp lại nàng từng ngày từng giờ nhưng đó chỉ là bọt nước đầu gành cửa biển chiều hôm. Hạnh phúc đời người mong manh quá, mặc dù nhiều lần tôi đã trở lại đỉnh núi xưa, trong những đêm mưa gió bão bùng, căng tai căng mắt mong thấy được ngọn lửa ấm áp chập chờn như ma trơi kia, mong nghe lại tiếng đàn đá năm nào, mong tìm lại dấu chân của nàng nhưng chỉ là bóng chim tăm cá. Có lẽ nàng và đồng loại nàng đã thật sự bỏ chốn cũ rời đi thật xa giữa chốn đại ngàn bao la tìm chốn an bình hơn trước cơn lốc hủy diệt tàn bạo của loài người, môi trường sống càng thu hẹp dần hoặc có thể xảy ra điều gì xấu hơn với nàng một lần nữa, nếu thế lần nầy nàng không thể thoát khỏi tai kiếp của loài linh trưởng khi những bẫy rập của lũ thợ săn giăng sẵn khắp nơi trong từng ngõ ngách của Sơn Trà. Trong thâm tâm tôi hy vọng nàng luôn an bình, sống tốt lẩn khuất đâu đó trên những ngọn núi cao không có dấu chân người. Hơn hai mươi năm qua hy vọng của tôi ngày một vơi dần với nỗi ngóng trông vô vọng nhưng tôi vẫn chờ.

Người đàn ông trung niên tóc đã bắt đầu nhuốm bạc im lặng không nói gì mắt hướng về ngọn núi xa xa bắt đầu tím đẫm sương chiều khi anh nhà báo từ giã ra về.

***

Ngôi nhà nhỏ dưới chân núi Sơn Trà đóng kín cửa suốt tháng nay.

Khi nhà báo trở lại Sơn Trà tìm Đạt thì chủ nhân ngôi nhà đã không còn ở đó nữa, cửa đóng kín im lìm, cỏ đã bắt đầu lên xanh trước ngõ ra vào, bìm bìm leo lên trên mái nhà xanh um, hỏi thăm người lân cận họ nói Đạt đóng cửa đi khỏi từ hơn tháng trước, không biết đi đâu và không có lời nhắn gởi lại chỉ biết đêm đó mưa rất lớn và trên Sơn Trà hình như có tiếng đàn văng vẳng. Nhà báo có vẻ bâng khuâng vì không thể báo cho anh một tin vui: Sự đấu tranh của nhiều tầng lớp nhân dân và báo chí trong việc bảo vệ ngọn núi thiêng, bảo vệ màu xanh muôn đời của Sơn Trà đã có kết quả bước đầu thắng lợi, tất cả các dự án xẻ thịt Sơn Trà đều buộc phải dừng lại, những kẻ có chức quyền ký những văn bản trái pháp luật và những người có trách nhiệm liên quan đều phải giải trình và có thể sẽ chịu những mức án kỷ luật nặng nhẹ khác nhau. Anh nhà báo nhìn lên Sơn Trà, mây đầu núi vẫn bay, màu xanh của núi rừng muôn đời vẫn huyền ảo và trên dãy núi thiêng đại ngàn đó có một người đang tìm đường về thiên thai. Anh nhà báo hiểu Đạt chỉ có thể tìm lại được tiếng đàn đá năm xưa khi Sơn Trà không còn nổi sóng hay muôn đời chỉ là một hoài niệm khôn nguôi của một kiếp người như mấy câu thơ trong bài Tống Biệt của Tản Đà ngày trước:

Cửa động,
Đầu non,
Đường lối cũ
Ngàn năm thơ thẩn bóng trăng chơi.

Nguyễn An Bình

tranh Đinh Cường

Trăng Lạnh
NGUYÊN CẨN

Đỗ giật mình thức giấc. Ánh trăng mười sáu vằng vặc sáng trên đầu. Chàng đã ngủ quên trên ghế bố ngoài ban công bao lâu rồi chẳng biết. Chàng nằm mơ thấy mình hôn Thủy. Hôn say đắm, cuồng nhiệt như những ngày mới yêu nhau. Lạ! Dễ thường có đến hơn mười năm họ không hôn nhau. Họ không còn ý thức về sự hiện diện của nhau trong cuộc đời. Sao đêm nay mình lại hôn Thủy? Giấc mơ nói lên cảm xúc dồn nén bấy lâu chăng? Mình vẫn còn yêu nàng? Mà Thủy đi đâu đến giờ này vẫn chưa về? 11 giờ khuya rồi. Ăn sinh nhật gì mà trễ thế!

Thoảng mùi hương hoa sữa sộc vào mũi chàng ngai ngái. Sao bỗng dưng thèm một ly Irish coffee ở Art Café - Phố Hàng Chiếu thế không biết! Có lần chàng đã uống đến hai ly một lúc. Nhớ mùi whisky pha cà phê thơm váng. Đỗ rút thuốc lá và châm lửa thả những sợi khói vòng tròn vào hư không.

Thế mà đã xa lắm rồi một thời binh lửa gian lao. Mẹ, ai bảo hào hùng! Vừa khát vừa đói vừa sợ nữa. Chiến tranh mà! Nhưng là người chỉ huy, chàng vẫn phải "lên gân" hô hào anh em chiến đấu. Chàng đã từng phê bình một anh lính trẻ viết báo khi anh ta mô tả cảm giác sợ hãi khi nghe súng nổ lần đầu. "Không, cậu không được viết giọng văn yếu hèn thế! Cậu phải viết là nghe súng nổ lòng hăng hái muốn xông lên ngay nhưng được lệnh chỉ huy chờ đợi. Phải căm thù địch đến tận xương tủy, phải lấy chính nghĩa làm đầu, vì đồng bào miền Nam đói khổ, cơ cực trong vòng vây của giặc mà quyết chiến." Chàng đã phê phán anh ta trước đại đội, buộc anh ta phải viết lại cho đúng tinh thần tiến công ngày ấy.

Thế mà đã xa lắm rồi những ngày đầu bỡ ngỡ sống tập thể ở trường Cao đẳng Sư phạm Nha Trang, ngày hai vợ chồng Đỗ - Thủy dắt díu nhau tìm đến nhiệm sở sau khi ra trường. Họ cùng chung khoa chung tổ, nên giúp đỡ nhau qua lại rất nhiều từ soạn giáo án đến thảo luận phương pháp. Đỗ có nhiều kinh nghiệm hơn, lại là một nhân vật trong giới văn chương và chàng đã cho ra đời vài tác phẩm nên rất có uy tín trong Khoa. Uy tín ấy giúp Thủy dễ thở hơn trong giao tiếp vì nàng không hề giữ gìn ý tứ gì cả. Lúc nào cũng sẵn sàng "xổ toẹt" mọi suy nghĩ trong đầu. Sau này khi đã là mẹ của hai cô cậu sinh viên trên 20 tuổi rồi nàng vẫn sống như thế. Tuy nghiêm nghị nhưng Đỗ rất chiều vợ vì chàng nghĩ tuổi trẻ nó phải sống thế mới là "trẻ", để rồi sau này chàng phát hiện khi không còn trẻ nàng cũng vẫn sống như thế!

Được một quan chức Bộ Văn hóa, là cấp trên trong quân đội tín nhiệm đề nghị chàng một công việc có chức sắc thuộc Bộ. Chàng từ bỏ thân phận ông giáo quèn ra Hà Nội nhận nhiệm vụ mới. Phải mất một thời gian khá lâu Thủy mới thích nghi được lối sinh hoạt ngoài này, mà nàng cho rằng họ hay soi mói dòm ngó hơn ở Nha Trang hay Huế. Chàng gọi đùa nàng là "cô nàng hiện sinh", dù có hôm giận vì nàng sống tập thể mà bất chấp dư luận quá, chàng bảo, "Họ gọi em là "con hiện sinh" đó, vì em mặc váy ngắn đánh cầu lông giữa sân khu tập thể trong khi quý bà toàn "kín cổng cao tường" hết". Nàng xổ toẹt: "Kệ cha họ đi anh. Chắc chồng mấy bả bắc ghế ngồi xem chứ gì!" Nhưng riết rồi cũng quen. Thời gian khiến người ta cũng cởi mở hơn, thoáng hơn… Những đứa trẻ tốt nghiệp xong đều nhờ bố mà làm toàn những chỗ ngon lành. Con bé thì làm cho một công ty quảng cáo nước ngoài, còn thằng út thì vào Thông tấn xã. Chúng cũng đã lớn và tư duy độc lập, ít trao đổi hay tâm sự với bố mẹ. Mạnh ai nấy đi từ sáng đến tối chẳng hỏi han nhau câu nào. Đỗ cũng thấy buồn, nhưng chúng đâu mãi là trẻ thơ.

Thế là chàng hay nhớ về những năm tháng cũ, chiến tranh khốc liệt nhưng tâm hồn con người giản dị dễ hiểu hơn. Ngày ấy chẳng ai thắc mắc tại sao phải ra chiến trường vì ai cũng nghĩ sứ mệnh mình cưu mang là vĩ đại ghê gớm lắm.

Đỗ thấy mùi hoa sữa đêm nay hơi nặng. Thôi thì cố gắng sống vui những đêm cuối ở khu tập thể này. Tháng tới chàng đã quyết định từ giã dù đây là khu tập thể dành cho cán bộ trung cao cấp. Không giống như khu Nguyễn Công Trứ hay Trung Tự hay các khu khác..., nơi có những căn nhà tập thể đúng "format" xã hội chủ nghĩa ngày xưa, chật hẹp, chen chúc, bếp chung, *toilet* chung, chẳng ai có cái gì riêng cả, tài sản cũng thế. Họ phơi cái nghèo ra trước mắt nhau, đến cấp Vụ trưởng cũng chỉ có 36 mét vuông mà! Những năm ấy, cái bàn là Liên Xô hay cái xe đạp Phượng Hoàng là ước mơ cao quý nhất của một anh chàng trí thức. "Một thương anh có may-ô. Hai thương anh có cá khô ăn dần..." Ôi, một thời...

Bây giờ thời đại thay đổi nhiều. Cách đây vài năm các ông bà cán bộ ở khu tập thể này dù có nhà cao cửa rộng ở Nha Trang, Đà Nẵng hay Sài Gòn vẫn phải lui cui cặm cụi sống tập thể để "giả chết" theo thuật ngữ thường dùng trong giới. Họ cho thuê những căn nhà cao cấp của mình lấy rất nhiều tiền nhưng luôn phải giả vờ tằn tiện. Nhưng cũng qua cái thời giết gà phải bịt mỏ, chôn lông xuống đất, ăn xong không dám xỉa răng… Nay thì người ta cũng hiểu nguồn cơn sự giàu có của các ông các bà nên cũng chẳng cần che giấu. Ngược lại, họ cũng tập tành phô trương một chút. Đỗ quyết định ra ngoài đến căn nhà bốn tấm ở Ô Cầu Giấy mà chàng đang cho người ta thuê. Chàng bảo sống sướng một lần rồi chết cũng được. Chẳng bõ như nhà thơ Quang Dũng tài hoa là thế mà cả đời chỉ mơ ước được một bữa no. Thủy vẫn muốn ở lại vì nàng không có nhu cầu di chuyển, về nhà mới, quá cao quá rộng, nghĩ đến cảnh lau nhà cũng đủ mệt. Nhưng Đỗ đã quyết định: mình ở hai tầng cho thuê hai tầng, làm cầu thang riêng. Thêm nữa hai đứa con cũng đã lớn rồi, chúng sẽ lập gia đình. Cho nó về ở cả thì vui chứ sao, tam đại đồng đường. Sao lúc này tư duy phong kiến lại len lỏi vào tâm hồn mình nhiều thế? Chàng tự hỏi? Rồi còn tư duy "thực dân kiểu mới" nữa chứ! Chàng hay ghé quán café cuối đường ngồi nghe nhạc boléro. Thứ nhạc mà ngày xưa chàng lên án kịch liệt. Chàng bảo: Lính miền Nam nghe nhạc này không thua mới lạ! Lính tráng gì mà hát nhạc ủy mị, ướt át đến thê lương. Nhớ chuyện Trương Lương trong Hán Sở tranh hùng không? Nhưng rồi chàng lại nhớ sau ngày thống nhất, một quan chức cao cấp mắng các cán bộ dưới quyền, trong đó có chàng: "Cái văn hóa mình bưng vào cho họ không bằng cái văn hóa họ "hắt" ra ngoài này! Các đồng chí suy nghĩ đi!"

Vâng cái văn hóa "hắt" ra đang làm chàng xao xuyến, dù chàng cố che giấu cảm xúc thực trong các cuộc họp, chàng vẫn kiên định lập trường. Nhưng con người ai chẳng có những lúc yếu đuối, những lúc nửa đêm về sáng suy ngẫm về thân phận. Ngày còn ở chiến trường, có những đêm trăng sáng như đêm nay, chàng thường nằm, tự hỏi mình là ai trong cuộc chiến này? Sau chiến tranh vào giảng đường đại học, chàng gặp một sinh viên miền Nam, khi chàng mạnh mồm phê phán chủ nghĩa hiện sinh. Họ trả lời rằng họ không chối cãi rằng chủ nghĩa ấy dẫn đến phản ứng "nổi loạn", "tận hưởng cuộc đời" của nhiều thanh niên không tìm thấy lẽ sống hay đường đi trong chiến tranh. Nhưng nó gợi lên những suy tư, trăn trở về thân phận con người, ý thức trách nhiệm trước tình cảnh đất nước và chọn lựa thái độ ứng xử cũng như hành động nhập cuộc vì tha nhân. Nên nhớ chính Jean Paul Sartre xuống đường chống Mỹ can thiệp vào Việt Nam. Mặt nào đó, chủ nghĩa hiện sinh đã đáp ứng nỗi ưu tư của con người và khao khát tự khẳng định khuôn mặt tinh thần của mình trong hoàn cảnh chiến tranh, đòi hỏi người trí thức không thể đứng "bên dòng lịch sử". Và rồi những người trí thức, sau ngày "Đổi mới", họ được dịp quay trở lại với triết học hiện sinh, trong bối cảnh một nền kinh tế thị trường gây phân hóa xã hội. Trong một cuộc nhậu sau Hội nghị khoa học, một đồng nghiệp trẻ hơn chàng, người miền Nam, đã nói trong cơn say rằng con người hiện sinh là con người tỉnh ngộ, dám nhìn thẳng vào sự thật với đôi mắt mình. Anh nói rằng tôi nhìn cuộc đời này không bằng đôi mắt của Thượng Đế, cũng chẳng phải là của thần linh, của các bề trên, của vua chúa đời xưa, của lãnh đạo, lãnh tự đời nay, của ông thầy hay của bất cứ ai ban bảo. Mà là đôi mắt của chính tôi, cá nhân tôi. Thế nên tôi có tự do. Anh ta hỏi Đỗ anh có tự do không hay trước giờ anh chỉ nói bằng môi kẻ khác, nghĩ bằng cái đầu người khác. Anh phụ trách tư tưởng trong quân đội hay Hội nhà văn hay trong Bộ, tôi không cần biết, nhưng sau chiến tranh người lính nghĩ gì anh biết không? Họ có buồn không? Có bức xúc phẫn nộ không, hay luôn luôn vui, luôn luôn hài lòng, không được buồn? Nghĩa là họ cần tự do trong suy tư. Đỗ chợt nhớ những điều anh ta nói đêm nay khi vợ con mình thì rất "tự do", còn mình thì như gã giữ nhà, anh bảo vệ già nua, ngồi chiêm nghiệm "tự do" của người khác. Đỗ nhớ khái niệm tự do mà anh chàng đó nói. Tự do ở đây là tự do hiện sinh, tức là tự do bên trong, tự do phát xuất từ bản thể. Tự do lựa chọn, tự do quyết định. Tự do ở đây là dám là mình. Là câu hỏi: "To be or not to be" của Shakespeare ngày xưa. Anh ta hỏi chàng: "Nếu tôi cứ sống như cái máy, ở trên bảo sao tôi làm vậy, người ta bảo sao mình làm vậy, thì tôi mới chỉ sống như một sinh vật, chưa sống cái kiếp người của tôi. Cuộc sống ù lì đó, sống chỉ để sinh tồn, sống như cây cỏ đó, Sartre gọi là buồn nôn, Camus cho là phi lý, Heidegger gọi là tầm thường, và con người muốn vượt khỏi cuộc sống tầm thường, buồn nôn, phi lý, thì phải vượt lên trên mình, phải sống một cách độc đáo (unique), phải là một chủ thể độc đáo. Độc đáo ở đây không có nghĩa lập dị mà chỉ có nghĩa là tự do chọn lấy một lối sống riêng, không bắt chước người khác và cũng không chịu sự sai bảo, kiềm chế của người khác. Độc đáo là tự xác định nhân vị của mình. Nhân vị và tự do là nội dung của Hiện Sinh.

Vậy thì hiện sinh bây giờ Đỗ hiểu cũng không phải là đồng nghĩa với đồi trụy và sa đọa như mình thường nghĩ trước đây. Và chàng phát hiện có lúc mình cũng nghĩ suy như "máy", thiếu tỉnh táo, dù lý luận lắm khi rất hùng hồn nhưng chợt nhìn ra mình quen ăn nghĩ làm việc tập thể. Đến khi viết cũng theo đường lối nên chàng cũng thấy bí bách. Có lần Đỗ tình cờ đọc trên mạng một tay nhà văn hải ngoại viết đại khái là nghề viết lách hay cái gọi là nhà văn hôm nay không thể là một nghề nghiệp vì chẳng ai có thể sống bằng viết văn cả, cũng chẳng là một danh phận, mà viết lách suy cho cùng là cuộc giao hoan đau đớn của một kẻ bất lực! Đỗ thấm thía khi có lần thấy tác phẩm của mình tặng một nhà văn lớn tuổi cấp trên được nằm trong quang gánh của bà đồng nát khi bà ấy ghé khu tập thể thu mua.

Chẳng thà cứ vui chơi như Thủy! Nàng chẳng theo trường phái nào dù cũng là cô giáo dạy văn. Nàng sống như mình thích. Vui chơi tới bến. Trường phái *Carpe diem*. Tận hưởng hôm nay. "Cổ nhân bỉnh chúc dạ du". Người xưa thắp đuốc chơi đêm; còn nàng không cần đèn đi đâu khuya khoắt vẫn chưa về. Chàng bắt đầu thấy sốt ruột. Đồng hồ điểm 12 giờ. Hay mình đi tìm cô ấy? Điện thoại thì ngoài vùng phủ sóng. Nghe nói Thủy ghé nhà cô bạn nào tên Đào. Chàng quay trở lên lầu, tra cứu trong sổ tay của nàng số điện thoại hay địa chỉ cô Đào nào đó, nhưng tìm mãi chẳng thấy. Chỉ thấy rớt ra tấm carte visite tên Vũ Quốc Quân - Phóng viên Đài truyền hình. Chàng giựt mình. Sao lại có gã này trong sổ tay của nàng? Đỗ từng nghe kể rằng thời trung học ở Tuy Hòa, Thủy và Quân đã có mấy năm gắn bó. Sau đó họ chia tay vì Quân vào Sài Gòn học, còn Thủy, gia đình bắt phải ra Huế vì quê ngoại ở đó. Sau đó họ gặp lại tại Nha Trang khi Quân về Đài Truyền hình, còn Thủy theo Đỗ từ Huế vào trường Cao đẳng. Quân lại kết hôn con một quan chức trong tỉnh nên sự nghiệp thăng tiến vùn vụt, nếu không vì sự cố "mèo mả gà đồng" "tòm tem" với mấy cô ca sĩ của Đài, bị nhà vợ trừng phạt thì hắn còn lên cao nữa. Đỗ không mảy may nghi ngờ gì dù giờ giấc Thủy khá bất thường trong thời gian cả hai còn ở Nha Trang. Cũng có lời ong tiếng ve nhưng Đỗ không chấp vì tin vào vợ mình. Cô ấy phải biết thế nào là giới hạn vì là gái có học, chứ không phải là "con hiện sinh" như người ta bêu riếu... Đến khi ra Hà Nội. Đỗ lại càng yên tâm. Hôm nay chàng bất ngờ. Té ra họ vẫn còn liên lạc? Không, mình nhớ rồi. Thủy có đi họp Ngày Thành lập trường ở Nha Trang cách đây mấy tháng. Chắc gặp trong ấy thôi! Chuyện không có gì mà ầm ĩ! Chàng rút thuốc ra, đã lâu rồi chàng tự đề ra kỷ luật cho mình, ngày tối đa 10 điếu Marlboro đỏ nhưng hôm nay đã đến điếu thứ 15. Vượt khung rồi. Mà thằng Quân cũng nghiện hút Marlboro đỏ như mình. Có lần bắt gặp hắn trong phòng mình ở khu nội trú giáo viên trường Cao Đẳng, hắn tự nhiên xin thuốc hút tỉnh bơ. Mặt trông rất "playboy", trắng trẻo, đẹp trai, tóc chải bóng mượt, bồng bềnh. Chàng thầm nhủ, thằng này là một tay "sát" gái kinh hồn. Tay run run chàng châm thuốc lá tìm xem còn có địa chỉ nào nhưng đành chịu!!!

Đỗ nhìn lên trời. Trăng tròn. Một vầng trăng huyền ảo và lạnh lẽo thế nào đêm nay. Bỗng chàng nhớ tới mấy câu thơ của Xuân Diệu:

Trăng nhập vào dây cung nguyệt lạnh
Trăng thương, trăng nhớ, hỡi trăng ngần
Đàn buồn, đàn lặng, ôi đàn chậm!
Mỗi giọt rơi tàn như lệ ngân

(Nguyệt cầm)

Những ngày đi qua Trường sơn, trăng là người bạn soi bóng mình đi nhưng đêm nay sao trăng có vẻ lạnh lùng xa cách quá. Tâm hồn một thầy giáo dạy văn sống lại trong lòng chàng. Bỗng dưng chàng nhớ những ngày trên bục giảng. Có lần khi nói về Truyện Kiều, chàng đã giảng về những vầng trăng trong đời nàng Kiều. Nhất là phân tích câu thơ: *"Vầng trăng ai xẻ làm đôi / Nửa in gối chiếc, nửa soi dặm trường"*. Chàng đã sử dụng chiết tự trong tiếng Hán. Một chữ nguyệt là trăng, nhưng hai chữ nguyệt là "bằng" nghĩa là bạn. Phải chăng cụ Nguyễn Du chơi chữ? Giá mà bây giờ còn được đứng lớp dạy học cũng vui! Làm quan chức cu ky ngày 8 tiếng chán phèo... "Nói khẽ bước nhẹ" như người ta vẫn bảo, thậm chí cười cũng không thành tiếng. Sống gần hết đời, phấn đấu giữ gìn mọi phẩm hạnh khí tiết để lo cho vợ cho con mà cuối đời bỗng dưng thấy buồn. Các con cũng sống hời hợt, cả ngày không nói với bố một câu. Giờ này chưa đứa nào về. Vợ thì chu du "phương lai địa hồ" nào ai biết?

Chàng thấy lạc lõng ngay trong gia đình. Ngày xưa trong quân ngũ, nói sao lính làm vậy. Khi lên bục giảng, nói sao học trò làm vậy. Bây giờ làm quan chức, gia đình không ai "buồn" nghe, quần chúng chắc cũng "giả vờ" nghe vì chàng hiểu xã hội đang diễn tiến khôn lường. Họ có nói những gì họ nghĩ không? Như chuyện ca nhạc, mình có chỉ đạo được hát bài này cấm hát bài kia thì họ vẫn cứ hát, cứ nghe qua youtube, google thì sao? Chàng lại chạnh nhớ câu nói của Nietzsche mà tình cờ chàng đọc được gần đây, quần chúng tuy đông về số nhưng không có ai là người hết, họ chỉ là những bóng vật vờ, bảo sao nghe vậy. (Còn nghe xong có làm không thì chịu!) Nietzsche viết: "Ở ngoài công trường, ta nói với hết thảy mọi người mà kỳ thực không nói với người nào hết... Quần chúng thực là một cái máy khổng lồ và vô hồn”. Hay: “Ta thấy ta như lũ trẻ con ngày ngày nhai đi nhai lại những lời lẽ của thánh hiền, coi đó là những bùa hộ mệnh, tưởng chừng như những lời kinh hoa mỹ kia có phép mầu để giải quyết cuộc nhân sinh của ta, mà ta không biết rằng ỷ lại như thế là sống thêm nô lệ”. (Zarathoustra đã nói như thế). Chàng chua xót khi thấy có những cái hữu ý và hữu lý trong những câu “loạn ngôn” của Nietzsche: “Anh đã đi con đường từ giun lên làm người, nhưng vẫn còn rất nhiều giun dế trong anh. Xưa kia, anh là khỉ, và ngày nay, loài người vẫn còn khỉ hơn bất cứ con khỉ nào.” Đúng là một liều thuốc đắng mà những tâm hồn muốn vươn lên phải nuốt để thoát kiếp nô lệ, để sống kiếp người. Sao hôm nay mình lại nhiễm tư tưởng của bọn tư sản thế nhỉ? Hay mình thấy những niềm tin hôm qua không còn đủ mạnh để vực dậy sự thất vọng khi đối diện thực tại hôm nay?

Phải chi mình sống được như Thủy, bất chấp dư luận, bất chấp mọi thứ. Nàng muốn vui là đi tìm vui, muốn chưng diện là chưng diện, ai dị nghị mặc kệ. Nàng sống cho mình. Nhưng cũng đã lâu rồi chàng không hôn nàng. Sao đêm nay? Đấy là ước mơ thầm kín sao, nói theo Sigmund Freud, ông tổ phân tâm học. Không, cảm xúc tính dục trong chàng nguội lạnh lạ lùng. Chàng biết mình đang ở tuổi mãn dục. Không, bọn đồng vai phải lứa trong cơ quan vẫn kín đáo kéo nhau đi massage, bia ôm suốt. Chúng nó vẫn bù khú, thậm chí còn chê mình: “Ông cụ ơi, khi ông chết, người ta sẽ ghi Ngài Đỗ chết năm 64 tuổi và chôn năm 84 tuổi đấy. Vui chơi đi. Không đâu rẻ và ngon “như xứ ta nhé! Thái, Hàn thua xa!” Con người bây giờ xuống cấp vậy sao? Mình đang trở thành phán quan hay ngự sử của thời đại này hay chỉ là một gã ngốc!

Cũng may tích cóp bao nhiêu năm được bạn bè giúp sức xây được cái nhà to ra ngoài khu tập thể. Thành quả cuối đời. Sang năm chàng sẽ thôi hết mọi chức vụ. Lẽ ra thì hưu rồi nhưng được các sếp thương tình cho giữ chân thêm mấy năm vì không tìm ra người ngồi vào cái ghế “hữu danh vô thực” này! Khi trên không gian mạng bây giờ lắm thằng ăn nói văng mạng, liều mạng, bỏ mạng cũng chẳng hãi! Cái vòng kim cô trở nên chật chội. Bùa chú cũng bớt linh đi nhiều! Trừ vài cái Hội diễn văn nghệ to to một tí, họ hỏi thăm ý kiến về các tiết mục cho chắc ăn thôi! Còn tác phẩm văn chương bây giờ thì không tìm ra ngọc, toàn cát. Ngay bản thân tác phẩm của chàng, cũng thấy nhạt nhẽo, mất hứng! Sau những gì đọng lại từ thời trong quân ngũ còn có cái để viết để xem, còn sau này chàng thấy tâm hồn mình khô mực, khô máu không viết được. Nói gì đến tư duy! Hết đề tài. Con gà đẻ hết trứng rồi. Trạng thái "vô sinh" trong văn chương không chỉ chàng mà nhiều tay viết lách có số má cũng mắc phải, sau một vài tác phẩm là đứt hơi!

Sao Thủy vẫn chưa về? Chàng nhớ có lần thằng Phấn, giáo viên cùng trường Cao Đẳng, gọi điện từ Nha Trang hỏi mình sao không vào Nha Trang với vợ, bà Thủy đêm nào cũng say khướt! Uống với bạn cũ à? Nhưng nó không nói là có thằng Quân không? Ừ nhỉ sao mình không gọi điện hỏi nó xem có tin tức gì của thằng Quân không? Ghen à? Khuya rồi gọi giờ này nó cười cho! Chàng thở dài. Mình đang tuyệt vọng sao? Lại nhớ đọc ở đâu đó. Tuyệt vọng, trong chủ nghĩa hiện sinh, thường được định nghĩa là mất hy vọng khi đối diện với sự đổ vỡ ở một hoặc nhiều phẩm chất xác định của bản thân. Ví dụ, một ca sĩ mất khả năng ca hát có thể tuyệt vọng nếu họ không còn gì để quay trở lại, không có gì để danh tính của họ có thể dựa vào. Họ thấy mình không thể là cái tạo ra bản sắc của họ. Chừng nào danh tính của một người phụ thuộc vào những phẩm chất có thể vỡ vụn, họ ở trong trạng thái tuyệt vọng vĩnh viễn. Hình như Kierkegaard nói rằng: "Chúng ta đều biết rằng sự bất hạnh của một người không bao giờ nằm trong sự thiếu kiểm soát của anh ta đối với các điều kiện bên ngoài, vì điều này chỉ khiến anh ta hoàn toàn bất hạnh."

Một nhà văn mất cảm hứng sáng tạo, một cán bộ lãnh đạo văn hóa mất khả năng phán xét, lại thấy quyền lực bị thu hẹp có nên tuyệt vọng không? Đỗ thấy chàng không kiểm soát được mọi thứ chung quanh. Tất cả đều xoay theo trục riêng của nó. Đỗ mang cảm giác bất lực như cơ thể từ lâu nguội lạnh, cả một nụ hôn cũng không cần, nói gì những chuyện khác. Thủy lại đang bừng bừng sức sống. Nàng hồi xuân sao? Họ đang lệch pha với nhau trong cuộc sống. Hai con đường song song sẽ gặp nhau ở đâu? Vô cực ư? Và nàng lại rất "hiện sinh"!

Bỗng có tiếng rít của xe hơi thắng gấp. Chàng nhìn xuống, cửa xe mở ra, hai gã đàn ông đang dìu một người phụ nữ vào khu tập thể. Chàng chạy vội xuống. Lại gần, chàng bàng hoàng. "Trời ơi, Thủy! Em có sao không?" Tóc xõa dài, gương mặt tái nhợt, Thủy lả người trong vòng tay hai gã đàn ông dìu vào. Một trong hai gã đàn ông có râu ria xồm xoàm lên tiếng: "Không sao, xỉn quá thôi! Anh dìu chị ấy lên nhà giùm!" Đỗ gắng hỏi: "Cậu là ai?" - "Em là Quang." - "Quang làm ở đâu?" - "Không em hành nghề tự do. Em là em anh Quân, bạn chị Thủy thôi." Xong hai gã chào từ biệt quay lưng đi.

Đỗ kề vai dìu Thủy sát vào người. Mùi rượu bia nồng nặc. Nàng lảo đảo đi không nổi. Chàng suy nghĩ giây lát rồi bế thốc nàng lên. Anh bộ đội ngày xưa vẫn còn đủ sức lực ẵm nàng nhưng cũng may chỉ phải lên một tầng thôi.

Chàng đặt Thủy lên giường. Nàng nôn thốc nôn tháo. Đỗ vội lấy thau. Chàng nhăn mặt. Mùi hèm thực khó chịu. Dọn dẹp xong. Đỗ lấy khăn ấm lau mặt cho Thủy. Bỗng nàng quờ tay ôm cổ chàng, vít đầu chàng xuống. Đỗ cảm động không biết nói gì. Nàng thì thầm: "Anh nhớ thay đồ cho em như hôm ở Nha Trang nhen." Xong, nàng buông mình xuống giường, mắt nhắm nghiền, hai vành môi he hé. Nàng như mỉm cười, một nụ cười tràn trề hoan lạc. Tóc nồng mùi thuốc lá Marlboro.

"Con hiện sinh" chìm sâu vào giấc ngủ. Ngoài kia trăng rất lạnh!

Nguyên Cẩn

trong lòng ai chẳng giả chân ?
riêng tôi chân giả cả trong lẫn ngoài
bút hiệu đẹp, chắc không sai
pháp danh dính chất Phật đài cũng ngon
luân chuyển hoán đổi vòng vòng
cái tôi luân hoán thong dong bình thường
thân tự tại, hồn bốn phương
có đủ địa ngục thiên đường trong tôi

Luân Hoán

Những Khúc Biến Tấu
NGUYỄN XUÂN THIỆP

Buổi sáng. nghe tiếng chim

Sáng nay
nghe tiếng chim
ngoài cửa sổ
nhìn nắng lên
lại nhớ. những năm
nơi lán trại mịt mùng ấy
tiếng con sơn ca
hót. trên ngọn cây
đầu suối
ngày của những hạt bo bo
màu tím
đêm chờ trăng lên
đọc câu thơ *nguyệt xuất kinh sơn điểu**
bụng đói
chim ơi
bao giờ về lại
khu vườn xưa
vương phủ

Trăng lên khiến con chim núi hoảng sợ
Thơ cổ của Vương Duy bài Điểu Minh Giản
Khe chim kêu
**tưởng nhớ Tô Thùy Yên hồi ở trại Cẩm Nhân*

Chiều qua ngõ blues

Chiều
georgetown
chiều của mây biển. tháng tư. và những cánh bướm
                    monarch. bay về trong trí nhớ
cùng với đinh cường
đi qua ngõ blues & jazz alley. gõ nhịp tim trên đá
tôi muốn nói. tôi muốn nói. với người nhạc công da
                    đen. đến từ new orleans
hãy thổi lên
trên chiếc kèn đồng
một tấu khúc
cho quê hương tôi một ngày của tháng tư
của đọa đày
nước mắt
của bông hướng dương tàn phai
người không dám nói với người
tiếng hàng cây kêu. bóng quạ
rạng đông. mặt trời bị treo cổ. trên bức tường nhà
                    hát lớn
người ca sĩ bỏ đi
người thi sĩ bỏ đi
vỉa hè đầy lá rụng
hãy tấu lên
khúc ly biệt
cho những người không về
giờ này
khóc trong quán cà phê la ruche
trên cầu longfellow
ở quảng trường times square
điệu kèn. của khúc elegy
cho tôi. cho nhiều người

chiều qua ngõ blues. hồn xanh xao

Lời gởi tô mặc giang

tô mặc giang ơi
dường như sông sài gòn vẫn chảy
chiều nay. tôi nhìn thấy bạn. đi cùng với đinh cường
trên phố bonard
tóc bờm xờm. lộng gió
và tôi cũng nhìn thấy bạn
ở pleiku
cùng với người nữ làm thơ tên chi
trong cà phê dinh điền
có cả kim tuấn. ngồi cười
và dạ lan
mới đó mà mấy chục năm trôi qua
người xa người. người bỏ người đi
những quán khuya. nơi chúng mình họp mặt. không còn ánh lửa
đinh cường đã chết
giờ đây
gió cũng nói lời chia biệt*

Tên tập thơ của Tô Mặc Giang - có sửa một chữ.

Lư đã về lại phá tam giang

Làm sao tôi im lặng
dù gió đã ngủ trong vòm cây. cánh bướm bay vào cõi không màu
làm sao tôi quên
lư. lư đã chết
đã về lại phá tam giang
quê xưa
cánh diều. mái tóc tuổi thơ
đi học qua chiếc cầu tre
mo cơm mẹ bới

về lại phá tam giang
buổi chiều gió biển thổi
rạt rào
trên mái rạ
vầng trăng mọc sớm
những tấm lưới. như hồn. giăng qua đêm
thuyền chài. sương
đường thi
những câu thơ. lửa ấm. trong ngôi nhà vương phủ
lư có về thăm võ ngọc trác. trần vàng sao
có thấy tôi đứng dưới cây bàng. nhìn những đám mây. bay qua mái
ngói

chiều nay
ngồi đọc lại thơ lư
nghe sông hàn bạt gió
hải vân quan đá dựng
biên cương
cố lý
gió lào vẫn thổi
sao cay mắt
thơ ai
như chông xuyên thấu trời
người về lều cỏ
nghe tiếng sáo u u
vầng trăng treo trên ngọn sầu đông
cơm. với rau rừng. nước mắt
cô lái đò trên bến xưa. còn đợi
lư đã về lại phá tam giang
gởi lại vợ con, bạn bè. tấm áo. và những bài thơ
lư ơi
nằm trong cỏ rối
có nghe. thu vàng hát

Yêu ngôn*

Ngôi chùa
với tiếng đàn. âm
qua mái ngói
rụng
những chùm. hoa gạo. đỏ
chợt hiện
khuôn mặt. bức phù điêu
lời mê sảng
như vừa về. từ
bờ nương dâu. quán dốc
chỗ đường ray
người yêu đã bỏ ta đi
từ đó
mặt trăng. mặt trời. lặn khuất
về thôi
về ôm pho tượng
động tình
dưới ánh sáng một vì sao lạ
con câm khóc
tím. xanh. hồ nước. sâu
ta ra ngồi bên nấm mộ nàng. dưới gốc cây đa. cổ
ôm hũ rượu. tu
thấy lại
mặt trăng
mặt trời
tiếng hú rền
lời yêu ngôn. huyết. lệ
bè gỗ trôi. con sông ẩn bóng. những chiếc lồng đèn. hồn mê thảo
bay
ngọn lửa tửu phần
trong đất
về thôi
kẻo ai chờ
tiếng đàn khuya. hơi thở. mùi cỏ hoang. lời thơ quỷ xướng

khi ở thành phố Garland. Tháng 11. 2018

** Cảm xúc khi đọc Chùa Đàn và xem phim Mê Thảo*

Mưa. hoàng hôn…*

chiều
trong căn nhà gỗ. xưa
ngồi
nghe mưa rơi
trên những trang văn. đuổi bóng hoàng hôn
ôi. mưa từ nha trang. ngày nọ
mưa tới vị thành
và đâu nữa
qua mưa
những mái nhà
cánh cổng rêu phong
cây bông sứ. đợi người
góc tường
câu thơ. đề tên ai. đã khuất
ngày qua. ngày qua
trương vũ
ngày ấy
trên đường tới đơn vị. leo lên một ngọn đồi
quán nhỏ. tiếng mưa. âm
chung trà. chiều. rơi trên mái
và trong phiên trực đêm
nơi lều cỏ. của người thượng sĩ già
nâng ly cà phê. uống. nhìn mưa
qua khói thuốc
o. ma jeunesse
thời gian. chiến trận. mịt mù
khi về lại
cái chết của galois. màu đỏ
và
bản sonate cho kreutzer
tolstoi
đã nằm yên. trong ánh tàn dư. chiều muộn
trương vũ ơi. còn tôi và bạn
dắt nhau đi. qua chiếc cầu. trên sông drina
tiếng trẻ gào
mẹ. tóc rũ. mưa
ôi. phùng nguyễn

cao xuân huy. và tờ văn học
đinh cường. trước giá vẽ. rừng natick
tiếng còi tàu. và những cánh dã quỳ. tứa máu
thầy cung giữ nguyên
le boujoum. trang huyền sử của nguyệt thực. và hoàng hôn
ai đi trên đồi sương tím. không về
mai thảo. thanh tâm tuyền
và võ đình
ở đâu. phía bên kia thiên đường
on the other side of heaven

chiều nay
hẹn với huy tưởng
come back to sorrento
sẽ không khóc
trương vũ ạ
sóng biển. sóng biển. chiều
con albatross đang bay qua bờ sóng…

Nguyễn Xuân Thiệp

cảm xúc khi đọc 'Đuổi Bóng Hoàng Hôn' của Trương Vũ

tranh Đinh Cường

Mưa trong thơ Nguyễn Xuân Thiệp
TRẦN THỊ NGUYỆT MAI

Hình ảnh ngày mưa thường gợi buồn. Nhất là những ngày mưa lê thê, rả rích. Hết mưa, đất trời như được tắm gội tươi mát, cảnh vật đẹp hơn bao giờ. Trời cao, nắng đẹp, mây xanh, hoa lá khoe sắc màu tươi mơn mởn. Mưa được ví như giọt nước mắt: *Có khi mưa ngoài trời là giọt nước mắt em* (Ru đời đi nhé - Trịnh Công Sơn). Nên mưa cũng biểu hiện cho một đoạn đời khó khăn, buồn thảm. Sông có khúc, người có lúc. Rồi một ngày nắng đẹp lại trở về. Chẳng thế mà tục ngữ Việt Nam có câu: "Sau cơn mưa trời lại sáng."

Tôi đã đến với "TÔI CÙNG GIÓ MÙA" của nhà thơ Nguyễn Xuân Thiệp, bắt gặp "Mưa ở đây như mưa ở quê nhà" để cùng chia sẻ với ông một đoạn đời "mưa" khốn khó, khi ông đang như con chim bay trên bầu trời rộng bỗng một hôm sa chân vào chốn tù đày được gọi với mỹ từ "học tập cải tạo"!!!

ta. con chim hạc. trong thời gian
một đêm. cánh sa trên đồng nội
từ đó chung quanh đời bặt tin

(thảo nguyên)

Ở đó, ông cùng các bạn của ông, những sĩ quan QLVNCH và những người tù chính trị, bị "bên thắng cuộc" đày ải lên chốn rừng thiêng nước độc ở miền Bắc, bị canh chừng cẩn mật hành động, nghĩ suy, bị buộc lao động khổ sai và đói ăn, hầu tiêu diệt lần mòn thể xác lẫn tâm hồn, nếu được, của những người tù ấy.

khi ta đi lên miền bắc
nụ cười quên dưới trời xưa
trái tim đeo ngoài ngực áo
như chuông. trước cổ ngựa thồ

lưu thân đi trong trời đất
áo quần như gã hề điên
tóc râu. dựng bờm cổ thụ
cõi người. chợt lạ. chợt quen

(điệu hoài hương xanh)

Làm nhớ những câu thơ của nhà thơ Nguyễn Thị Khánh Minh đã ghi lại nỗi niềm của cha chị trong những năm tháng ở trại tù Gia Trung:

Bóng tối so dài hạt lệ...
Khoảnh khắc những đêm thầm, nỗi sợ
Nín cơn mơ, canh chừng lời nói mớ

(Một nhịp dừng - Nguyễn Thị Khánh Minh)

Hay nhà thơ Lữ Quỳnh, để giữ vững khí tiết của người lính miền Nam, đã phải tự canh đến cả giấc mơ của chính mình:

đêm nằm canh giấc mơ
sợ những điều giả trá
chập chờn bóng quỷ ma

(tiếng chim lạ ở trại tù Cồn Tiên - Lữ Quỳnh)

Nhưng không vì vậy mà tâm hồn nhà thơ bị đánh mất cái Đẹp, cái Chân Thiện Mỹ. Ông vẫn yêu lắm cuộc đời này bằng một tình yêu nhân bản. Nhìn trời mưa ở chốn ấy, ông an ủi người bạn tù đang buồn lặng thinh đi bên cạnh ông, bằng cách nghĩ: *"mưa ở đây như mưa ở quê nhà"*.

Ông nhìn mưa với trái tim nhân hậu, ngỡ như mưa có khả năng gột sạch những nhơ bẩn ti tiện của cuộc sống hiện tại, làm trôi đi những nỗi muộn phiền để đời trở nên thanh cao trong sạch như đóa sen "gần bùn mà chẳng hôi tanh mùi bùn" và đầy niềm vui no đủ đáng yêu như mâm xôi đỏ mọng:

qua mưa
thấy đời như một bông sen
qua mưa
thấy đời như mâm xôi chín ửng (*)

Mưa đưa ông trở lại khu vườn xanh xưa, thoảng hương hoa cau đêm hè, trăng lung linh nội cỏ của ngày nào. Kỷ niệm êm đềm chợt về:

đó vườn ai xanh biếc
hoa cau. vàng. mấy mùa trăng
chắc hẳn đêm nay lòng sẽ mát
đêm sẽ choàng chiếc khăn thơm lên giấc ngủ mơ (*)

Kỷ niệm này nối tiếp kỷ niệm khác lần lượt về trong ông. Hạnh phúc. Rộn rã.

câu chuyện thần tiên bên bếp lửa
đâu ngờ. trở lại. chiều nay. với tôi. người tù xa xứ
...
qua mưa
ta thấy lại. những tầng cửa sổ. bật sáng. trong đêm
thấp thoáng. đời vui. sau khung kính
tiếng nói cười. lẫn tiếng hạt mưa
nay. dẫu đã khép. trước mắt ta. trăm nghìn cánh cửa
ánh chớp xanh còn sáng mãi hồn (*)

Này con phố quen, quán cà phê, hiệu sách... của thuở nào:

qua mưa
ta thấy lại một hè phố quen
buổi chiều. tiếng reo của âm thanh. và vầng hương sáng

một quán cà phê. mở cửa dưới mưa phùn
rộn rã áo mưa. và nón dạ
một góc tường bán thuốc lá, và diêm
nơi dừng lại rồi đi bao nụ cười. tỏa ấm
nhớ không. cô hàng bán sách cài nơ xanh. (*)

Mưa, xin hãy gột rửa hết sạch những xấu xa để đời thanh cao lại về:

nhìn lại ta
người cùng khổ. kẻ cùng đường. trên mặt đất mênh mông
trần thân. trong nắng rát
nay gặp trận mưa hoa. loang loáng. qua trời
mở tung nghìn cánh cửa
thấy cây vô ưu. rũ bóng. quanh đời
đầu cành. chim trắng hót
kinh lăng nghiêm. và hội pháp hoa [*]

Tâm hồn thi nhân lồng lộng. Không một lời oán than, trách móc. Bởi ông vẫn tin rằng: *"chiếc roi bạo lực chẳng thể vung hoài trong gió"* (giả sử. mai ta về). Chỉ mong sau cơn mưa khổ nạn, một ngày được trở về nơi căn nhà gỗ bên đồi để:

đọc lại cổ thi và cựu ước
hát khúc kinh vui
gởi loài người khắp nơi trong cõi gió [*]

và thực hiện nguyện ước:

mai về
tắm mát. dưới trận mưa quê nhà
ăn bát canh hoa lý
nghe bình yên. trong giọt nước sa
nhắm mắt. thấy sông hằng. trải lụa
thủy triều lên. lồng lộng. tiếng ca [*]

Mưa ơi! Xin mưa hãy cuốn trôi đi hết những niềm đau nỗi khổ, những thù hận vây quanh, những hố sâu cách trở, những ích kỷ nhỏ nhen, mang lại tin yêu hạnh phúc, để người nhìn người bằng đôi mắt thông cảm, thương yêu, để thế giới này là nơi trú ngụ bình an cho muôn người muôn loài, để mộng dữ không còn và người người reo vui:

hết rồi. thời quỷ mị
đời hân hoan. gió gọi ta (*)

Trần Thị Nguyệt Mai
July 1, 2017

(*) trích từ bài thơ "Mưa ở đây như mưa ở quê nhà" (Nghệ Tĩnh 1980) trong tập thơ TÔI CÙNG GIÓ MÙA của Nguyễn Xuân Thiệp - Phố Văn tái bản 2012.

Giữa Hai Bờ Hệ Lụy
QUAN DƯƠNG

Ở khoảng giữa hai bên bờ hệ lụy
một dòng sông. Lịch sử chảy chia dòng
Tôi có một quê hương không cùng chung đất nước
Tôi ở bên này. Em bên kia sông

Tôi có một vết thương da không liền sẹo
Tôi có một tuổi thơ cùng bao nỗi nhục nhằn
Tôi có một nơi bỏ đi chưa trở lại
Tôi có oan khiên khi cắt thịt da mình

Bao hệ lụy ứ đùn theo năm tháng
Lịch sử đi qua. Bóng xế phủ ngang đầu
Rồi một hôm thơ em thành định mệnh
Ngùi trong tôi. Xoa bao xước đau

Tôi trằn trọc. Yêu em. Tôi thầm lặng
Tôi yêu em. Tôi tội nghiệp đời mình
Yêu quay quắt từng phút giây tôi thở
Ai bày chi số mạng giữa càn khôn

Tôi yêu em. Lời yêu không thể ngỏ
Bao nín câm trút hết xuống sông này
Dòng oan nghiệt. Giá chi mình khóc được
Đem nước mắt cùng rửa di lụy hôm nay

Quan Dương

Giữa Sài Gòn
ĐỖ DUY NGỌC

Một hôm khóc giữa Sài Gòn
Đốt đèn xem lại có còn ta không?
Một mình giữa phố lông nhông
Mới hay tiên tổ núi sông chẳng còn

Hôm qua đi giữa Sài Gòn
Bụi trần gian phủ xoáy mòn cả vai
Nhập nhèm giữa đúng với sai
Nhiều cơn ác mộng lai rai nát chiều

Chẳng còn chi để nói yêu
Bao nhiêu nhan sắc yêu kiều bỏ đi
Rớt nước mắt miệng cười khì
Bản đồ rách nát chia ly phận người

Mỏi chân phiền muộn thân lười
Chim kêu hốt hoảng hoa tươi héo mòn
Hôm nay chạy giữa Sài Gòn
Biển sông tàn phế người còn nỗi đau

Mong chi chuyện của ngàn sau
Bao nhiêu ký ức như tàu chuối khô
Kỷ niệm im tựa nấm mồ
Sài Gòn chết đứng tựa hồ dao đâm

27.3.2019
Đỗ Duy Ngọc

Ảnh Hưởng Của Quan Thượng Túy La Đối Với Ông Nghè Bất Nhị

NGUYỄN THIẾU DŨNG

Chí sĩ Trần Quý Cáp thời trai trẻ tên là Trần Nghị, mãi đến năm 25 tuổi (1895) mới được bổ vào trường Đốc Thanh Chiêm và được quan Đốc Học Trần Đình Phong đổi tên là Quý Cáp, không đầy hai năm sau thì quan Thượng Thư làng Túy La từ trần. Sự kiện này cho thấy tiên sinh có một thời gian khá dài đã sống gần gũi và thân thiết với nhà ngoại giao đầu tiên của Đại Nam trong cơn quốc biến, thực dân Pháp xâm lược nước ta.

Ảnh hưởng do sự thân cận là ảnh hưởng tiềm phục, nó cứ ngấm ngầm tác động ăn sâu vào nếp sống, nếp nghĩ tạo dấu ấn sâu xa hình thành nên nhân cách đối tác không thể tự cưỡng được. Phương chi quan Thượng Túy La lại là nhân vật quan yếu đương thời rất được mọi người, mọi giới nể trọng không thể không tạo ấn tượng mạnh đối với chàng thanh niên đầy nhiệt huyết, thông tuệ giàu lòng yêu nước thương dân. Sử giới thường quan tâm đến ảnh hưởng của Nguyễn Lộ Trạch, Nguyễn Trường Tộ đối với Trần Quý Cáp mà quên rằng Nguyễn Thành Ý cũng góp phần không nhỏ trong việc hình thành những phẩm chất cao đẹp của ông Nghè Bất Nhị.

Nguyễn Thành Ý quê quán làng Túy La nên thường được nhân dân kính trọng gọi là quan Thượng Túy La. Làng Túy La nằm trên bờ con sông lớn Kỳ Lam một nhánh của sông Thu Bồn đổ xuống sông Câu Lâu mà xưa có tên là sông Chợ Củi chảy ngang Dinh Trấn Thanh Chiêm rồi xuôi theo sông Hội An đổ ra cửa biển Cửa Đại. Kề cận Túy La là làng Bất Nhị quê hương Chí sĩ Trần Quý Cáp, khu vực này nằm trên ngã ba sông Cổ Cò và sông Bình Long, cả hai con sông nhỏ này lần lượt hợp lưu với sông Vĩnh Điện chảy về hướng Ngũ Hành Sơn Đà Nẵng. Một phần làng Túy La bị nước cuốn xuống sông. Nguyễn Thành Ý dời về sống tại làng Bất Nhị. Bên kia sông Kỳ Lam là khu Gò Nổi quê hương của hai vị đại thần lừng lẫy đương thời, Thượng Thư Đông Bàn Phạm Phú Thứ người mang kiểu xe trâu từ Ai Cập về làm tăng sức cho sản phẩm nông nghiệp vùng này, Tổng Đốc Xuân Đài Hoàng Diệu tuẫn tiết với thành Hà Nội đều để lại dấu ấn quan trọng với chàng trai Thai La.

Nguyễn Thành Ý sinh năm 1820, năm mươi năm sau khi ông đã thành danh Trần Quý Cáp mới chào đời (1870), Nguyễn Thành Ý ở Túy La nên lấy hiệu là Túy Xuyên, Trần Quý Cáp ở thôn Thai La cũng theo đấy mà lấy hiệu là Thai Xuyên.

Nguyễn Thành Ý xuất thân từ gia đình nho học nức danh "Ngũ Tử Đăng Khoa" vì anh em ông Khắc Thân, Chánh Tâm, Thành Ý, Tu Kỹ, Tĩnh Cung đều đỗ hoặc Tú Tài hoặc Cử Nhân

Năm 1845 Nguyễn Thành Ý với chân Cử Nhân được bổ làm Tri huyện Kiến Hòa, lần lượt trải qua các chức Tri huyện Tân Bình, Hộ đốc Gia Định, Tri phủ Phước Tuy rồi bổ Quản đạo Phú Yên.

Năm 1862 Triều đình Huế ký hòa ước Nhâm Tuất nhượng ba tỉnh miền đông Nam Kỳ cho Pháp, thời gian này ông mộ được 4.000 nghĩa quân tăng viện cho Bình Tây Đại Nguyên Soái Trương Định đánh Pháp.

Là người cấp tiến khi đối diện với kẻ thù Nguyễn Thành Ý thấy cần phải biết rõ họ mới mong đối địch cùng họ cho nên ông đã tự học tiếng Pháp để có thể giao thiệp, nhờ chuẩn bị trước như vậy nên năm 1874 Nguyễn Thành Ý được triều đình bổ nhiệm làm Khâm phái kiêm Lãnh sự ở Gia Định.

Tháng 9 năm 1877, ông được thăng hàm Quang lộc tự khanh, sung chức Chánh khâm phái, cùng với Vũ Văn Phú, Nguyễn Tăng Doãn dẫn đoàn sứ bộ mang các đồ thủ công mỹ nghệ danh tiếng của nước ta sang Pháp đấu xảo. Biện lý Bộ Lễ là Nguyễn Lập vào Gia Định làm chức Lãnh sự thay ông.

Trong bản tường trình gởi triều đình sau khi đi Pháp về ông đề nghị:

- Nước ta phải đợi thời cơ, nỗ lực tự cường, học tập kỹ thuật phương Tây, noi gương Nhật Bản canh tân.

- Gửi du học sinh sang Pháp học nghề cơ khí ở Toulon để sau này mở một xưởng đóng tàu ở Đà Nẵng để phát triển kinh tế.

Tháng 2 năm 1879 ông được vua cử đưa một số du học sinh sang học ở Toulon, năm 1880 sau khi về nước ông lại giữ chức Lãnh sự Gia Định.

Năm 1881, Nguyễn Thành Ý được triệu về Kinh giữ chức Tả Thị Lang Bộ Hộ.

Tháng 3 năm 1882, Pháp chiếm Hà Nội, Tổng đốc Hoàng Diệu tự vẫn theo thành.

Tháng 5 năm 1883, Nguyễn Thành Ý lại được cử làm Lãnh sự Gia Định nhưng chỉ được một tháng Pháp bãi bỏ tòa Lãnh sự.

Năm 1885 sau khi kinh đô thất thủ, ông được cử làm Thượng thư Bộ Hình, sau đổi lãnh chức Tổng đốc Hải – Yên.

Tháng 9, mùa thu năm Bính Tuất (1886) Thực Lục ghi: "Tổng đốc Hải Yên là Nguyễn Thành Ý có bệnh xin về hưu, vua y cho, rồi chuẩn cấp lương cả năm (1.200 quan) để giúp cho dưỡng lão".

Năm Thành Thái thứ ba (1891) triều đình lại thỉnh ông ra kinh nhậm chức Lễ Bộ Thượng thư kiêm Phụ Đạo Đại Thần, trực tiếp dạy vua Thành Thái, khi đấy mới 13 tuổi. Đến năm Thành Thái thứ sáu (1894), ông mới được nghỉ hưu và được phong tước "Phụ đạo Đại thần Hiệp Biện Đại học sĩ".

Ông qua đời năm 1897, thọ 78 tuổi, an táng tại nghĩa trang Gò

Bướm (nay thuộc thôn Nhị Dinh 2, xã Điện Phước, huyện Điện Bàn, Quảng Nam), sau này di hài Chí sĩ Trần Quý Cáp từ Nha Trang cũng được cải táng về cạnh đấy. Khi sống hai vị từng thân cận với nhau, khi sang cõi giới khác hai vị lại càng thân cận hơn.

Nguyễn Thành Ý là người yêu nước có ý thức muốn canh tân đất nước, chuộng thực học, tuy ông có nhiều đóng góp cho triều đình và cũng được đãi ngộ xứng đáng nhưng thời thế nhiễu nhương không được như mong muốn của ông, triều đình bảo thủ không theo kịp thời đại khiến nước nhà lụn bại mất về tay quân thù nên ông không mấy hài lòng từng khuyên con cháu trong nhà: *"Ta đang mắc nợ vua, ráng trả xong, các anh, các em, các cháu ở nhà lo dạy học, phụng dưỡng cha mẹ, đừng ham chức tước mà khổ tâm"*.

Trong suốt 27 năm sống cùng quê với Nguyễn Thành Ý, nhất là từ năm 1886 cho đến năm 1897, Trần Quý Cáp có hơn 10 năm sống gần gũi thân thiết với Nguyễn Thành Ý, có dịp nghe quan Phụ Đạo tâm sự, chỉ bảo kinh nghiệm, Trần Quý Cáp không thể không ngưỡng mộ phẩm cách của bậc Đại Thần, mà chịu ảnh hưởng thâm sâu về hành vi và tư tưởng của ông. Trần Quý Cáp rất say mê đọc sách, phần lớn những sách hay, sách hiếm, sách lạ ông đọc được đều từ tủ sách nhà quan Thượng Túy La cả.

Nhờ dốc chí đọc sách mà Trần Quý Cáp ý thức được con đường phải đi nên đã viết bài "Sĩ phu tự trị luận" để thức tỉnh các nhà trí thức:

"Nước ta chìm đắm đã lâu mà cái máy sống như một sợi chỉ mong manh vẫn còn, là nhờ đâu, nhờ ở đâu?

Ở nơi dốc chí đọc sách, hiểu rõ nghĩa lý của đám sĩ phu mới gọi là còn được.

Sao đến nỗi một bạn học cũ, vùi đầu trong đám sách nát của văn chương bát cổ, giấy mục của bốn nhà để tự khoe học rộng nhớ nhiều mà khi hỏi đến Tây Cống, Đông Kinh thì không biết đó là nơi nào, xứ nào cả.

Một số lớn người mới say lòng nơi gấm vóc năm châu, sự phồn thịnh của Ba Đảo (Nhật Bản) uổng công tranh đua với nhau về những cái hiểu biết phù hiêu mà đến việc mở trí cho quốc dân, xây dựng đời sống mới thì không được mảy may thực dụng.

Ôi! Khí dân tiêu trầm nào phải một ngày, sóng gió dồn dập đến mà giấc mộng lớn vẫn chưa tỉnh. Bốn biển xanh biếc mênh mông ta biết dựa vào đâu?

Bây giờ mà không phấn chấn tự cường ắt giống nòi nguy mất" (bản dịch của Lam Giang).

Mặc dầu đỗ đại khoa năm 1904 nhưng Trần Quý Cáp ngao ngán công danh không muốn ra làm quan, mãi đến năm 1906 được bổ làm Giáo thọ huyện Thăng Bình ông rất muốn từ chối, Mính Viên Huỳnh Thúc Kháng ghi trong lược sử Trần Quý Cáp: "Lúc mới có lệnh, tiên sinh không chịu đi, đồng nhân lấy cảnh mẹ già nhà nghèo thúc giục. Tiên sinh mới đi". Trong bài thơ ai điếu Huỳnh Thúc Kháng nhấn mạnh lại lần nữa: *"Gươm sách xăm xăm tách dặm miền/ Làm quan vì mẹ há vì tiền"*. Cao hơn nữa, Trần Quý Cáp lãnh chức Giáo Thọ Ninh Hòa còn là vì nhiệm vụ mà phong trào đã giao phó cho, Điều này có thể thấy rõ trong bức thư Tây Hồ gởi cho Thai Xuyên: "Ở đó có quan Đốc học là bạn quen cũ và Ngài ở đó chắc phải bàn bạc với Ngài ấy để có cách loan truyền tân học có kết quả. Tôi đã hiểu lòng Ngài nhưng chớ có tính chuyện xin từ nhiệm để rút lui". Xem ra, phải chăng Trần Quý Cáp muốn làm theo di ngôn của Nguyễn Thành Ý xa lánh chốn quan trường, nhưng thời cuộc đã buộc ông phải từ bỏ sở thích cá nhân mà dấn thân theo sứ mệnh Tổ quốc đang cần.

Nguyễn Thành Ý là người thức thời, tự học chữ Pháp để trở thành Lãnh sự ngoại giao với Pháp, lại thêm quan Thượng Đông Bàn Phạm Phú Thứ là người có óc Duy Tân, khuyến khích thực học, khuyên nên dịch sách nước ngoài để mở mang dân trí, mở trường dạy tiếng Pháp ở Ninh Hải, những việc làm này rất có ý nghĩa với chàng trai Thai La. Vì vậy khi có điều kiện là Trần Quý Cáp thực hiện ngay những điều ông ấp ủ từ lâu: "Đến nơi (Thăng Bình) tiên sinh mở lớp Tây học ngay trong trường giáo, rước thầy về dạy chữ Pháp và chữ quốc ngữ, học trò xa gần đến nơi học có hơn đôi trăm người. Tiên sinh lại thường vào trong dân gian để diễn thuyết cực lực bài xích lối học khoa cử và đề xướng tân học". (Trần Huỳnh Sách, Cuộc đời và hoạt động của chí sĩ Trần Quý Cáp). Huỳnh Thúc Kháng cũng ghi như thế: *"Khi tới trường, Tiên sinh mời thầy về dạy chữ Quốc ngữ và chữ Tây,*

*làm cho phong khí tỉnh nhà được mở mới như Diên Phong, Phú Lâm,
Phước Bình. Mỗi lần khảo hạch học trò đi tới các phủ huyện, làm cho
lối học bát cổ giá áo túi cơm mấy trăm năm, từ nay phải xếp lại".*

Theo gương Nguyễn Thành Ý, Trần Quý Cáp chăm lo cái học
thực dụng, bài xích lối học hư văn để chấn hưng dân trí nên ông làm
rất nhiều bài thơ cổ động người dân sống đời sống mới, như các bài ca
Khuyến học, Khuyến nông, Khuyến thương:

> *"Cuộc hoàn hải liệt cường tranh cạnh,*
> *Mở trí khôn giàu mạnh dường bao.*
> *Nước ta học vấn thế nào?*
> *Chẳng lo bỏ dại, lẽ nào đặng khôn?*
>
> *Chữ quốc ngữ là hồn trong nước,*
> *Phải đem ra tỉnh trước dân ta."*
> *Sách Âu, Mỹ, sách Chi Na*
> *Chữ kia chữ nọ dịch ra tinh tường.*
>
> *Nông công cổ trăm đường cũng thế*
> *Họp bầy nhau thì dễ toan lo*
> *Á Âu chung lại một lò*
> *Đúc nên tư cách mới cho rằng người*
>
> *Một người học, muôn người đều biết*
> *Trí ta khôn trăm việc phải hay*
> *Lợi quyền đã nắm trong tay*
> *Có cơ tiến hoá, có ngày văn minh."*

(Khuyến học)

Ta biết Nguyễn Thành Ý có xu hướng Duy Tân, cũng như
Nguyễn Trường Tộ ông muốn hòa hoãn với Pháp bằng con đường
ngoại giao ngõ hầu có thời cơ canh tân xứ sở theo kịp trào lưu thế giới
để có thể đối đầu với Pháp, nhưng ông cũng không muốn buông tay
đầu hàng trước gót giày xâm lăng của thực dân nên đã ngấm ngầm mộ
quân chi viện cho Trương Định đánh Pháp, điều này có thể phần nào
ảnh hưởng đến thái độ của Trần Quý Cáp trước thời cuộc.

Là một trong ba người lãnh tụ chủ chốt của phong trào Duy Tân tại Quảng Nam nhưng Trần Quý Cáp có phần khác với Phan Châu Trinh, một người chủ trương bất bạo động vì "bạo động tất tử", ông có liên quan mật thiết với Duy Tân Hội do Nguyễn Thành và Phan Bội Châu lãnh đạo. Sử gia Huỳnh Thúc Kháng cho biết "Cụ Tiểu La Nguyễn Thành, một cựu đảng Cần Vương có tiếng, bạn thân thiết của hai cụ Phan, sanh bình tiềm tâm thiệt học, ôm ấp thao lược, trước mắt không người, sau ngày gặp Tiên sinh. Có nói với cụ Sào Nam: *"Được một người tốt có đảm thức hỏi ai? Chỉ có Thai Xuyên"*. *Cùng cộng sự trong mấy năm, lại nói với cụ Tây Hồ: "Nếu được một đôi người như Thai Xuyên, có việc gì chả làm xong!"*.

Trong "Cuộc đời và hoạt động của chí sĩ Trần Quý Cáp", ông Trần Huỳnh Sách học trò ông Nghè Bất nhị có ghi: *"Tháng tư năm Bính Ngọ (1906), tiên sinh (Trần Quý Cáp) cùng Bang Kỳ Lam Nguyễn Tán, các ông Cử Phan Thúc Duyện, Lê Bá Trinh, Hồ Thanh Vân và tôi lên nguồn núi Dùi Chiêng tìm sở rẫy Cờ Vĩ để khẩn hoang. Thấy đất linh láng màu mỡ tốt, bèn về mộ phu lên làm. Lúc ấy dân chưa nhận thức, người sợ nước độc, kẻ sợ xa nhà nên không ai chịu đi. Tiên sinh phải ra thuê một sở ruộng làng Cẩm Nê chỗ giáp giới huyện Hoà Vang với phủ Điện Bàn, diện tích ước chừng hai mươi mẫu để lập nông hội. **Tiên sinh đứng ra tổ chức và trông coi sự làm ruộng ấy, mục đích để lấy hoa lợi tiếp tế cho anh em du học"**. Những tư liệu trên phần nào tỏ rõ được tâm nguyện của Thai Xuyên.

Sinh ra và lớn lên cùng một làng với Túy Xuyên Nguyễn Thành Ý, cả quãng đời thanh xuân được sống thân cận với một người đã thành danh, là yếu nhân của thời cuộc, có một nhân cách lớn, một tầm nhìn thoáng rộng, một tấm lòng yêu nước kiên trinh, Thai Xuyên Trần Quý Cáp tất phải đem lòng ngưỡng mộ, rồi cảm, rồi hóa, rồi thấm nhiễm từng ngày, từng tháng, từng năm, chàng trai làng Bất Nhị miệt mài đọc sách nhà bậc Lão thần Túy La đã vươn vai đứng dậy đầy khí phách, hùng tâm đảm lược thật xứng đáng như câu đối Phan Sào Nam đã điếu:

*"Ngọc toái bất ngõa toàn
Hồng khinh nhi Thái trọng"*

Nguyễn Thiếu Dũng

Hoàng Hôn Bên Sông Tắc
TIỂU NGUYỆT

Tâm tham dự buổi hội thảo về đề tài *"Ảnh Hưởng Của Văn Học Phật Giáo Với Đời Sống Xã hội "*, do trường đại học Khoa học Xã hội và Nhân văn, phối hợp với Giáo hội Phật giáo Khánh Hòa tổ chức trong ba ngày, vừa mới kết thúc sáng hôm nay; tối nay, mười chín giờ ba mươi, anh sẽ lên tàu TN 1, trở về nhà.

Không biết làm gì trong suốt buổi chiều, Tâm lang thang xuống biển để thư giãn với không khí tươi mát, và ngắm lại biển trong ánh nắng chiều êm ả. Những tiếng sóng rì rào ru êm của biển, gợi cho anh cảm giác an lành, thoải mái hơn khi nhìn những áng mây trời phản chiếu xuống mặt nước một màu xanh êm dịu, quyến rũ.

Tâm đón nhận cảm xúc dạt dào, an nhiên, thư thái tràn ngập trong tâm hồn anh - hít thật sâu cái không khí yên lành, mát mẻ vào buồng phổi (vốn anh không bỏ hẳn được thói quen hút thuốc mỗi lúc ngồi vào bàn máy vi tính, hay ngồi trầm ngâm một mình), rồi thở ra thật nhẹ nhàng, chậm rãi, đếm bước.

Khu phố hôm nay đã trở nên xinh đẹp, thoáng mát, sạch sẽ hơn xưa nhiều. Tâm nghe niềm vui dấy lên trong lòng, khi nhìn những dòng xe ngược xuôi trên đường phố đầy bóng cây xanh; với những ngôi nhà nhiều tầng, hotel cao ngất. Tâm đi dọc theo công viên về phía Nam, ngắm nhìn sự phồn vinh của thành phố đang phát triển nhanh chóng. Khách du lịch khắp nơi đổ về thành phố biển thật nhộn nhịp, như con phố đang cựa mình bay lên. Một số khách du lịch thích nằm phơi mình trên những chiếc ghế dài, để ngắm biển; dường như để bù đắp cho những ngày tháng miệt mài cặm cụi trong văn phòng, hay trong các cơ xưởng căng thẳng.

Trước mắt anh là bến đợi của xe buýt. Trong anh chợt lóe lên ý nghĩ, muốn lên xe buýt đi một vòng thành phố, để khám phá thêm những cái mới lạ mà anh chưa có dịp biết đến.

Một chiếc xe buýt vừa tới, tấp sát vào lề. Anh bước lên xe.

Tâm ngồi vào chiếc ghế sát cửa sổ, để tiện việc nhìn ngắm thành phố. Cô bé bán vé bước lại chỗ anh, hỏi:

- Chú xuống đâu ạ?

- Chú cũng không biết mình xuống đâu nữa. Xe này chạy về đâu cháu?

Cô bé cười, giọng ngạc nhiên - vui vẻ:

- Chú không biết mình xuống đâu, thật đấy à? Xe này về Hòn Rớ đó chú.

Anh cười theo cô bé bán vé:

- Thì cho chú về Hòn Rớ vậy.

- Dạ! Tám nghìn một lượt, chú!

Tâm rút ví từ trong túi đưa tiền xe cho cô bé. Anh ghi nhận thật nhanh những hình ảnh vụt thoáng qua ngoài cửa sổ vào chiếc đầu háo hức của mình. Anh miên man ngắm nhìn những con đường rộng rãi, với đủ loại xe đang lưu thông tấp nập. Những chiếc xe máy, ô tô đời mới chạy nối đuôi nhau; những ngôi nhà cao tầng, hai bên đường đẹp đẽ, như khoe sự giàu sang, chuyển mình của thành phố.

Xe vừa chạy lên cầu, anh bỗng thấy lòng nao nao nhớ lại, dường như mình đã có bận đi ngang qua nơi đây mười mấy năm trước; đó là những tháng ngày buồn đau, đã làm anh gần như suy sụp hoàn toàn. Ngày ấy, cây cầu kia nhỏ hơn, không rộng lớn như bây giờ. Tâm nghĩ như thế, nhưng anh quay lại hỏi một chị ngồi ghế bên cạnh, để xác định lại trí nhớ của mình cho rõ ràng:

- Xin cho hỏi, đây có phải là cầu Bình Tân không chị?

- Cầu Bình Tân đó anh!

- Cảm ơn chị! Tôi nhớ lúc trước con đường này nhỏ, giờ khác quá, hở chị?

- Giờ là đại lộ Nguyễn Tất Thành mà anh, trước kia là đường cầu Bình Tân, chỉ một làn đường thôi.

Tâm muốn xuống xe, đi bộ dọc theo bờ dòng sông Tắc như ngày nào, để tìm chút kỷ niệm đang dạt dào sống lại trong anh.

- Cho tôi xuống trạm vừa qua khỏi cầu nha bác tài.

Cô bé bán vé lặp lại:

- Ghé trạm nha anh!

Xe qua khỏi cầu, chạy một đoạn tới trạm dừng. Tâm xuống xe.

Tâm rẽ vào con đường nhỏ theo hướng ra bờ sông. Một làn gió mang theo hơi nước từ dòng sông trước mặt thoảng qua mát rượi, gợi cho anh cái cảm giác lần đầu anh đã đến nơi đây. Thuở ấy, dòng sông thật yên ả, xinh xắn, với hai hàng liễu rũ bên đường, hoa đỏ đung đưa mời gọi. Đi một đoạn dài mới thấy một vài ngôi nhà, không như hôm nay, nhà cửa san sát, kín mít. Anh đi về hướng phía cầu. Dòng sông trơ đáy, phơi bày ngổn ngang bao thứ rác, mà những lúc triều cường lên đã che giấu; để dòng sông trở lại mênh mông, quyến rũ. Rồi anh chợt liên tưởng đến *"lòng người"*, sao mà giống *"lòng sông"* quá đỗi.

Anh đi dưới con đường có cầu vượt, về phía công viên. Dưới sông, mọi người đang cào đất đãi bắt những con sò, con ngao; từng nhóm, từng nhóm nhỏ; rồi mang vào bờ cân bán cho những người mua ngao sò ngay tại chỗ.

Nhìn qua phía bên kia sông, là khu biệt thự đang xây dựng, làm đường, trồng cây, xây kè, chia lô theo dự án phát triển của thành phố. Những ngôi nhà hai, ba tầng mọc lên phủ kín hết khu đất, không còn trống trải như trước kia; chỉ vài ngôi nhà cấp bốn rải rác, nằm hiền lành dọc theo bờ sông yên tĩnh mà thôi.

Tâm thơ thẩn đi trong nắng chiều vàng nhạt, nhớ nghĩ về dòng sông thuở trước, với lòng luyến tiếc, ngậm ngùi. Ngày ấy, cũng vào buổi chiều như hôm nay, trên sông thật đông vui. Những chiếc thuyền đánh cá, bủa lưới, đập bình bịch; những thuyền thả lưới ghẹ đụng đầu nhau, réo gọi nhau í ới. Tâm nhớ, có một cái rớ sát bên bờ sông, kéo rất nhiều tôm cá. Người chủ rớ lấy "chòi rớ" làm quán để bán cho khách quen từ ngoài phố xuống, muốn thư giãn cùng sông nước; thưởng thức món cá tươi nấu cháo, tôm tươi hấp chấm muối ớt. Đơn giản thôi, nhưng quán "chòi rớ" cũng có khách, với các món bình dân, cá, tôm vừa đánh bắt từ sông lên.

Tâm nhìn quanh, không thấy dấu vết gì về cái "chòi rớ" thuở ấy, bèn đi tiếp. Anh lại bên chiếc ghế đá ven bờ kè, ngồi nghỉ chân. Nhìn qua phía bên kia đường, anh thấy một người phụ nữ đang chăm sóc hoa trước sân nhà. Những giỏ lan treo lủng lẳng nở hoa đủ màu sắc, rất đẹp; những chậu cây kiểng được cắt tỉa gọn gàng, xanh tươi; cho anh cảm giác yên bình, ấm áp. Người phụ nữ vẫn cần mẫn làm việc, không để ý đến chung quanh, nên không biết anh đang chăm chú nhìn mình. Nàng bỏ chiếc kéo, và hì hục nhích đẩy chậu hoa xếp sát dọc bờ sân.

Tâm lật đật đứng dậy, chạy qua phía nàng - nói lớn:

- Để tôi giúp giùm cho.

Nàng quay lại nhìn anh, mỉm cười:

- Tôi làm được mà.

Tâm phụ giúp nàng bưng chậu hoa đặt sát bờ sân như ý nàng muốn, xong hỏi thăm - giọng thân mật:

- Tôi nhớ trước kia có cái rớ sát bờ kè này, không biết ở đoạn nào, cô có biết không?

Nàng thoáng nhìn thẳng vào anh, dò hỏi:

- Anh hỏi thăm để làm gì? Anh là người quen của họ à?

Tâm cười, ngại ngùng:

- Tôi đã từng ăn cháo trên cái chòi rớ đó, có dịp ghé lại thôi. Như vậy có phải là người quen không cô?

- Cũng có thể là quen mặt, vì cái chòi rớ đó, thường không có khách lạ.

- Ồ! Vậy à? Lần đầu tôi đến đó ăn cháo, cũng không phải khách lạ sao?

- Vậy anh là khách *"đặc biệt"* của họ đấy!

Tâm vui vẻ:

- *"Trước lạ sau quen"*, phải không cô? Cô rành về cái quán đó nhỉ?.

Hạnh - tên người phụ nữ, quay nhìn anh thật chăm chú, như tìm trong trí nhớ của mình một điều gì đó đã theo tháng năm trôi vào lãng quên. Nàng bỗng có cảm giác thấy anh quen quen, nhưng không nhớ ra được điều gì rõ ràng. Nàng cười:

- *"Quen trước, lạ sau"*. Đó là phương châm của tôi.

Tâm vừa ngạc nhiên, vừa xúc động, khi nghe nàng nói. Hình như câu nói đó anh đã nghe từ lâu lắc rồi. Anh quay nhìn kỹ người đang trước mặt mình, và cố lục trong trí nhớ - cái giọng nói rặc "xứ nẫu", cái cách trả lời, và đôi mắt (dù cười vẫn thấy nét buồn) ấy. Trí nhớ anh bỗng lóe lên, hình như nàng là chủ quán "chòi rớ" ngày nào. Anh mừng rỡ:

- Cô là chủ quán cái "chòi rớ" ngày ấy, phải không?

- Đã lâu lắm rồi cái chòi rớ đó không còn nữa. Anh hỏi để làm gì?

- Tôi ngang qua đây, có dịp ghé thăm thôi, vì cô chủ quán đó là ân nhân của tôi.

Nghe anh nói thế, nàng quay nhìn anh kỹ hơn - giọng phân vân:

- Ân nhân thế nào? Họ giúp anh... - giọng nàng bỗng chùng xuống, ngập ngừng, như nhớ ra anh là ai - anh "nhà văn" phải không?

- Tôi… lâu quá rồi phải không cô? Tôi đến Nha Trang tham dự hội thảo. không ngờ được gặp lại cô chiều nay.

Hạnh cười thân thiện:

- Gần hai chục năm rồi còn gì, anh? - Hạnh gắng giữ điềm tĩnh, trông anh có vẻ tươi vui hơn ngày trước, dù tóc đã bạc nhiều - nàng cười vui, mời anh vào nhà đi! Đúng là "trước lạ sau quen" - nói xong, nàng vội bước đi trước.

Tâm nhìn theo dáng Hạnh - nàng vẫn điềm đạm, xinh xắn, nhưng nét mặt, giọng nói có vẻ gì khang khác; lòng anh rộn lên niềm vui vô cớ. Đã ngần ấy thời gian xa cách, gặp lại, anh vẫn tìm thấy ở nàng nét đẹp dịu dàng, đôn hậu cũ; rồi phân vân không biết bây giờ cuộc sống nàng như thế nào, có được an vui, hạnh phúc không? Nhưng rồi, anh nhủ thầm: *Một con người phúc hậu như thế, chắc phải có một cuộc sống yên vui thôi*".

Hạnh đưa Tâm vào nhà, pha bình trà nóng, mời anh. Hai người nhìn nhau với ánh nhìn vừa chắt chiu hạnh phúc, vừa bẽn lẽn. Hình ảnh của gần hai mươi năm trước như trôi dần trở về - thật rõ ràng, sống động, trong hai tâm hồn đồng cảm yêu thương.

***

Tâm vội vã đi ngay trong đêm, không kịp chuẩn bị thứ gì, khi nghe vợ hằn học, coi anh như người làm công, rồi chìa trước mặt anh tờ đơn xin ly hôn mà vợ anh đã ký sẵn. Anh vội vã bước nhanh ra cửa như chạy trốn một tai ương, đến nỗi chỉ có một bộ áo quần trong người, cái ví đựng ít tiền và một số giấy tờ tùy thân.

Anh đau đớn vì người mình thương yêu nhất, lại đối xử với mình tệ nhất. Anh luôn dành cho gia đình những gì tốt đẹp mà anh có thể, nhưng vợ anh lại nghĩ khác - luôn coi thường, khinh rẻ anh, bởi dưới mắt nàng, anh luôn là một người thợ tầm thường, tay chân lấm lem. Mỗi lần xung đột, cãi vã, dù là nửa đêm, anh luôn ra đi, để tránh nhìn thấy sự đổ vỡ phũ phàng trước mắt. Nhưng cuộc hôn nhân, có lẽ đã rạn nứt, từ ngày anh bước vào trại cải tạo.

Trong một lần ra đi, anh trôi dạt về thành phố biển Nha Trang, thăm chơi với một người bạn thân tại thành phố này. Một buổi chiều, anh đi bộ lang thang từ ngã ba rẽ vào cầu Bình Tân, rồi đi dọc theo bờ kè bên dòng sông Tắc. Chợt nhìn thấy một cái "chòi rớ" ngay trên sông, anh muốn ra đó ngồi chơi, nhìn ngắm trời mây và sông nước cho nguôi ngoai. Thế là anh bước lên chiếc cầu bằng cây tre, bắt từ bờ ra chòi rớ. Anh nằm trên chòi rớ nghe nỗi buồn thấm vào cơ thể, ao ước được ngủ một giấc dài; nhưng không thể nào chợp được mắt. Anh vùng ngồi dậy, và cảm thấy vui, khi thấy một cái túi bằng lưới dày, đựng tôm, cá, đang tung tăng bơi lội dưới nước.

Anh đang ngạc nhiên xem bầy cá vùng vẫy, bỗng nghe tiếng một cô gái vọng lại từ phía sau lưng mình:

- Nè, anh kia! Đang làm gì đấy?

Tâm quay lại nhìn cô gái cười, giả lả:

- Tôi chỉ xem thôi, cô.

- Thì tôi thấy anh đang xem rồi. Nhưng sau đó, ai biết anh làm gì?

- Cá tôm này, có bán không cô?

- Có. Nhưng chỉ bán cho khách quen thôi. Ở đây không bán cho người lạ.

Tâm cười hồn nhiên:

- Thì "trước lạ sau quen". Cá tôm tươi như thế này mà nấu cháo thì ngon lắm.

Nàng thản nhiên:

- Chắc chắn là ngon rồi. Ở đây món cháo cá là đặc biệt nhất.

- Vậy chỗ này là quán của cô hả? Cô có thể cho tôi thưởng thức tô cháo cá, được không?

- Đây là quán của tôi, nhưng chỉ bán khách quen thôi. Anh ở đâu tới mà lại đây đòi ăn cháo cá?

- Quán mà còn phân biệt khách lạ quen sao cô? Trước lạ sau quen chớ!

- *"Quen trước, lạ sau"*. Đó là phương châm của tôi. Tôi đã từng "khổ" với mấy ông khách lạ, lang bạt, giang hồ rồi.

Tâm nhỏ giọng:

- Thì cô cứ cho tôi là khách "đặc biệt" đi, vì tôi ở xa trôi dạt tới - anh ngập ngừng với lại, từ sáng đến giờ tôi chưa ăn gì cả.

- Chưa ăn thì có mắc mớ gì đến tôi, nhưng... - giọng nàng dịu xuống khi nhìn khuôn mặt hiền từ của anh nhìn nàng như năn nỉ. Thôi được, đây là trường hợp "đặc biệt" đấy.

Vừa làm cá nấu cháo, vừa chạy ra chạy vào mang thức uống, mắm, chén đũa... ra cho khách. Tâm nói chuyện cởi mở, vui vẻ, tự nhiên hơn; cảm thấy nỗi buồn trong lòng không cánh mà bay đi mất.

Anh ngẫu hứng đọc mấy câu thơ - có lẽ vừa "tức cảnh sinh tình", làm Hạnh gọi đùa anh là *"anh nhà thơ"*; dù sau đó anh phải nói đi, nói lại với nàng rằng, anh không muốn mạo nhận, anh tên là Tâm - Lê Kỉnh Tâm, nhà văn.

***

Hạnh niềm nở rót nước mời Tâm, khiến anh thấy ấm áp, gần gũi như gặp lại người thân yêu cũ của mình. Anh cảm thấy thoải mái, rất tự nhiên, kể cho nàng nghe về cuộc đời thăng trầm của mình, sau năm 1975. - nhất là anh đã bị bắt buộc phải ly hôn để vợ anh có một chọn lựa mới, theo ước mơ của nàng.

Tâm nhìn Hạnh - chờ đợi, thật lâu, như muốn biết cuộc sống của nàng bây giờ thế nào?

Anh do dự:

- Hình như, ở đây cô cũng sống một mình? Tôi thấy vắng vẻ quá!

Đôi mắt Hạnh trở nên xa xăm:

- Chồng tôi đã mất cách đây mười năm rồi, anh à!

- Tôi xin lỗi! Đã vô ý khơi lại nỗi buồn.

Hạnh gượng cười :

- Không sao, tự nhiên thôi mà, anh.

Không khí trở nên trầm lắng xuống, không ai nói thêm lời gì. Sự im lặng dường như đã đưa họ đến gần nhau hơn. Nỗi xúc động ngập tràn trong Hạnh, trong Tâm - mỗi người miên man theo đuổi một ý nghĩ, không dứt.

Nắng chiều như đang tím dần, mặt trời dần khuất sau dãy núi phía tây. Hoàng hôn đang trải rộng dần xuống dòng sông Tắc.

Tâm vụt đứng dậy, nói khẽ:

- Mời Hạnh đi uống nước với anh một lát, nhé!

Hạnh như vừa thoát khỏi cơn mộng - nàng vội đứng lên, dịu dàng:

- Anh chờ em chút xíu!

Nàng vào nhà sau, một lát, quay trở ra.

Tâm ngạc nhiên nhìn Hạnh như một người khác. Nàng xinh xắn, trẻ trung trong chiếc váy dài màu xanh nước biển; làm nổi bật làn da trắng mịn, phơn phớt hồng, nhờ có chút phấn trang điểm.

- Chúng ta đi thôi anh!

Hoàng hôn buông nhanh. Chỉ còn một vài vệt sáng loang loáng dưới sông rồi thẫm mầu hẳn. Một màu tím sẫm, đỏ ửng phía chân trời xa - chiếu xuống trên dòng sông như hối hả để chìm dần vào đêm.

Tâm và Hạnh sóng bước bên nhau, đi dọc theo bờ kè dòng sông Tắc, để tìm xuống cái quán nước ở dưới kia. Họ bước đi chầm chậm trong màu ửng đỏ, tím sẫm, của ánh hoàng hôn đang dần buông, như muốn kéo dài giây phút hạnh phúc. Trên sông, một thứ ánh sáng vàng nhạt, ửng đỏ, phản chiếu từ ánh hoàng hôn như chòng chành, lăn tăn trên sóng nước.

Tâm ân cần cầm tay Hạnh mân mê, bóp chặt; nàng nghe luồng hơi nóng, ấm áp len dần vào cơ thể. Nàng để yên tay mình trong tay anh. Cảm xúc yêu thương đã tắt lịm từ lâu, bỗng réo gọi trong trái tim đơn lạnh, bé nhỏ của nàng. Và có lẽ, Tâm cũng đang tiếp nhận một thứ hạnh phúc ngọt ngào, êm dịu, mới mẻ, mà anh chưa bao giờ cảm nhận được, đang cuồn cuộn trong anh.

Một cơn gió nhẹ, mang theo hơi nước từ dòng sông vừa thoáng qua mát rượi. Tâm bỗng dừng lại, trong bóng đêm, choàng tay ôm chặt lấy Hạnh, kéo nàng sát vào người anh, rồi cúi xuống thật lâu trên khuôn mặt hâm hấp nóng của nàng: *"Anh sẽ hủy chuyến tàu về đêm nay, để được sống bên em, em yêu quý!"*

Tiểu Nguyệt

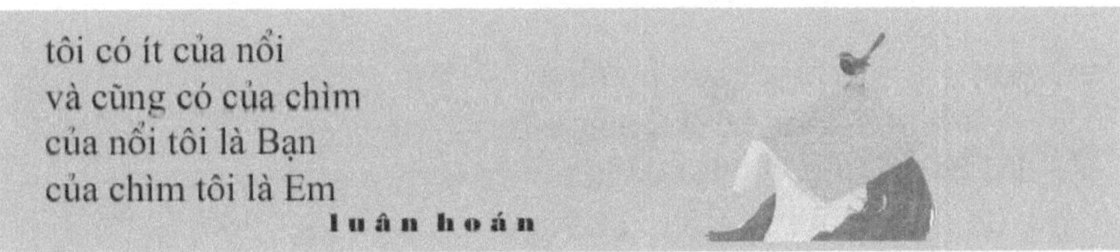

Xe ôm
HỒ CHÍ BỬU

Lâu thật lâu mới gặp thằng bạn cũ
Người ta cân đai áo mão lụa là
Bạn của tôi vẫn bộ đồ quá cũ
Năm tháng miệt mài ôm chiếc honda

Bạn với tôi cùng khóa hai sáu tám
Một chín bảy lăm trên cổ ba bông
Lỡ nạp đơn nhưng không đi phỏng vấn
Từ chối H.O nước mắt ròng ròng

Còn bà mẹ già đang lâm trọng bệnh
Một vợ hai con vất vả ngược xuôi
Bạn đành đánh liều phó cho định mệnh
Ở lại Việt Nam thí cái mạng cùi

Hai thằng nhìn nhau – nhếch môi méo xẹo
Cùng bá vai nhau – quán cóc bên đường
Nó cười rung rinh trên môi vết thẹo
Tôi cũng ậm ừ vuốt nhẹ vết thương

Mấy lon tiger với con khô mực
Ngồi kể chuyện đời chuyện nước chuyện non
Nhẩm tính ngón tay thằng nào đã chết
Nó bảo tôi giờ nhìn cũng còn ngon

Còn ngon mẹ gì – như con chó chết
Nhắm mắt bịt tai sống hết kiếp người
Cuộc đời bọn mình coi như đã hết
Sống giữa thị thành mà giống đười ươi…

Hồ Chí Bửu

Cuộc Tình Không May
KHÊ KINH KHA

một chiều đứng giữa hoàng hôn
lặng nghe thân thế trăm đường về không
một lần thấy nhớ giòng sông
là lần thấy bóng quê hương nhu mì
một ngày em bỏ ra đi
trong tôi thân xác gần như không hồn
một lần thấy đóa tình duyên
đời tôi có bóng trăng nằm chờ khuya
một lần bước tới vườn kia
tay xưa ngắt đóa tường vi đâu ngờ
một lần khoác áo ra đi
thiên thu réo gọi tình về ngủ yên

một đời em nhớ không em
một đời em có lần quên câu thề
tình nồng đã quá đam mê
từng ngày gió lộng ta về mênh mông
từng chiều gió lạnh ta chờ rạng đông

một lần thấy bóng đời rơi
ngày tôi không có mặt trời rọi soi
một ngày quên hết đời tôi
là ngày mưa gió cuốn trôi mịt mùng
từng ngày ôm trái tim hèn
trong tôi còn lại cuộc tình không may.

Khê Kinh Kha

Áo Bà Ba
TRẦN VẤN LỆ

Áo bà ba
hai tà gió thổi
em đứng chỗ nào
cũng nổi bật nha!

Áo bà ba
không lên bà bốn
giống như con chim
không hoảng hốt bay...

Bởi vì ai
tất cả ai
cũng hiền hòa
như hoa lài hoa huệ!

Một đất nước
luôn luôn ngạo nghễ
dân tộc yêu thương nhau
từ trẻ đến già...

Vì chiếc áo bà ba
chan hòa tình thương mến
mãi mãi niềm lưu luyến
cho người nào nỡ phải đi xa!

Áo bà ba
không lòe không loẹt
che nắng mưa
che nhọc mệt kiếp người...

Hãy tưởng tượng nụ cười
của Mẹ về tới cổng
gió chiều thổi lộng
Cha dang tay bồng Mẹ, em yêu!

Hãy tưởng tượng
những sớm những chiều
áo lụa bà ba
phơi ngoài giậu trước!

Hãy nói một lời:
"Toàn Dân Yêu Nước"
yêu cái giản đơn
làm được cái huy hoàng!

Mai mốt tôi về
ngó dọc ngó ngang
mà không thấy áo bà ba
chắc là tôi buồn lắm!

Em em à
áo bà ba không đủ ấm
mình ngồi bên bếp lửa... hoàng
Hôn!

Trần Vấn Lệ

Tình Nhầm
NGUYỄN MIÊN THƯỢNG

Bao năm chăm bón cây tình
Bừng con mắt biết rằng mình trắng tay
Cúp ca cúp củm tháng ngày
Nuôi ong tay áo mới hay sự tình
Nghĩ mình mà xót xa mình
Điêu ngoa em giữa cuộc bình yên ta
Trong thầm kín dậy phong ba
Bao năm gối mộng hóa ra mộng hờ
Hèn chi tằm cứ nhả tơ
Tơ không thành lụa
mà ngơ ngẩn tằm
Thôi rồi một cuộc trăm năm
Vòng tay hụt hẫng yêu lầm tơ duyên
Lỡ tay chuốc lấy oan khiên
Nghìn sau con mắt nhắm nghiền hư vô

Nguyễn Miên Thượng

Trôi Về Đâu Đôi Mắt Thuyền Thuở Nọ

TRẦN HOÀNG VY

1.

Thuở bé, nhà ở gần vùng sông nước, cái khúc sông nhỏ, mở rộng ra vịnh biển, là nơi ghe thuyền ghé lại, nghỉ ngơi hay sửa chữa, chuẩn bị cho chuyến ngược thương hồ, hoặc chuyến hải hành xa...

Ghe thuyền từ miền Tây xuôi về, mỗi chiếc thuyền là một gia đình nhỏ với đủ vợ chồng, con cái nên mọi sinh hoạt đều diễn ra trên ghe, thuyền. Ghe miền biển thì hội tụ những bạn chài lưới, cùng chung đi biển và thường là những chiếc ghe lớn, chạy bằng máy dầu với mã lực lớn. Những bạn chài, làn da nâu đen bóng, lực lưỡng với những bắp thịt săn chắc, cuồn cuộn, khi kéo dây neo, dây buồm hoặc giũ lưới. Phần đông đều hiền lành, chất phác và rất thích trẻ con, nên đám trẻ con trong xóm thường hay lân la ra làm quen, đổi giùm can nước, mua bao thuốc, lít dầu lửa... và thường được trả công hay cho không vài con cá nục, bạc má hay những con mực khô một nắng, để lên bờ xúm xít đốt lửa, nướng ăn rồi chia phe làm Dã Tượng, Yết Kiêu, khu ấy ngầu đục một khúc sông quê...

2.

Mười mấy tuổi, mới lên học bậc trung học vài ba năm, tôi bỗng có ước mơ bay cao, đi xa... và thường hay lén ngắm nhìn những lưng áo bà ba, với mái tóc đen dài được vén qua một bên, khoe phía sau khoảng cổ trắng ngần, mà trong sách vở hay gọi là... "trắng như bông bưởi"! của những cô con gái miền sông nước, từ Nam kỳ lục tỉnh ngược lên, hay ngồi ở cuối ghe thuyền, vo gạo, nấu cơm, hay đại loại làm một việc gì đó. Trong những chiếc ghe miền Tây, có một chiếc ghe của chú Năm Tài, vợ mất sớm, chú đi ghe cùng với đứa con gái, chắc cũng độ tuổi tôi, lại thích đọc chuyện tàu như Tam Quốc Chí, Tây Du Ký, Thủy Hử... bởi lý do đêm đêm, cô bé thường phải chong đèn đọc truyện cho... cha ngủ! Và tôi là người mang những quyển truyện dày mo, quăn queo mép góc ra đổi cho chú, hoặc đạp xe ra chợ thuê những quyển mới theo yêu cầu của chú Năm Tài. Lần nào ghe chú cặp bến, người đầu tiên cô bé con chú Năm Tài tìm gặp chắc chắn phải là tôi!

Một lần lên ghe chú Năm, không gặp Trâm, con chú. Thấy chú ngồi gần mũi thuyền, lui cui sửa soạn một bó cần câu, tôi mon men đến gần để hỏi chuyện. Cúi nhìn mũi thuyền ghếch lên gò cao, một bên hình con mắt tròn xoe, tròng đen tròn, che gần hết con mắt. Nhìn phía xa, gần cuối khúc sông, có một chiếc thuyền lớn lườn sơn màu đỏ, xanh. Mũi thuyền với đôi mắt dẹt, tròng đen kéo dài theo con mắt, như đang nháy mắt cho câu hỏi tò mò đang lóe trong đầu tôi. Đưa tay thòng xuống che con mắt ở ghe chú Năm Tài, tôi hỏi:

- Ủa sao con mắt ghe chú Năm thì tròn xoe, còn con mắt ghe kia thì lại dẹt, lạ vậy chú?

Chú Năm nhìn tôi và khoát tay: "Mày bỏ cái tay ra ngay! Đó là điều cấm kỵ đó nhen!"

Nhìn thấy tôi rụt tay ngơ ngác, chú Năm cười hề hề, giải thích:

- Phàm bất cứ chủ ghe thuyền nào cũng không thích người lạ, lấy tay rờ vào hoặc che con mắt thuyền của mình, vì sợ người ta thuê ếm thuyền, vì con mắt là nơi linh thiêng của ghe thuyền, nhờ nó mà không sợ thủy quái làm hại, hay chạy được an toàn, bình yên... Chắc mày hiểu chớ?- Tôi gục gặc đầu với giải thích của chú.

- Còn con mắt thuyền, thì tùy theo tín ngưỡng, phong tục tập quán, mà có những hình dạng khác nhau. Người có kinh nghiệm đi biển hay sông nước, chỉ nhìn hình hai con mắt ghe thuyền mà biết được chủ nhân của nó ở vùng miền nào, ví dụ Ghe lưới vùng Phước Hải, Bà Rịa-Vũng Tàu, mắt tròn, hơi dẹt, có vẽ hình âm dương giữa thân ghe. Mắt ghe ở Phước Hải, Phước Tỉnh cũng giống như vậy. Ghe bầu Mũi Né, Bình Thuận, mắt dẹt, dài, đuôi tròng nhọn về phía sau. Ghe câu Bình Thuận mắt rất dẹt, bầu, hơi cong và nổi bật. Mắt ghe đua vùng Phan Thiết giống hình mắt phượng đuôi dài, tròng tròn, viền vàng, tạo cho ghe cái vẻ sắc sảo, tự tin, chiến thắng. Ghe câu Phan Rang mắt dẹt, dài và lớn hơn mắt ghe ở Bình Thuận... Ghe thuyền miền Tây, phần lớn cùng chung đặc điểm là mắt tròn, tròng đen, nhãn trắng, mang ghe được trang trí nhiều kiểu dáng khác nhau với đường viền trắng chạy xung quanh. Như mày thấy ở ghe của tao đó! Có khi cũng khác nhau chút đỉnh như ghe của vùng Trà Vinh mắt có độ lớn vừa phải, tròng đen với hình oval nằm ngay tâm mắt. Mắt ghe vùng An Giang có hình elip, tròng rất nhỏ, nằm gần về đầu mắt, mang ghe sơn màu xanh dương. Ghe vùng Rạch Giá, Phú Quốc, Kiên Giang, vịnh Thái Lan thường có mắt tròn, sơn đen và đỏ trên nền xanh, nhưng lại nhìn cúi xuống như ghe câu Phú Quốc chẳng hạn. Các loại ghe hàng, thường gọi là "ghe Kiên Giang" gốc Rạch Giá, hoạt động từ Rạch Giá đến Vũng Tàu, mắt tròn lớn và gần nhau, nằm sát lô mũi. Ghe của miền Tây có mũi nhọn, mắt tròn to, có ghe vẽ hình âm dương nơi vị trí mắt thuyền. Ghe vùng Mỹ Tho, Tiền Giang, hai con mắt chạy sát về trước mũi thuyền v.v...

Tôi ngồi chăm chú lắng nghe, như nuốt từng lời của chú Năm Tài, không ngờ ông chủ thuyền mê truyện tàu này lại có vốn kiến thức về ghe thuyền phong phú quá vậy.

Mặt trời chếch bóng về phía tây, như giăng mắc một mẻ lưới màu nắng quái, đỏ hồng phía cuối vịnh biển, tôi xuống ghe chia tay chú Năm về nhà.

Gần tới khúc cua, ngang những bụi dứa gai, tôi ngoái đầu nhìn lại đôi mắt trên ghe của chú Năm. Một đôi mắt tròn xoe, long lanh. Bất ngờ một vật gì đó đâm mạnh vào người tôi. Tôi chỉ kịp thấy đôi mắt to đen tròn của cô bé Trâm và chiếc xe đạp mi ni, ủi thẳng vào tôi.

Người Trâm lao theo tốc độ của chiếc xe chạy xuống dốc, cả khuôn mặt và đôi môi mềm mại, rát mặn đập vào mặt tôi. Cả bầu trời hoàng hôn ráng đỏ như sập xuống, đè cả hai đứa...

Không biết đến bao lâu, tôi lồm cồm gượng ngồi dậy, còn Trâm thì ngất lịm, bên chiếc xe đạp vênh vao, cong vành, thảm hại...

3.

Tôi xa bến sông, xa cả vùng sông nước và biển cả bao la, dạt dào con sóng của thời mới lớn vì sự học và đường công danh...

Tôi đã gặp và... nhìn ngắm nhiều đôi mắt, song đôi mắt tròn to, tròng đen gần chiếm đôi mắt thì lâu lắm rồi không gặp lại. Cô bé Trâm ngày ấy, chắc giờ đã trở thành bà nội, bà ngoại. Chiếc ghe của chú Năm Tài, giờ chắc cũng đã già nua lắm rồi. Có khi đã lên bờ làm bạn cùng với cát bụi. Chiều nay, trên bến thuyền xưa cũ, giờ đã trở thành một cảng cá, đông vui, tấp nập. Hàng chục chiếc thuyền neo đậu vào nhau san sát, dập dềnh trên sóng nước. Những con mắt hình oval, hình elip, dài dẹt... nhìn tôi như mỉm cười. Song đôi mắt thuyền xưa, tròn to, lay láy đôi tròng đen, thăm thẳm đã không còn. Biết trôi về đâu một đôi mắt thuyền... lung linh kỷ niệm?...

Trần Hoàng Vy

Nxb Nhân Ảnh sẽ giúp các bạn
thực hiện in sách bất cứ thể loại nào các bạn yêu cầu

Chuyện Tình
LÊ VĂN THIỆN

Thấy thứ gì ở đây Thao cũng nói: "Đẹp, hay, thú vị". Anh chăm chú nhìn ngắm mọi vật, thận trọng nhận xét, hào phóng ban tặng những lời khen ngợi. Anh chỉ chê một điểm: "Nhiều rác quá! Rác khắp nơi, trên đường, trong vườn, dưới ruộng!".

Thao cao ráo, trắng, dáng người như giáo viên. Hà giới thiệu:

"Anh Thao, bạn con, về thăm ba má".

Thao ở chơi ba ngày. Mấy ngày ngắn ngủi nhưng anh làm không khí gia đình ông Chúc nóng lên, nhộn nhịp chưa từng thấy. Bà Chúc trách Hà:

"Sao con không báo trước. Ta phải chuẩn bị, dọn dẹp trong ngoài cho ngăn nắp, gọn gàng".

Hà nói để mẹ yên tâm:

"Thao dễ tính, ăn ngủ thế nào cũng xong, má đừng lo".

Nhưng ngay lập tức nó thì thào dặn bà mấy điều cần lưu ý: "Má nhớ, mai mốt nên điểm tâm bằng bánh mì thịt, không ăn mì tôm, cơm nguội. Ăn cơm, dọn trên bàn, lịch sự, đĩnh đạc, không ngồi xổm dưới đất. Không cười lớn, bình luận ầm ĩ khi xem phim Hàn, Tàu". Và nhiều chuyện nữa, toàn nhỏ nhặt cả, nhưng cũng đủ khiến bà lo cuống. Xưa nay nhà này chưa hề tiếp một vị khách sang nào.

Hà mang về một chồng băng nhạc mới cho máy cát-xét, gom mớ băng cũ đem xuống bếp giấu kỹ. Nó may sẵn hai cái màn mới, thay cho hai màn cũ. Nó lên chợ huyện mua một bó bông huệ to tướng, về cắm ba chỗ, nhà cửa trông sáng lên, đẹp ra, như tết.

Ông Chúc muốn biết Thao làm gì. Hà nói, Thao học nhiều nhưng chẳng tốt nghiệp ngành nào, anh chàng không có nghề cố định. Chuyện làm ăn chính là phần hùn trong mấy chiếc xe tải với bà chị ruột, và hùn hạp vào những bè cá với hai ông anh họ. Cha Thao mới đích thực thương gia lớn.

"Ba sẽ thấy, Thao vui, đặc biệt lắm".

Nghe vậy thì biết vậy, hỏi cho có hỏi.

"Đặc biệt thế nào?"

"Thao sống giản dị, không chú ý đến hình thức bên ngoài, việc gì anh ấy cũng… lớt phớt."

"Như nghệ sĩ?"

"Dạ, gần như thế."

Nhưng với chuyến đi này, Thao chuẩn bị khá kỹ. Anh muốn biết rõ: cái làng Tân Đức của Hà nằm gần thị trấn, hay cận núi, sát biển? Nghề nghiệp của dân làng, họ giàu hay nghèo? Và tính tình, sở thích của cha mẹ Hà. Rồi chính anh dạo chợ mua quà, đầy ắp hai thùng giấy to.

***

Thao tỏ ra thích vườn mít và sân cây cảnh của ông Chúc. Không ngờ trong ngôi làng heo hút này lại có nơi đẹp vậy. Anh khen: "Thú vị thực!". Anh đứng suốt buổi xem ông Chúc săn sóc bầy gà nòi, sửa sang những chậu cây cảnh. Hơi khó tin, nhưng công việc có vẻ như chơi vui này lại đem về nhiều tiền… Chiều muộn, ông Chúc ngồi uống rượu đế giữa khóm tùng, Thao ra gặp, xin tham gia. Mồi nhắm là hai con mực, quà tặng của Thao.

"Cháu thấy ở đây thế nào?"

"Dạ, đẹp, hay lắm."

Thao ăn miếng mực, hớp ngụm rượu trắng.

"May là còn có chỗ như thế này... một thế giới yên bình, trong lành, khác hoàn toàn với những xe cộ, khói bụi, đèn màu chớp nháy trên phố." - Thao nói.

Ông Chúc ậm ừ, chẳng rõ ông bảo đúng hay không.

"Quê lắm cháu à... Vùng sâu, người ta thường gọi: dân ở vùng sâu."

Lát sau, uống thêm một ngụm, Thao khen:

"Rượu ngon, xưa giờ con chưa uống thứ rượu này."

Ông Chúc chăm chú ngắm khách.

"Đế không sang trọng như bia, lít chỉ tám ngàn... nhưng nó nồng nàn."

"Dạ, nồng, ngọt dịu trong cổ... Nó đầy vị quê kiểng."

Hai người ngồi lâu, thật lâu, không nói gì nữa. Trời tối. Có chút trăng non. Gió rung cành mít xào xạc. Có mùi gì thơm nhẹ, lởn vởn quanh đây. Thao hỏi về cái mùi lạ. Ông Chúc nói, đó là mùi mít, dái mít. Ông hái một dái mít, giải thích cho Thao biết về vật không phải lá chẳng phải quả này. Nó như trái điếc, thường không mùi, nhưng lúc ra nhiều, dày, nó thơm. "Thú vị thực!". Thao khen.

"Mới lạ, cháu thấy đẹp, ngồ ngộ, nhưng nếu phải ở đây lâu...".

Thao cười: "Thì sẽ nhàm chán?"

Ông Chúc chuyển sang chuyện khác:

"Hà là con gái duy nhất của chú."

Thao nói, điểm nhịp: "Dạ, duy nhất."

"Nó hiền lành, ngoan. Ý chú muốn nói lúc ở nhà nó ngoan, nhưng lên trên đó, nhập vào chốn phồn hoa, chẳng biết nó...".

Người ta thường nói đến cạm bẫy đô thành. Ông Chúc lo lắm, nhưng chịu, bất lực. Đành giao phó mọi thứ vào tay trời. Thử nghĩ xem, ông có thể làm gì được?... Hồi trưa ông gặp Thao hôn Hà trong bếp. Hai đứa quấn lấy nhau như trăn, hôn như cắn nhau, thấy sợ! Có phải đó là hình ảnh của cạm bẫy? Chúng hôn miệng như trong các phim truyện. Tại sao lại hôn miệng? Hình ảnh cú hôn dữ dội này về sau còn nằm trong đầu ông Chúc nhiều tháng, mỗi lần nhớ lại, ông luôn tự hỏi: Tại sao chúng nó hôn miệng?

***

Vùng này không có thắng cảnh. Hà đưa Thao ra thăm chợ làng… Chợ rộng cỡ đám ruộng nhỏ. Lều sạp thấp tè, mái che bằng tôn, vải nhựa. Người đông nhưng yên tĩnh, đến gần vẫn không nghe tiếng ồn ào của chợ búa… Hà đãi bạn món ốc đặc sản. Quán cóc, chỉ có bốn cái bàn cũ sì, nhưng những chiếc ghế mây lại khá đẹp. Ốc hương, ốc hút, ốc ngựa. Chị chủ quán nói, qua mùa kia còn có ốc nhảy, ngao, điệp, sò huyết. Thao muốn nếm qua cả ba loại ốc. Ốc đi kèm rượu nếp. Rượu đặc quánh, nhẹ, chắc khó say. Hà bảo:

“Uống vừa thôi, nó lâu say nhưng say lâu lắm đấy.”

“Ngon, quá ngon!”. Thao khen.

“Cái gì ngon?”

Thao tán thưởng: “Ốc và rượu đều tuyệt vời!”

Hà hỏi: “Thú vị không?”

Thao gật lia lịa: “Trên cả thú vị!”

Chị Xinh, chủ quán, kể Hà nghe những chuyện hay hay xảy ra trong làng nửa năm qua. Thao nhìn ngắm, quan sát những hoạt cảnh của cái chợ quê nhỏ bé bằng đôi mắt hiếu kỳ. Anh thích thú thấy ở đây cũng có bán băng đĩa cho máy hát, và các loại sách tử vi, tạp chí phụ nữ đẹp, sách dạy nấu ăn. Anh thấy lạ khi chứng kiến một bà bỏ đi rồi trở lại bốn lần, kỳ kèo thách trả một mớ cá, mỗi lần bà chỉ tăng thêm năm trăm đồng, (năm trăm, giá một viên kẹo). Và hai chị khác cân năm lần vẫn không thỏa thuận được với nhau trọng lượng một con cá… Chợ họp sớm, tan nhanh, mới hơn 8 giờ sáng đã vắng hoe. Chị Xinh hỏi Thao có định trở lại đây không. Thao nói: “Em sẽ về ăn tết, bảy tháng nữa”. Từ đó đến chiều Thao khen nhiều lần: Ở làng vật gì cũng tươi rói và rẻ. “Trước khi về, mình sẽ ra chợ làm một chầu ốc nữa, để nhớ lâu.”

***

Thao ngủ trên chiếc võng treo dưới gốc mít. Bà Chúc nói: “Thằng này dễ nuôi”.

Hà cười: "Anh ấy ngủ không kể giờ giấc, sáng, trưa, chiều, hễ rảnh là ngủ."

Bà Chúc băn khoăn:

"Con đưa nó về thế này bà con làng xóm sẽ dị nghị."

Hà bày quà bánh ra giữa nhà, thật nhiều, đẹp mắt.

"Nay tân thời. Mình công khai, coi như bạn bè, đồng nghiệp… không giấu đút, chẳng phải hàng quốc cấm là được."

Khó thể dùng hết số quà này. Sẽ tặng lại cho bác Sáu hai hộp bánh, vài con mực khô; dì Ba Hưởng một hộp cà phê, hai hộp bánh; dượng Năm Kỷ, chú Năm Cần mỗi người một hộp cà phê, hai hộp trà… Toàn quà thượng hạng, loại để biếu tặng, chắc chợ xã không có.

Bà Chúc nghĩ, phân vân, chẳng rõ bụng dạ người tặng có "xịn" không. Nhìn qua, Thao đẹp. Nó đi đứng khoan thai, ăn nói nhỏ nhẹ. Dù có đánh chết bà cũng không tin một chàng trai giàu có, sang cả lại trở thành con rể bà… Hà dặn: "Má cứ coi Thao như con cháu quen thân, không e dè, cũng đừng quý trọng quá đáng, anh ấy cười cho. Chỉ là bạn, hay sẽ tiến xa hơn nữa, còn tùy thuộc vào nhiều yếu tố, ta cứ đàng hoàng, tự tin." – "Có lúc nào nó nói đến các dự định về lâu về dài không?". Hà nghĩ ngợi, rồi đáp, có vẻ không mạnh lắm: "Cũng có, nhưng con chưa tin. Tin sao được, má. Thao sống trong môi trường khác hẳn chúng ta, khác mọi mặt… Mấy đứa bạn của con ghẹo: Mày câu ở đâu được con cá bự thế? Nhưng con chẳng câu kéo gì. Tự nó tìm đến, rất tình cờ. Thế này có phải là may mắn không, con cũng chưa chắc… Một con cá to, nhưng nó có cắn câu không lại là việc khác!"

***

Bà Chúc muốn nghe những nhận xét về Thao của chồng, nhưng ông Chúc lắc đầu. Khó quá, chỉ vài hôm, nó xẹt qua như sét… Cười khẽ, nói nhỏ là người sang, cao quý? Đâu phải những người có vóc dáng đẹp, mặt mày sáng sủa đều thông minh. Hơn nữa, ta chú ý cũng chẳng để làm gì. Thoáng cái, mai mốt nó đã đi, có thể không quay nhìn lại… Họ, dân thành phố, như những hộp bánh quà tặng kia. Bánh ngon, hộp đẹp, nhưng nhẹ hều. Ăn lấy thảo, không đã miệng… "Nó, vị khách không mời, có điểm nào giống chúng mình?". Không. Gặp gì nó cũng khen, là đáng ngại. Nó vui vẻ, nhiều lúc vui không duyên cớ, phải coi chừng. Nó khôn, tất nhiên, và thực dụng nữa. Ông Chúc đúc kết:

"Tôi không hiểu con Hà coi đây là một chuyến du ngoạn, một cuộc trắc nghiệm, hay chuyện làm ăn nghiêm túc… Bà đừng nhấp nhổm thế, cứ phớt tỉnh như không, quan tâm lắm chỉ tổ mệt xác. Rồi nó sẽ biến mất, chỉ để lại mấy cái hộp thiếc còn vương mùi trà, mùi sô-cô-la mà thôi!".

***

Thao thích nằm trên chiếc võng treo dưới gốc mít. Anh nghe nhạc phát ra từ cái điện thoại bỏ túi. Tài thật, cái máy nhỏ xíu lại có thể nói, hát, chụp hình. Nó hát như dế kêu, nhưng Thao nghe suốt ngày không chán.

Bà Chúc hỏi Thao:

"Cháu thấy ở đây thế nào?"

Thao đáp: "Làng xóm đẹp, vườn tược đẹp. Ngộ nhất là cái chợ. Nhiều cô gái mang vớ, găng tay, đeo khẩu trang, rất hiện đại… Đã lâu, khoảng gần hai mươi năm, nay con mới có dịp ngủ đêm ở thôn quê."

Thao kể cho bà Chúc nghe những kỷ niệm về mẹ anh. Mẹ Thao mất sớm, lúc anh năm tuổi. Nếu không có những tấm ảnh chắc các hồi ức về bà đã phai nhạt nhiều: "Con ít nhớ mẹ, ngày ấy con còn nhỏ quá… Có chuyện vui: Hồi con hai, ba tuổi, một lần về thăm nội, gặp hai con ngựa ăn cỏ bên đường, con hỏi đây là con gì. Mẹ bảo, con voi. Con không chịu, voi khác kia, con đã thấy nó trên ti vi. Mẹ cười, thưởng mấy cái hôn lên má. Mẹ nói, đây là ngựa, nếu con gọi chúng là voi mẹ sẽ cốc cho sưng đầu."

Bà Chúc nói:

"Con người, ăn thua là lúc sống, khi chết đi tất cả sẽ phai mờ, tan biến, chẳng mấy chốc… Nếu bảo phải sống ở đây nửa năm, một năm, cháu làm sao?"

Thao dạ, dạ, rồi cười. Chắc là không xong. Hỏi vui thôi.

"Ước gì mang được mấy cây mít này lên phố". Thao nói: "Trưa nằm võng dưới bóng cây, nghe nhạc, ngủ thật sướng".

Bà Chúc muốn hỏi, Thao có nghĩ một ngày nào đó sẽ về lại đây chơi không. Nhưng bà ngại, vì nay mới sơ ngộ, chưa đến mức thân thiết. Nhưng bất ngờ, Thao nói, như tâm sự:

"Đến Tết, hoặc hè sang năm con sẽ lại về thăm chú thím."

Bà Chúc ngồi lặng một lúc, cảm động. Bà lấy làm lạ thấy chàng trai trẻ sang trọng thích cái làng nhỏ này… Thao chụp ảnh mấy cô gái làm cỏ lúa, cây mít nhiều trái, hai con gà đá nhau. Bà Chúc nói, nghề nông vất vả nhưng thu nhập thấp, và thường không có việc để làm, nên phần lớn trai trẻ của làng rủ nhau lên tỉnh làm mướn.

"Hà là con gái độc nhất của thím… Thím lo cho nó."

Nhiều lần bà nói với Hà về nỗi lo ấy, nhưng Hà gạt đi: "Má đừng sợ, con có cái đầu mà". Ai chẳng có đầu, nhưng nhiều đứa đã nghĩ sai, làm bậy, hư hỏng, sờ sờ ra đấy.

Sẩm tối, bà Chúc thấy Thao hôn Hà bên giếng, hôn say đắm, kỳ cục, dễ sợ. Chúng nó bắt chước tây đầm, hôn hít như cắn nhau.

Lê Văn Thiện

Một Giấc Mơ Riêng

TRƯƠNG VĂN DÂN

(*Viết tặng TT- H.*)

Trên chuyến xe lửa SE từ Hà Nội vào Sài Gòn tôi ngồi đọc sách gần bên cửa sổ. Đã từng có nhiều bạn thắc mắc tại sao tôi không lấy máy bay mà chịu mất thời gian, vất vả mấy ngày đêm trên một quãng đường dài? Biết giải thích với họ thế nào, tôi thích ngắm thiên nhiên qua những hình ảnh thực chứ chẳng muốn nhìn xóm làng như những chấm nhỏ li ti!

Chắc có người sẽ nghĩ tôi gàn, nhưng kệ, không việc gì phải thanh minh!

Khi tàu dừng ở một sân ga, tôi nhìn thấy mọi người láo nháo nhưng chưa biết là đâu. Mãi khi tàu chạy thấy tấm biển lớn dọc đường ray thì mới biết mình vừa dừng ở thành phố Huế.

Lúc ngẩng lên thì thấy ở hàng ghế đối diện đã có mấy người khách mới lên. Trong số mấy ông bà cụ tôi còn thấy có một thiếu phụ trẻ và khi cô ấy đứng lên để đặt hành lý thì tôi bỗng giật mình. Một thân hình mảnh khảnh bó sát trong chiếc áo dài may rất hợp. Một nét thanh thoát và dịu dàng rất Huế làm hình ảnh xa xưa chôn chặt trong lòng tôi như vừa trồi lên làm mặt hồ tâm tư xao động.

Khi thiếu phụ ngồi xuống, tôi len lén quan sát nàng. Tuy không là tuyệt thế giai nhân, nhưng nàng có khuôn mặt dễ nhìn, môi, mũi, miệng đều cân đối hài hòa dưới đôi mắt sáng. Tuổi tác, không biết là bao nhưng chắc chỉ vừa quá 40, thời kỳ đậm đà hương sắc.

Sợ khiếm nhã, tôi không dám nhìn lâu. Nhưng từ lúc đó đầu óc tôi không thể tập trung. Những con chữ như nhảy múa, mấy phút trôi qua mà chưa đọc được trang nào.

Khi tình cờ ngẩng lên thì thấy nàng cũng đang cầm trên tay một quyển sách. Điều làm tôi chú ý là trên tay phải có cầm một mẩu bút chì, thi thoảng nàng gạch nhẹ. Cử chỉ mím môi làm khuôn mặt nàng thay đổi, nó vừa cứng cáp vừa dịu mềm, điệu bộ trông như một đứa bé đang chăm chú với thứ đồ chơi yêu thích.

Tôi bỗng tò mò muốn biết tên quyển sách nàng đang đọc, nhưng tôi biết dù chú ý đến đâu cũng hoài công. Bìa sách đã được bao lại bằng một bao giấy. Màu Tím. Huế. Cô nàng này là một người cẩn thận và quý sách.

Rồi từ lúc ấy lòng tôi như có những cơn sóng nhỏ dâng lên. Tôi nhất định phải làm quen, phải bắt chuyện, trao đổi vài câu với nàng, vớ vẩn cũng được, dù chẳng để làm gì.

Nhưng biết bắt đầu như thế nào đây?

***

Sau một lúc thấy nàng dừng đọc, tôi nhìn nàng, khẽ cười và thấy nàng cũng lịch sự đáp lại. Câu chuyện mưa nắng thời tiết bắt đầu, rồi cả hai trao đổi tự nhiên như chuyện thường xảy ra giữa những người đi chung một chuyến tàu. Những hỏi đáp tuy vớ vẩn nhưng cũng làm mờ dần khoảng cách.

- Em đi về thành phố nào?

- Dạ, em xuống ga Nha Trang. Còn anh?

- Anh đi Sài Gòn. Tiếc quá…

- Ủa, vì sao lại tiếc hở anh?

- Vì em sẽ xuống tàu trước anh những hơn 8 tiếng.

- Hihi… từ đây đến Nha Trang mình còn khối thời gian để nói chuyện.

- Em nói vậy, vì chưa biết anh tham...

Nàng bật cười và sau tiếng cười ấy chúng tôi có vẻ thân thiện và cởi mở hơn.

Khi thấy nàng nhìn mình, tôi cầm quyển sách mình đang đọc và đưa ra trước mặt nàng:

- Anh đang đọc lại quyển "Sống đẹp" của Lâm Ngữ Đường. Còn em đang đọc gì mà thấy chăm chú thế...

- Dạ, em đang đọc quyển tiểu thuyết **Hoàng hôn trong mắt**!

- A, đây là một chuyện tình buồn. Rất buồn!

- Thế anh cũng đã đọc rồi à?

- Lâu rồi! Tác giả cũng là một người bạn của anh hiện đang sống ở Canada.

- Tình cờ thú vị! Câu chuyện buồn nhưng làm em cuốn hút.

Tôi lặng người, tâm trí hồi tưởng lại câu chuyện mà mình từng đọc. Một tình yêu thánh thiện và say mê của hai người tình, tưởng không gì có thể chia cách. Nhưng, chỉ một tích tắc, định mệnh đẩy họ rơi vào đổ vỡ: Anh mất trong một tai nạn ngay trước mắt nàng và từ đó nàng như chỉ tồn tại qua một thể xác hao mòn, xâm thực. Tròng mắt lúc nào cũng đỏ và đen như bóng chiều, cho đến ngày quyết định quyên sinh...

- Anh nghĩ gì mà thẫn thờ vậy?

- Bỗng dưng anh nhớ lại... Hình ảnh đoạn cuối cứ ám ảnh anh.

- Chuyện buồn thật... Em đọc đến đoạn đó... thì nổi cả gai ốc lên nhưng nếu nghĩ cho cùng thì có lẽ chưa buồn bằng những câu chuyện buồn miên viễn mà chưa có hồi kết.

Thấy tôi yên lặng, nàng nói như phân trần:

- Dù sao thì sau sự thất bại của cuộc hôn nhân đầu, tác giả cũng đã cho nàng ấy một lối thoát, một con đường sống có màu của tình yêu. Tuy là một bi kịch ở cuối đời nhưng em nghĩ nàng ấy là người hạnh phúc. Rất hạnh phúc, và có khi em nghĩ là sẽ có nhiều phụ nữ sẽ tình nguyện chết nếu cuộc đời có được hạnh phúc trọn vẹn vào những năm cuối đời như cô ấy.

Tôi giật mình. Và cảm nhận ngay là người đàn bà trước mắt mình cũng đang có một đời sống không trọn vẹn.

Hình như nàng cũng vừa nhận ra sự hớ hênh, vô tình bóc trần mình trước người lạ nên khuôn mặt ửng hồng.

- Em xin lỗi anh! Có lẽ em quá xúc động vì vừa đọc những trang viết hạnh phúc và cái chết trong tình yêu của nhân vật nữ nên tự nhiên có chút chạnh lòng.

Thấy cử chỉ lúng túng của nàng, tôi vội trấn an:

- Không riêng gì em mà nhiều người cũng có nhận xét như thế. Đó là một tác phẩm hay và ghim vào lòng người đọc.

- Em thực không muốn nói về mình. Mắc cỡ lắm anh biết không. Em hổng thích mô!

Trước tình thế ấy, tôi liền lái câu chuyện sang hướng khác.

- À mà mình thật đãng trí. Nói chuyện nãy giờ mà vẫn chưa hỏi tên nhau. Anh tên Đôn, còn em?

- Thúy. Nhưng này anh, tác giả bạn anh là một người thật tinh tế. Là đàn ông mà sao anh ta lại biết rất tường tận cảm xúc của đàn bà. Có những trang anh ấy phơi trần hết và em đọc đã xấu hổ muốn xỉu luôn. Ui ghét thật! Phải là người từng trải với đàn bà mới biết chứ anh nhỉ?

- Em nói đúng. Văn Quang là một người lịch lãm. Rất thông thái, anh ấy đọc đủ mọi thể loại, từ văn học, lịch sử, tâm lý đến triết học và thần học.

- Thảo nào anh ấy viết rất sâu. Hiếm khi em đọc được một quyển sách giàu chất lượng như vậy. Trang nào cũng có ít nhất câu văn hay ý tưởng đắt giá.

Suốt thời gian ngồi trên xe lửa, chủ yếu chúng tôi chỉ nói chuyện về quyển tiểu thuyết mà cả hai cùng đọc và có nhiều đồng cảm. Chỉ thế thôi. Nhưng câu chuyện càng về sau càng đưa chúng tôi gần gũi nhau về tâm hồn. Lúc đó tôi cũng không nghĩ là cuộc gặp gỡ tình cờ này có thể mang chúng tôi về một điểm đến mới, bất ngờ, và một câu chuyện mới sắp được viết ra.

***

Khi tàu đến Nha Trang, Thúy chuẩn bị hành lý, tôi giúp nàng bước xuống rồi bất ngờ đổi ý, mang theo cái túi xách của mình và xuống luôn. Thúy tròn mắt nhìn tôi:

- Ủa, sao anh cũng xuống đây?

- Bỗng dưng anh muốn xuống và ở lại đây vài ngày. Thực ra ở Sài Gòn anh cũng chẳng có chương trình gì đặc biệt. Chẳng có ai chờ đợi mình. Vả lại gần 20 năm rồi anh chưa quay lại nơi này…

Thúy không nói gì nhưng ánh mắt nhìn tôi thật khó hiểu. Đôi mắt nàng hơi ửng đỏ. Tôi không thể đoán được tia nhìn ấy muốn nói điều gì. Vui buồn. Lo lắng… hay tất cả những thứ cảm xúc phức tạp đang trộn lẫn và phát ra một thứ ánh sáng lạ lùng.

- Anh đã có chỗ ngủ chưa?

- Chưa, nhưng dễ thôi. Ngủ đâu mà chả được! Cho anh hỏi nè: anh sẽ ở lại vài ngày, em có thể cho anh số điện thoại để liên lạc được không? Anh muốn được mời em khi nào rảnh cà phê, không biết có gì bất tiện cho em không?

Thúy trầm ngâm. Không đáp. Lát sau nàng mới đọc số để tôi lưu lại và dặn khẽ:

- Có gì anh nhắn tin rồi em sẽ trả lời hay gọi lại sau nhé!

Tôi gật đầu và chúng tôi chia tay.

***

"Nha Trang ngày về" của tôi không như trong trí nhớ. Cái thành phố mộng mơ, miền thùy dương cát trắng giờ rất khác xưa. Dọc bờ biển có nhiều cao ốc được dựng lên, trông như một dải vạn lý trường thành ngăn gió biển thổi vào khu dân cư. Hàng ngàn chiếc máy lạnh bật suốt ngày đêm phả hơi nóng vào không gian đầy khói bụi.

Thành phố khác mà cư dân cũng khác. Các bảng hiệu trên đường phố được viết bằng tiếng Nga và tiếng Hoa. Thỉnh thoảng mới có bảng chữ Việt. Tự dưng tôi cảm thấy mình lạc lõng và bơ vơ.

Buổi chiều, về khách sạn tôi nhắn tin cho Thúy. May quá, nàng đồng ý gặp vào sáng hôm sau.

Chúng tôi ngồi ở một quán vắng người và kín đáo. Câu chuyện của chúng tôi cũng lại bắt đầu từ tiểu thuyết Hoàng Hôn Trong Mắt.

- Hoàng Hôn Trong Mắt giống như một bản tình ca, buồn nhưng không bi lụy. Tối qua em đọc lại vài đoạn và em có cảm giác tiêng tiếc khi rời cuốn sách anh ạ!

- Giống như nụ hôn chưa được thỏa mãn của hai kẻ đang yêu phải không? Văn Quang là một người đôn hậu. Anh viết về tình yêu nhưng ẩn đằng sau tình yêu nam nữ là thứ tình người cao cả. Anh rất quý bạn ấy.

- Quyển tiểu thuyết này rất lôi cuốn em. Chắc em sẽ đọc lại nó lần hai và lần ba anh ạ.

Anh biết không? Đọc hết không còn trang nào mà em cứ bâng khuâng chẳng ngủ được... nằm nghĩ đến tình yêu của hai nhân vật, rồi đến những điều đã và đang xảy ra xung quanh, em có được một đêm chiêm nghiệm lòng mình

- Tình yêu và cái chết luôn là đề tài lớn nhất của văn chương. Nhưng có được một quyển sách mang đến cho mình giây phút lắng lòng cũng là một cơ may phải không em?

Khi tôi hỏi Thúy, sao em cho rằng câu chuyện ấy chưa buồn bằng những câu chuyện chưa có hồi kết thì nàng im lặng. Sau một lúc trầm ngâm nàng mới nói câu chuyện của em cũng là con đường không lối thoát.

Tôi im lặng, không nói gì thêm. Nhưng lòng thầm mong là nàng sẽ hé lộ chút gì về câu chuyện đời mình.

Thời điểm 1975 Thúy chỉ là con bé 5, 6 tuổi. Là con của một hạ sĩ quan của miền Nam nên gia đình cô gặp rất nhiều khó khăn về kinh tế. Nhờ một người bạn của ba cô đi tập kết trở về, lúc này là một sĩ quan cấp tá giúp đỡ và lo cho mọi chuyện nên gia đình đã sống tốt hơn và Thúy được học hành. Cảm cái ơn ấy, ba nàng đã gả Thúy cho Sơn, con trai của bạn, hy vọng đời con gái xinh đẹp của mình sẽ được sung túc và an nhàn. Khi Thúy học đến lớp 12 thì hai gia đình tổ chức đám cưới.

Sau hôn lễ Sơn, là sĩ quan công an, được đổi nhiệm sở vào Nha

Trang. Họ có với nhau một đứa con trai, hiện đang học năm thứ ba ngành luật ở Sài Gòn.

Thúy có tâm hồn nghệ sĩ, nàng đệm guitar và hát rất hay nhưng Sơn không bằng lòng để nàng theo nghiệp cầm ca nên Thúy phải mở một tiệm hoa tươi. Nàng cắm hoa rất đẹp nên có thể cung cấp cho các cửa hàng và khách sạn trong các dịp lễ lớn.

Sơn cũng yêu vợ, nhưng anh có tật hay ghen nên mỗi khi rượu vào là bóng gió và nhiều khi vô cớ mắng mỏ Thúy.

Một hôm Thúy đi dự sinh nhật bạn, Sơn trông thấy Thủy tha thướt trong chiếc áo dài trở về nhà thì anh nổi cơn điên và mắng chửi nàng bằng những lời hạ cấp. Thúy đã không nhịn nổi và đáp lời. Tức giận, Sơn với lấy trái táo ném thẳng vào mặt nàng. May phước, Thúy né được, trái táo va vào tường, bịch, và nát bét.

Nhìn những mảnh táo tung tóe trên nền nhà, Thúy hình dung đến khuôn mặt mình nếu trúng phải… nên cô cương quyết đòi ly hôn.

Để tránh rắc rối với cơ quan, Sơn không đồng ý ly dị, nhưng từ đó, chung nhà mà họ sống với nhau như hai người xa lạ. Tuy vậy Thúy cũng không thể làm gì khác vì Sơn nói là sẽ "bắn nát đầu" hai mẹ con, nếu nàng làm lộ chuyện với cơ quan hay đi với thằng khốn nạn nào.

Thế là anh chôn sống đời Thúy. Còn anh tự tung tự tác, thích đi với ai thì ngang nhiên đi…

Nghe câu chuyện tôi xót xa cho Thúy. Bất giác, tôi cầm lấy tay nàng và hai bàn tay nắm lấy nhau trong một sự chia sẻ và cảm thông trong câm lặng.

***

Thúy để yên bàn tay nàng trong bàn tay tôi. Mãi lát sau nàng mới nói:

- Không hiểu sao em lại chấp nhận đến gặp anh?

- Anh rất mong gặp em!

- Em cũng muốn gặp lại anh. Nhưng em không thích cảm giác này. Xưa nay em vốn là người bình tĩnh thế mà em đã mất tự tin khi gặp anh.

- Không phải mất tự tin! Mà là cảm giác mới gặp mà thấy rất quen.

- Mình có nhiều điều để nói với nhau. Nói chuyện với anh cả buổi sáng trên xe lửa mà cứ ngỡ như chỉ 15 phút thôi.

- Có lẽ nhờ thích văn nên mình dễ đồng cảm. Nghe cái giọng Huế ngọt ngào của em giống như nghe một ca khúc ấm áp, thưởng thức một ly trà nồng đậm, ngắm một đóa hoa tươi.

- Èo... Mô bằng anh! Anh nói chuyện như vậy chắc là có nhiều phụ nữ rất thích gặp để nghe anh nói lắm nhỉ... Từ nay ứ nghe anh nói nữa mô.

- Sao lại không gặp? Sao em lại nói vậy?

- Anh vui tính. Nói chuyện với anh em nhận ra anh có một trái tim nhân hậu. Những nhận xét của anh về Hoàng Hôn Trong Mắt là chia sẻ tâm tình với tác giả và đồng thời dâng cả trái tim mình cho người đọc khác. Thực lòng là em mến mộ anh. Mến mộ qua cách anh suy nghĩ về tình người.

- Đúng rồi em. Với anh chỉ có tình người là quan trọng. Mọi thứ khác...

- Nhưng em nghĩ em chỉ dừng lại mức "mến mộ" thôi... Em sợ sẽ khổ về sau...

- Sao lại khổ?

- Em không biết... nhưng không muốn gặp anh nữa.

- Bộ em muốn thấy... anh chết chắc!

Tôi chuyển qua ngồi bên cạnh nàng và đặt nhẹ bàn tay phải lên vai nàng. Thúy nhắm mắt. Tôi đặt khẽ một nụ hôn lên má nàng.

***

Ngày hôm sau, dạo trên bãi biển, vừa về đến khách sạn thì tôi liền nhắn tin cho Thúy để hỏi là có thể gọi nàng qua diện thoại.

- Suốt hôm nay người anh cứ lẩn thẩn thế nào í! Vì em mà anh trở nên như vậy!

- Đêm qua, trong bóng tối ngập tràn em đã nhắm mắt để tìm

chút bình an nhưng những việc xảy ra đã làm em rất bất ngờ. Trước đây, em đã từng nghe ai đó nói "chuyện đó sẽ không bao giờ xảy ra với tôi" và cứ tưởng là bình thường, nhưng giờ thì em hiểu là họ chưa có chút trải nghiệm nào. Cuộc sống này kỳ lạ lắm và không ai có thể đoán trước về bất cứ thứ gì. Mọi chuyện đều có thể xảy ra, ngay cả những gì mình chưa từng tưởng tượng. Tự nhiên anh chiếm hết suy nghĩ của em trong một ngày.

- Anh cũng vậy. Cả ngày lẫn đêm. Mở mắt là nghĩ đến em...

- Em chưa hề như vậy với ai cả. Anh biết không. Em bị mất tự chủ khi gặp anh.

- Anh thì nhớ mãi cái cảm giác được em tựa đầu... và anh ôm em thật gọn trong vòng tay. Như bóng cây che chở em trong nắng gió.

- Lúc đó... anh có cảm nhận được nhịp tim của em không…?

- Có...

- Em vội từ giã anh là vì sao anh có biết không...?

- Cũng có chút cảm nhận, nhưng không rõ ràng. Tuy anh rất muốn giữ em nhưng còn e ngại.

- Anh không biết em phải cố gắng như thế nào để không nhìn vào mắt anh. Anh thật sự quyến rũ em... Anh có biết là em vẫn còn run khi nhớ lại lúc đó không. Huhu... anh thật… nguy hiểm.

- Ngọt ngào thì có! Mê đắm nữa!

- Gồm cả nguy hiểm! Em sợ sẽ không kiềm chế cảm xúc khi đối diện với anh... với khuôn mặt... nụ cười... Em sợ em quên đường về.

- Em đừng lo lắng quá!

- Anh có biết là anh quá đỗi tha thiết… quá đỗi nồng nàn không...? Anh có biết là anh như ngọn lửa có thể thổi cháy nồng trái tim dù cho nó đã nguội lạnh ngàn năm không? Anh đang làm cho trái tim đã chết của em có thể sống dậy và muốn yêu thương… Nhưng em rất sợ… Thế nhưng em có trốn được cảm xúc của bản thân đối với anh đâu. Em cứ run lên khi nhớ đến anh bước đến ngồi gần bên em. Chừ vẫn còn run á...

- Anh muốn hôn em mà.

- Ui ghét anh! Ứ cho anh hôn. Mòn má em...

- Muốn uống môi em. Mật ngọt của em.

- Anh uống rồi còn chi...

- Uống nữa...

- Anh lại tham rùi...

- Ui... anh tham nhất trần gian... Mình sẽ cho nhau...

- Em mô có thứ chi để anh tham mô.

- Ui… em có nhiều thứ lắm. Anh sẽ cho em biết... khi mình gần nhau lần nữa.

- Gặp anh... rồi quên mất đường về... Em biết làm sao?

- Khỏi lo! Anh sẽ đưa em về.

Có một khoảng yên lặng. Tôi như nghe được tiếng thở của Thúy ở đầu dây phía bên kia.

- Anh biết không... cái hôm mình gặp nhau í...

- Sao em?

- Huhu... không nói nữa mô. Nói ra anh biết anh cười em mất...

- Em nói đi mà.

- Là vì... em không hiểu sao mình... hôn nhau thế nhỉ..???

- Vì cảm xúc của cả hai đều dâng cao... muốn chia sẻ. Và đó là sự cảm thông sâu sắc nhất…

- Những người xung quanh lúc đó... có lẽ họ tưởng chúng ta là một đôi tình nhân. Èo ơi, mắc cỡ quá thui...

- Việc gì mà mắc cỡ. Hãnh diện vì… dám yêu nhau thì có...

- Huhu. Gần nhau quá... nguy hiểm. Rứa thì từ nay hai đứa đừng sát lại...

- Nên sát lại thiệt GẦN mới đúng!

- Anh á! Đáo để lắm chứ có vừa mô. Từ lúc ban đầu gặp anh em đã có nhận xét đó rồi. Em còn nghĩ anh là người đa tình nữa kìa. Biết ngay khi mới gặp anh đó. Nói chuyện với anh nhiều cũng... nguy hiểm nữa. Anh chỉ giỏi làm người khác nhớ mình thôi. Ứ thích mô!

- Em sai rồi! Nói chuyện với anh đi, rồi em sẽ nhìn đời bằng một đôi mắt khác...

- Em càng không muốn nhớ anh. Nhưng tình cảm là thứ khó kiểm soát...

- Hãy cứ sống theo tiếng gọi của con tim. Dĩ nhiên là cũng không nên làm xáo trộn cuộc đời mình.

- Em hiểu. Em là người phụ nữ trưởng thành. Em ý thức được điều mình làm.

Mỗi lần nói chuyện với anh. Em thấy lòng vui hơn. Anh là người bạn mới rất vui tính của em.

- Em nói vậy anh vui lắm. Vì ít ra anh cũng mang đến cho em một chút niềm vui.

- Cuộc sống của em vốn buồn. Em đã cố gắng để cười dù biết nụ cười đó nửa vời. Anh biết đấy, xưa nay cuộc sống của em không có màu hồng. Cũng không có màu của tình yêu mà chỉ là công việc và trách nhiệm để giữ những gì mình đã và đang có trong hiện tại. Em tự giam mình trong nhà tù lễ giáo mặc dù biết là tất cả những điều đó không có ý nghĩa gì. Nhưng em bất lực, không thể bứt phá ra được. Em đã đấu tranh tư tưởng như vậy trong 10 năm mà 10 năm không phải là đoạn đường ngắn. Đầy ray rứt. Chua xót. Lừa dối cảm xúc và tự lừa dối mình...

- Anh hiểu và thương em lắm. Từ nay anh sẽ lắng nghe để hiểu em nhiều hơn.

- Em cảm ơn anh! Thực ra câu chuyện của em chẳng có gì vui... Gặp nhau anh phải nghe những câu chuyện tình yêu mang màu của những cánh hoa đào mới đúng. Thôi tạm biệt anh. Hôm nay em nói hơi nhiều rồi. Hẹn gặp anh trong giấc mơ của em.

***

Trong một thành phố nhỏ như Nha Trang, với hoàn cảnh của Thúy hẹn hò gặp nhau là một điều liều lĩnh. Nhưng điều ấy đã xảy ra. Hấp lực của tình yêu thật khó mà cưỡng nổi.

Nếu phải thành thật thì tôi phải thú nhận là buổi sáng hôm ấy mọi cảm xúc và cảm giác của chúng tôi đã vươn lên đỉnh điểm. Năm năm qua, từ ngày Thảo gặp lại một người bạn cũ rồi bỏ tôi và con để rời Paris qua Mỹ theo tiếng gọi của mối tình thời trung học. Con gái tôi bị *shock*, vội lập gia đình để theo chồng về miền Nam nước Pháp. Năm năm qua tôi gần như quên cảm xúc ái ân, họa hoằn có quan hệ thì chỉ là vì bản năng, nhạt nhẽo. Còn Thúy, "Mười năm qua cảm xúc của em đã ngủ yên", em chán ngấy đàn ông, bỗng từ đâu anh về đánh thức.

Cảm xúc yêu thương chia sẻ, lo lắng, sợ hãi như kích thích tất cả mọi giác quan và đẩy chúng tôi vào cõi phiêu bồng. Cả hai ôm lấy nhau, quấn quít trong vòng tay. Toàn thân nàng mát rượi, êm ái như chỉ có da thịt mềm mại, không xương. Trong ánh sáng lờ mờ tôi nằm chiêm ngưỡng tấm thân trắng ngần của Thúy và đặt lên má nàng những chiếc hôn ngây dại.

- Người ta thường nói khi đang sống thì khoảnh khắc không đẹp mà chỉ đẹp khi ta nhớ về, nhưng em lại ý thức đây là phút giây đẹp nhất, hạnh phúc nhất.

- Có khi cả đời dồn lại chỉ trong giây phút. Có lẽ là lúc này đây.

- Cảm ơn anh. Nghe em nói anh càng hiểu thêm ý nghĩa của Cho là Nhận.

Tôi hạnh phúc đặt những chiếc hôn lên má Thúy. Nàng khẽ đẩy nhẹ đầu tôi qua một bên:

- Ứ, ai cho! Mòn má em.

- Khỏi lo, sẽ mòn đều!

- Là sao anh?

- Là chỗ nào anh cũng hôn hết. Cả người em sẽ như một tượng tiên nữ bằng đồng bóng láng và anh sẽ quỳ mãi dưới chân em để tỏ lòng ngưỡng mộ.

- Ứ! Hổng cho… Em ghét anh!

- Ghét ít thôi! Yêu nhiều mới thích!

- Èo! Ai thèm yêu anh! Anh rứa thì khối chi phụ nữ thích anh. Cần chi em yêu anh nữa cho thêm rối.

- Anh trẻ trung. Nồng nàn. Nhẹ nhàng mà say đắm.

- Rứa em càng không thích anh. Hư mà còn thành thật khai báo!

- Hihi. Thôi em nằm thư giãn chút đi!

- Không chịu... Ai biểu anh chi. Ai biểu anh cười với em làm chi. Ai biểu anh có nụ cười tỏa nắng làm chi. Ai biểu anh quá nồng nàn với một người phụ nữ như em làm chi. Ui ghét! Ui ghét!

- Ghét nhiều hông?

- Ghét *nhìu* luôn!

- Anh đang mở cho em một cánh cửa, và cánh cửa đó mở ra một giấc mơ riêng về hạnh phúc. Phía sau đó là một chân trời, chỉ có anh và em.

- Anh muốn vậy ư? Và mình bỏ hết mọi người ở lại trần gian?

- Anh chỉ mới nghĩ vậy. Chưa dám nghĩ thêm vì mình chưa có nhiều thời gian hay trải nghiệm.

- Tại sao anh lại muốn là em mà không là một ai khác?

- Vì mình có điều gì đó với nhau. Anh cảm giác như mình biết nhau từ lâu lắm.

- Em cũng vậy... nên mình dễ gần nhau. Lắng nghe tâm sự và sẻ chia nhiều trong thời gian rất ngắn. Anh gần gũi và ấm áp. Có lúc em sợ khi nhìn vào mắt anh, nhưng em vẫn mong anh là người đàn ông bước ra từ giấc mơ của em.

- Em đừng mâu thuẫn mà hãy lắng nghe cảm xúc. Em cho anh cảm giác tin cậy và yêu thương. Anh tin là mình sẽ hiểu nhau nhiều.

- Huhu... Nhỡ hiểu nhau *nhìu* rùi dẫn đến... yêu nhau thì làm răng...?

- Thì cứ nghe theo tiếng gọi của trái tim. Nhưng không vì thế mà làm xáo trộn cuộc đời mình. Hãy mơ một giấc mơ riêng. Đến tuổi này mình phải biết sống vui tìm cho mình niềm hạnh phúc và tránh mọi buồn phiền. Thời gian không còn nhiều và nó cũng không chờ mình đâu. Không phải lúc nào cũng có cơ hội, thời điểm hay gặp được người phù hợp. Nó như một chuyến tàu.

- Em hiểu rồi! Ui ghét. Mình không được... nhỡ tàu.

- Đây là giấc mơ mà. Có ai cấm mình mơ? Một giấc mơ riêng về hạnh phúc theo ý mình. Trên đời này sẽ không ai biết là có cánh cửa bí mật ấy. Của hai ta.

- Nhưng mình không thể gặp nhau thường xuyên. Em sẽ nhớ nhau nhiều lắm. Anh có biết nhớ một người là buồn lắm không...? Em không biết anh có nhớ ai không? Có thấy buồn khi xa vắng ai đó... Còn em. Cảm giác nhớ một người thật da diết... Dẫu biết...

- Có một người để nhớ... để yêu là hạnh phúc. Có người tồn tại suốt đời mà không có ai để nhớ để thương, đó mới là bi kịch. Mỗi tối anh sẽ nhắn tin như đang ở bên em. Để ôm hôn và chúc em ngủ ngon.

- Nhưng em không thể không buồn.

- Buồn mà lãng mạn! Rồi sẽ nôn nao chờ ngày và tìm cách gặp lại.

- Anh cực kỳ lãng mạn. Em bó tay với anh rồi!

***

Rồi cũng đến ngày tôi phải ra đi. Hôm tiễn tôi ra ga, Thúy khóc như chưa bao giờ được khóc. Tôi nhìn theo dáng nàng trong chiếc áo dài lất phất khi tàu rời bến. Đó có lẽ là hình ảnh đẹp nhất, lãng mạn nhất mà cũng là buồn bã nhất trong đời tôi từ trước đến nay.

"Anh ơi, em gửi trái tim của em cho anh. Để mình không cảm thấy xa cách. Khi nào gặp nhau anh trả lại cho em nhé. Bây chừ em sống bằng trái tim ở phương anh rồi." Lời nói ngọt ngào và lãng mạn của Thúy như vẫn con vang trong tai tôi.

Tôi sẽ nói gì với Thúy? Hứa hẹn điều gì? Dẫu biết là từ nay nàng sẽ luôn ở bên tôi. Trong suy nghĩ và nỗi nhớ. Trong cả những giấc mơ mà chúng tôi cùng bước vào. Hôm qua Thúy nói là anh hãy bước vào giấc mơ của em nhưng đừng tan biến khi em thức dậy. Tôi dặn nàng nuôi dưỡng cảm xúc và nuôi cả nỗi nhớ cho đến ngày gặp lại nhau.

Đợi ngày gặp lại nhau! Nhưng biết đến bao giờ để có thể có nhau trong thực tại? Một cuộc đời đơn giản nhưng thích làm gì thì làm. Để nàng không còn phải sống trong thứ ngục tù giam lỏng, ngày ngày không còn bổn phận với một người mà không có chút cảm tình, nếu không nói là căm hận. Bao năm đơn độc, thụ động chấp nhận cuộc sống buồn thảm và chán nản mà không tìm được lối thoát. *"Anh ơi, em chỉ muốn khóc trong hạnh phúc chứ mô thích cười trong khổ đau!"* Giọng nói và nước mắt như đang rơi lã chã lên vai tôi.

Tôi sẽ phải làm gì trong cảnh huống này? Để đôi mắt nhuộm đỏ của nàng thoát khỏi nỗi buồn hoang vắng trong những năm tháng vô hồn và tuổi trẻ đi qua? Để gắn bó, giúp nàng và lòng mình yên ổn?

Tôi sẽ phải làm gì?

Hay mỗi con người đều phải tự tìm cách, tự vẫy vùng để thoát khỏi nỗi cô đơn?

Còn tôi? Chẳng phải tôi cũng đang khỏa lấp nỗi cô đơn bằng những chuyến đi đó hay sao? Nhưng càng đi, tôi càng thấy đất trời cao rộng, còn mình thì mỏng manh, bé nhỏ, dừng chân bằng ly rượu đắng một mình nhấm nháp, những đêm trắng chong đèn đọc sách, hay lặp đi lặp lại hành động quen thuộc mỗi ngày, lòng chẳng buồn, chẳng vui, nhạt nhẽo, mơ hồ.

Tôi sẽ nói gì với Thúy đây? Cánh cửa tình yêu mà chúng tôi cùng muốn mở để có thể mơ một giấc mơ riêng đã có? Và chỉ có hai người đang yêu mới thấy cánh cửa bí mật ấy? Liệu chúng tôi có đủ ý chí, nghị lực và xứng đáng để làm nên kỳ tích?

Hơn lúc nào hết bây giờ tôi mới hiểu câu nói của Thúy hôm gặp trên xe lửa: *"Cái khổ mà có thể nói ra thì vẫn chưa được gọi là khổ; khổ mà chẳng thể nói ra, ấy mới là nỗi khổ thật lòng."*

Ngồi trên xe lửa tôi mở nhạc từ điện thoại và tình cờ "Hoài Cảm" vang lên réo rắt: "Quạnh hiu về thấm không gian. Âm thầm như lấn vào hồn". Có gì đang lấn vào hồn tôi chiều nay? Những khóc những cười của một tình yêu chưa thấy lối thoát và lòng đang thầm hỏi: Mình sẽ làm gì? Khi ánh sáng của tương lai còn đang mờ mịt và tiếng con tàu lướt nhanh trên đường ray, bỏ mọi thứ lại đằng sau còn tôi thì vẫn đang tiếp tục khoác ba lô lên vai trong cuộc hành trình bất định?

Mà cuộc sống là gì? Que diêm chỉ cháy một lần. Ngọn nến thắp sáng lâu hơn nhưng vẫn là cháy sáng dù thời gian dài ngắn khác nhau.

Sự thách thức lớn nhất của cuộc sống có lẽ là tìm lại chính mình trong một thế giới chỉ muốn biến ta giống như người khác.

Trương Văn Dân

Tự Tình
ĐỨC PHỔ

nếu ta làm vua chắc chẳng cần ai
tiến cung em cho ta phong ngôi chính hậu
bởi ta biết trong lòng dân trăm họ
ai cũng muốn nương nhờ một đấng minh quân.

ai cũng biết minh quân không chỉ yêu nhan sắc
vẻ đẹp khuynh thành đâu chắc đã trái tim
thì em ơi chuyện nước non
là mạch nguồn tình yêu trong từng tấc đất
có từ thuở cha ông gầy dựng cơ đồ.

(không thể làm vui một người mà đốt thành tiêu khiển
chẳng thể hàng đêm xé lụa mua cười
mặc kệ dân tình đau khổ lầm than
thì em ơi chuyện tình yêu như thế
chỉ để tuyên dương cho loài cầm thú!)

thế là ta chẳng cần làm vua
chỉ muốn làm người biết yêu em chân thật!...

Đức Phổ
Atlanta, 14-7-2019

Mộ Địa
NGUYỄN ĐỨC MÙ SƯƠNG

Anh băng qua mộ địa đời mình
bằng đôi chân vay tạm của hạnh phúc

Anh yêu em là thật
đến từng gốc cây ngọn cỏ chứng minh
nhưng anh sẽ không bao giờ đến với em
bởi anh không muốn mất em
càng không muốn mất anh mãi mãi
không lẽ từng tuổi nầy còn gắng gỏi đa mang
Mộ địa đời anh là những câu thơ
thơ là lòng anh đấy
không có bóng dáng của sự đãi bôi dối trá
Có thể vợ mình mãi mãi chẳng tri âm
tri âm không thể sống chung giường cả đời cùng thi sĩ
chắc em đã hiểu vì sao?

Ngọn gió nam lào bao giờ cùng hừng hực nóng
ngọn gió nồm bao giờ cũng mát tươi
ngọn gió chướng là triều lên sóng dậy
ngọn gió bấc là mẹ già run rẩy
Anh băng qua mộ địa đời mình
kiệu lên vai những bình minh không có mặt trời
cõng lên lưng những hoàng hôn không còn ánh sáng
để đến được với em

Em có thể gọi hoàng hôn là chạng vạng
song bình minh không thể đổi thay
Anh không muốn mất em mãi mãi
đời này, kiếp này
kiếp sau ai có phỉnh phờ
có hay không?
anh không cần biết, không thèm biết.

Nguyễn Đức Mù Sương
King Hill Virginia

Trên Đường Đi Làm Sổ Đỏ
Bỗng Nhớ Vương Thực Phủ

NGUYỄN VĂN GIA

"Ngã kim nhật tại tọa chi địa,
Cổ chi nhân tằng tiên ngã tọa chi"
(chỗ ta đang ngồi hôm nay thì người
xưa đã từng ngồi trước rồi)
Vương Thực Phủ

Chỗ mình ở
người năm xưa từng ở
Bao lớp người từng qua lại
nơi đây
Và mai sau
nơi này rồi sẽ có
Những chủ nhân
mình không rõ mặt mày
Nghìn năm trước cho đến giờ
vẫn vậy
Những biển kia
đã xanh mấy nương dâu
Trái đất hỡi
mình thăm chơi dăm bữa
Bịn rịn gì
rồi phút cuối cũng chia tay

Những vua chúa
vĩ nhân
và mỹ nữ...
Những vàng son một thuở
chẳng còn đâu
Thì sá gì
những sổ hồng sổ đỏ (*)
Trăm thứ lợi danh
quá đỗi bọt bèo!
Xin cảm ơn ông -
Ngài Vương Thực Phủ
Lời ông xưa
chí phải đến bây giờ
Chỗ ta ngồi
ngày xưa từng có chủ
Và đừng quên
chỉ ở tạm mà thôi.

Nguyễn Văn Gia

(*) Giấy chứng nhận quyền sử dụng nhà đất ở Việt Nam

Mùa Thu Khóc
TRẦN MẠNH HẢO

Mùa thu ấy ngỡ là thu độc lập
Gió bị thương thổi dập lá ngô đồng
Cơn lốc đỏ muốn nghiêng trời lệch đất
Mẹ lặng buồn thu đổ ngập lòng sông
Ai ngồi xót những hồn thơ bị giết
Lệnh cấm buồn, cấm cả lá vàng rơi
Nhạc vàng cuốn theo mối tình thu chết
Tàn thu đang xử án các chân trời…
Ôi đất nước buồn theo thu Nguyễn Khuyến
Đuổi giặc da trắng đi để rước giặc da vàng
Tự do khóc những mùa thu bị thiến
“Ngỗng nước nào” kêu gió bấc tràn sang…*
Xót xa mẹ nghe hồn thu trút máu
Gió heo may xử bắn cây bàng
Không còn chỗ cho thu vàng nương náu
Cúc bẽ bàng nghe gió phất mùa tang…

Trần Mạnh Hảo | Sài Gòn
* *“Một tiếng trên không ngỗng nước nào”* thơ Nguyễn Khuyến bài
“Thu vịnh”

Cái Vía Vẫn Còn
ĐỖ KH

Lúc đó trời còn sáng trưng.

Tôi nghe lao xao dưới đường và lò mò đi bộ xuống bốn tầng cầu thang tối om vì mất điện.

Người thanh niên cao to nằm trên cáng. Mặt anh tỉnh rụi và anh nói to huyên thiên kể lại sự việc. Tiếng Ả Rập thì cứ mười từ tôi hiểu một tiếng, và dựa vào đó mà đoán non câu chuyện. Đụng độ tại nhà máy Coca Cola là thông tin tôi nắm được. "Coca Cola" là chữ có nói bằng tiếng nào tôi cũng hiểu, kể cả có nói bằng tiếng Trung quốc phổ thông ("khả khẩu khả lạc"). Anh này là người trong xóm, tôi biết mặt anh trong vệ binh Mourabitoun. Anh bị thương ở ngoài tuyến, chỉ trỏ vào đùi gần phía bẹn được băng bó dã chiến. Anh trúng đạn chứ không phải là trúng miếng pháo là thông tin thứ nhì. Đạn súng trường hay pháo thì cũng chết, và pháo thì nguy hiểm gấp bội phần đi chứ. Nhưng trúng đạn là thông tin nghe thấy rùng mình. Pháo thì ngày nào nó chẳng pháo linh tinh, trúng đạn có nghĩa là trực diện quân địch trong vòng 50 hay 100 mét chứ không phải là họ ở cách 5 hay 7 cây số hướng nòng lên trời và bắn chơi cầu vòng.

Như vậy thông tin cần thiết mà tôi nắm bắt, là bộ binh Israel đã đến nhà máy Coca Cola.

Bạn đổ máu ướt sũng quần trận chẳng có gì là ra vẻ sợ hãi hay lo ngại. Anh nằm giữa đám đông bà già con nít vây quanh mà thuật lại sự cố như là anh bị té xe máy ở ngã ba Hàng Xanh. Anh bị thương thì chở về nhà, về xóm. Gia đình anh không thấy có mặt, mẹ anh không có chạy ra mà ôm con, sao chết chửa thế này. Có lẽ họ đã di tản hết, như có đến hai phần ba dân chúng của thành phố. Trong căn hộ tập thể mà tôi ngụ, chỉ còn có ba gia đình trừ trong số mươi nhà. Gia đình trừ có nghĩa là gia đình không đầy đủ, kẻ ở người đi. Căn hộ của ông bà nhạc tôi di tản sớm, khi vợ chồng tôi đến nơi thì đã không có ai ở nhà, phải gọi vệ binh phá cửa để mà chúng tôi vào. Trường hợp của anh này có lẽ thế, gia đình anh đã di tản rồi, anh ở lại cầm súng với các bạn cùng lứa thôi.

Vệ binh không phải là quân đội, chẳng bó buộc gì ai, thích thì theo, không thì thôi, kiểu giống như nhập bạn, giờ hết vui thì ta về nhà hay là ta đi chơi nhóm khác. Hai người em vợ tôi, cũng dạng tài tử và lính không chuyên này, đã di tản đâu với bố mẹ tôi không biết, để lại nhà hai cây súng ngắn, có một cây Colt Python xi kền nòng 6 phân Anh rất là bảnh, kiểu ngày nay hàng độc giày thể thao Adidas Yeezy Boost. Chẳng ai trách gì họ hết, vệ binh là tự nguyện và tùy lúc, tùy hoàn cảnh. Vệ binh Lebanon, chí ít là vệ binh Mourabitoun (cánh tay cầm súng của Phong trào Nasser chủ nghĩa Độc lập) giống như là cửa Phật. Muốn vào chùa xuống tóc thì vào, tới lúc tóc mọc dài lại thích đi ra khỏi thì ra và cởi áo cà sa. Đến khi thất tình thì vào tụng kinh trở lại. Ai nghèo thì chùa nuôi, ai giàu thì cúng đường tam bảo, đại khái là vậy. Các em tôi thì đeo theo bố mẹ, trong tủ để lại bộ đồ trận. Thì đi vui nhe. Còn anh đây ở lại phố một mình, thì bố mẹ nhắn, con ở lại cẩn thận. Đến khi anh trúng đạn, chở về xóm, không có người nhà.

Một bà lớn tuổi xen vào mắng mọi người, chở nó đi vào viện ngay, mày còn nằm đó mà chỉ đất chỉ trời làm bạn bị thương này mất hứng thuật chuyện và bẽn lẽn. Viện đây là nhà thương Armenia đầu đường, phía công viên Sanayeh, cách có mấy trăm mét. Tính mạng anh chẳng có gì nguy kịch nhưng phần tôi thì nhìn xa nhìn gần, tôi thấy tính mạng tôi bị đe dọa. Bộ binh Israel đã vào đến cổng ngõ Beirut.

Marwan đi ra xe, ngoắt tôi hỏi có đi theo không. Anh mang quân ra nhà máy Coca Cola tiếp ứng ("Tây Ninh tiếp ứng Biên Thành"). Tôi được ngoắt, hay bị ngoắt, bèn đi theo thôi nhưng không khỏi phập phồng. Marwan là phối hợp viên của lực lượng Mourabitoun trong Phong trào Quốc gia Lebanon. Trong thành phố hỗn tạp này, có 30 vệ binh khác nhau, nhưng xa gần gì cũng nằm trong Phong trào này. Đi với anh là chắc bụng vì ai anh cũng biết, anh là người dàn xếp các xích mích thường nhật giữa các toán võ trang đồng minh. Nhưng xích mích với quân đội Israel thì anh không dàn xếp được. Giờ anh rủ tôi ra mặt trận!

Marwan tự lái chiếc BMW thể thao hai cửa màu cam nổi bật, tôi chen vào băng sau giữa mấy anh vệ binh súng ống. Đằng sau theo là ba xe con dân sự, phố tôi ở Mourabitoun không có quân xa, dùng xe nhà, và như vậy bốn chiếc xe này chất được 20 mạng mang ra đắp tuyến đầu cách 5 kilômét. Nhà máy đóng chai Coca Cola là ở ngã ba phi trường vào thành phố, một vị trí chiến lược. Phi trường đã bị Israel làm chủ từ một hai hôm trước nhưng họ chưa động binh tiếp. Phía bên nhà máy là khu dân cư đông đúc, giờ lố nhố đủ các lực lượng vệ binh hỗn tạp Lebanon và Palestine. Mourabitoun, là lực lượng chủ yếu Lebanon, có đóng quân sẵn, 20 bạn này là tăng cường cho họ sau khi cuộc chạm súng thăm dò xảy ra.

Tôi không thấy tới một xe quân sự, kiểu Toyota có súng không giật B10 hay đại liên 50. Các quân xa này là của các lực lượng Palestine, họ mang giấu đâu đó ở Bộ Tư lịnh PLO (Tổ chức Giải phóng Palestine) thì tôi không biết. Mặt trận nhà máy Coca Cola tôi cũng không thấy dáng vệ binh Palestine. Vệ binh thì chẳng bao giờ mang phù hiệu như quân đội, có gì mặc nấy nhưng cũng có cách để nhận ra thành phần. Palestine thì hay mang khăn rằn *keffieh* quàng vai, nhất là thiếu nữ. Đàn ông thì ít hơn nhưng trong nhóm năm bảy người cũng phải có một. Tại đây không thấy một cái *keffieh*, các lực lượng PLO đã tan hàng lẻ tẻ vào phố mấy ngày nay tìm vợ tìm con và mặt mày ngơ ngác sau khi Israel đẩy binh từ biên giới miền Nam thốc tháo đến đây. Họ lại là thành phần vũ trang nặng và tổ chức hẳn hòi chứ không phải kiểu vệ binh Lebanon, một sư thầy, ba chú tiểu và một bà vãi. Tại đây giờ chỉ có vệ binh Lebanon đủ kiểu.

Nam Beirut là phố bình dân, phố nghèo người Hồi Shia, trăng

gầy soi bóng cài song thưa. Tại đây, chủ chốt là thành phần lực lượng Amal. Nhận ra họ là nhờ cái nghèo nàn, thì họ nghèo, quân phục có khi chỉ có áo hay chỉ có quần, trong nhóm thế nào cũng có một anh đi dép. Nhưng đây là phố họ và phố của lực lượng bạn (và cạnh tranh) là đảng Cộng sản. Các bạn này thì ưa phục trang dân sự đeo súng, quần bò áo thun, thỉnh thoảng có một cô ưỡn ngực in hình ông Che hút xì gà. Nhiều thiếu nữ nhất và chỉnh tề thấy khiếp là lực lượng Đảng Quốc gia Xã hội Syria (PNSS). Mặc dù mang tên này, đây là đảng Lebanon chứ không phải Syria, ở Syria không có đảng này và tùy lúc tùy tiện, PNSS chống cả chính quyền Syria của Assad. Nhưng chủ thuyết của đảng là "Đại Syria" và thành phần số đông là Ki-tô Chính thống. Họ không ở phố này nhưng họ đến đây tiếp ứng, cũng như quân Mourabitoun. Mourabitoun số đông, là tại các phố Hồi Sunni ở trung tâm.

Tại các phố chung quanh nhà máy này như vậy có năm bảy vệ binh khác nhau, chủ xị là Amal, tăng cường bởi các lực lượng bạn từ phố khác. Tôi không thấy một ổ đại liên nặng, một chốt B10 hay SPG9 chống chiến xa hoặc nó nấp ở đâu thì tôi không biết. Tôi đi qua và tôi chỉ đến khu vực trách nhiệm của Mourabitoun trước nhà máy. Các anh này thì tên lửa RPG7 (B40) và trung liên RPD, đại liên cá nhân PK, ai tiện tay thì xách theo hai hộp đạn. Cả khu vực chắc khoảng vài trăm tay súng, tức là cỡ một tiểu đoàn trừ, phần Mourabitoun là khoảng 80 người sau khi có toán 20 người này tăng cường tại chỗ. Đây cũng là mức tối đa tăng cường tại phố tôi ở vì nếu cần, thì chỉ gom góp thêm được 20 người nữa. Các lực lượng có mặt ở đây không thống nhất về mặt chỉ huy hay ngay cả liên lạc với nhau, mỗi 'đơn vị' vài ba bộ đàm các sếp cầm tay, ai triệt thoái hay ai trám tuyến là chuyện tùy hỉ.

Trước mặt họ là quân đội trang bị hiện đại nhất và huấn luyện tinh nhuệ nhất thế giới, làm chủ vùng biển và vùng trời, về quân số cao gấp bội. Lúc đó, đối diện với 300 tay súng này là lữ đoàn 35 Nhảy dù Israel, bộ binh tùng thiết cho Thiết đoàn 211 "Yishai" (Người che Thành phố Thánh). Mỗi lữ đoàn có 1.500 tới 2.500 người. Họ có pháo binh, không pháo, hải pháo rầm rộ yểm trợ. Chiến binh phía Lebanon là loại không chuyên và không cần, ban ngày lao động hay đi học, tối nào có chương trình truyền hình hay thì ở nhà xem và không đi tập, mày đi trước đi để tao xem hết tuồng.

Huyền thoại "một nước tí hon đối đầu với khối Ả Rập khổng lồ" vào lúc đó và ở chỗ đó sụp đổ tan tành. Tại nhà máy Coca Cola về quân số là 1 chống 10 hay chống 20, về hỏa lực là 1 chống 1.000 hay 2.000. Anh bạn đang lễ mễ khiêng hai thùng đạn 100 viên, sẽ đối đầu với chiến xa Merkeva 65 tấn. Tăng này trang bị một đại bác 105 ly, ba đại liên .30, và một súng cối 60 ly. Nó không nổ súng mà chỉ cần rồ máy đạp ga là ủi sập nhà, chôn sống bạn này luôn với hai hộp đạn, ở đó mà cười hề hề và nói chuyện bóng đá.

Tuyến hoàn toàn yên tĩnh, không có tiếng súng nhỏ, ầm ì là đâu đó pháo đì đẹt sau lưng. Tôi lòm còm lú đầu ra liếc và lạnh toát xương sống. Trước mặt cách 100 mét, nhấp nhô và thấp thoáng bóng người rõ rệt nón sắt. Đây là lính tiền sát pháo binh, trinh sát Nhảy dù hay bộ binh tùng thiết Israel sửa soạn xung phong thì tôi không biết và không có lại gần mà hỏi. Tăng hay thiết giáp của họ thì tôi không thấy đâu nhưng hẳn là nó ở phía sau. Giờ, trước hết là họ sẽ tập pháo vào khu vực, sau đó trực thăng võ trang lên vùng vần vũ, rồi Nhảy dù xung phong, mở đường cho tăng. Chốt nào chống cự ngoan cố thì phi cơ sẽ đến tương cho một quả bom 250 cân sụp cả năm tầng nhà.

Tôi bồn chồn hỏi Marwan, nó vào thì sao? Anh thản nhiên mỉm cười, có chút gì khiêu khích, một chút thôi chứ không lồng lộn. Marwan, sơ mi trắng quần tây và giày phố, một tay cầm bộ đàm và chỉ có cây Makarov bỏ ở túi quần trước trông rất là thanh nhã như đứng đợi người yêu. Anh nói mà không trợn mắt Trần Bình Trọng, nó vào thì nó chết, mình vây trong phố tỉa từng chiếc.

Vào lúc đó, ở phía bên kia, đại tá Eli Geva, thiết đoàn trưởng 211, báo cáo cho sư trưởng là anh sẽ không chấp hành lệnh tiến lên. Geva nói, anh thấy tận mắt đàn bà trẻ con, chứng tỏ là anh tinh mắt hơn tôi vì tôi chỉ thấy một bà băng qua đường tay cầm can nước, còn trẻ con không thấy có đá banh trên mặt lộ. Lẽ thứ nhì mà anh viện chính thức với thượng cấp là lý do mà Marwan vừa nói với tôi. Tăng của anh sẽ bị vây và tỉa từng chiếc với thiệt hại không thể chấp nhận được. Chết dân, chết lính, nên anh nói ngon lành là anh sẽ không ra lệnh tiến vào.

Câu chuyện có phức tạp hơn một chút.

Chính phủ Israel vượt mức mà Quốc hội cho phép trong việc

xâm chiếm Lebanon và thủ tướng Begin nói dối với Quốc hội cũng ngon lành không kém. Binh sĩ Israel đang tiến lại nghe thấy trên đài thủ tướng tường trình tại Quốc hội là họ đã dừng lại! Trong thành phần lãnh đạo quân đội cũng có nhiều mâu thuẫn. Bộ Trưởng Quốc Phòng là Sharon. Năm 1956, ông là chỉ huy của một lữ đoàn dù, đẩy hai tiểu đoàn dưới quyền vào chỗ chết ở Sinai. Hai tiểu đoàn trưởng khiếu nại Sharon ra lệnh nướng quân của họ một cách vô ích, chỉ biết hô xung phong mà lại hèn nhát về mặt cá nhân. Theo họ thì Sharon chuyên hô hào là sĩ quan chỉ huy phải đi đầu nhưng khi đụng trận thì không thấy ông đâu! Đến 1982, thì một tiểu đoàn trưởng cũ này (tướng Eitan) là tham mưu trưởng quân đội, và tiểu đoàn trưởng cũ kia là tướng tư lịnh quân báo. Họ không ưa bộ trưởng từ ngày trước. Bản thân Sharon lại cũng từng vượt quyền và bất tuân thượng lịnh nên nào bảo được ai. Đại tá Eli Geva biết chuyện này chứ. Cha của anh là tướng Yossif Geva, người từng đuổi Sharon ra khỏi lữ đoàn Dù và cho về chỉ huy một trung tâm huấn luyện tân binh.

Eli Geva nói cương với các sếp, đòi họ cách chức và giáng anh xuống hàng trung sĩ trưởng xa. Ai ra lệnh anh vào phố thì anh đi đầu nhưng anh sẽ không ra cái lệnh ác ôn đó. Anh là người được quân nhân thuộc quyền yêu mến. Chỉ định thiết đoàn phó lên thay thế thì thiết đoàn phó sẽ không nhận. Đưa sĩ quan từ nơi khác đến chỉ huy thì cả thiết đoàn sẽ làm loạn thì sao? Từ một thiết đoàn trưởng không nghe lệnh, nó sẽ xé ra to thành cả một thiết đoàn bất tuân. Ta nên nhớ, vào lúc đó thủ tướng và quân đội đang cưỡng ý của quốc hội. Về sau, biện pháp của Bộ chỉ huy quân lực là giải tán cả thiết đoàn, phân tán ra và chuyển sang các thiết đoàn khác. Nhưng ngày hôm đó, tăng Thiết đoàn 211 tắt máy và không đụng đậy.

Tôi đâu có biết vào lúc đó những chuyện này và lý do án binh của đại tá Geva cho nên tôi rất sợ.

Tôi sợ pháo, sợ tăng, sợ trực thăng, sợ phi cơ nhiều mà Nhảy dù tôi cũng sợ nốt, sợ hơi hơi. Nếu tăng vào phố, xuất hiện trước hiên nhà tôi, và chĩa nòng 105 ly lên lan can phòng ngủ ngập ngừng thì tôi sẽ làm gì? Tôi sẽ bắn hạ nó bằng cây súng sáu Colt Python .357 Magnum? Cây này, tìm khắp nhà, tôi chỉ có sáu viên đạn đã lắp sẵn. Viên thứ nhất tôi sẽ bắn tăng nè, viên thứ hai tôi bắn thiết giáp, viên thứ ba tôi bắn trực thăng, viên thứ tư tôi bắn phi cơ và bắn luôn chiến hạm ngoài khơi là hết năm viên. Viên thứ sáu tôi sẽ để dành tự xử bằng tiếng súng sau cùng.

Nhưng Marwan không hề nao núng, anh kiểu như còn cầu cho tăng vào phố để biết mặt anh hùng. Anh và đại tá Geva cùng đồng ý trên một điểm, là Thiết đoàn sẽ thiệt hại nặng và chẳng nên trò trống. Trong 24 năm liền sau đó, tôi phải nói là tôi xin phép khác ý kiến với hai nhà quân sự này của hai phe đối nghịch. Nhưng đợi đến 2006 thì họ có bằng chứng. Israel dấn 30.000 quân vào miền Nam Lebanon với 370 chiến xa Merkeva lùng 800 hay 1.000 tay súng Hezbollah và đảng Cộng sản, Amal, PNSS liên minh. Họ rút về để lại 49 chiến xa bị bắn và tuyên bố chiến thắng nhưng không ăn mừng. Tham mưu trưởng mất chức, một thiết đoàn bị giải tán ("Thiết đoàn bỏ chạy") và một sư trưởng được mang danh để đời là "Tướng lãnh trốn trong chiến xa" vì cả cuộc chiến ông không bước ra khỏi chiếc xe kiên cố và vững chắc.

Một điều tôi đồng ý ngay với Geva, là thường dân thiệt mạng sẽ vô khối. Đàn bà, trẻ em đã đành, cả ông lão, nhưng điều quan trọng là dám sẽ có cả… tôi. Chuyện sống chết là chuyện không phải là đùa! Nếu anh Geva không bướng bỉnh, thì ngay lúc đó pháo sẽ nã vào khu vực 500 trái thôi là tôi hết lăng xăng. Sau đó trực thăng trên đầu xịt tên lửa yểm trợ cho bộ binh vào phố, tăng đằng sau gầm gừ bắn tứ phía. Chiến xa Merkeva rất kiên cố nhờ máy đặt đằng trước và nhược điểm là dưới bụng, nhưng mìn đâu ra mà chôn trên đường. Các bạn bảo, mình tụm lại bắn bốn quả B40 một lúc vào cùng một chỗ thì nó sẽ chết máy đứng tại chỗ bất khiển dụng. Phải cùng một chỗ và cùng một lúc thì mới trị được nó. Viên đầu làm tháp bảo vệ yếu, viên thứ nhì sẽ xuyên được vào. Nhưng thế thì lôi thôi quá, bắn tăng trúng một quả đã khó, mà còn phải bắn trúng một chỗ mấy quả liền! Vậy cũng chỉ đứng tăng lại chứ chưa hẳn là hỏng pháo tháp và chết tổ lái bên trong. Họ vẫn có thể điều khiển súng bắn trả! Một cách khác là phía Merkeva có một cửa hậu thoát hiểm be bé cỡ một mét rưỡi vuông. Đằng sau cửa là chỗ chứa đạn dự trữ, trúng vào chỗ đó sẽ nổ cả kho luôn. Nhưng nó đâu có đi khơi khơi một mình mà có bộ binh mở đường! Và nó đâu có chổng đít ra múa múa cho mình nhắm!

Tôi thấy là không xong, đâu thì không biết thế nào, chuyện vi mô của mặt trận nhà máy Coca Cola là như vậy. Nó có hai lữ đoàn và mình 300 mạng. Như là Vũ Hoàng Chương, đời tàn trong ngõ hẹp, xuân đời chưa hưởng kịp, bị tăng cán nát bét. Nếu chận được một vài đợt tấn công đầu thì cả sư đoàn họ sẵn sàng phía sau. Đơn vị Mourabitoun ở đây thì chỉ có thể trông cậy vào 20 tới 30 vệ binh còn lại của con phố để tăng cường mà sẽ phải đi bộ đến vì hết xe con rồi mà thủa đó chưa có *Grab*. Phố khác, mặt khác, vệ binh khác, tôi không biết nhưng ở trước phi trường Khalde, Mourabitoun có 80 tay súng tơ lơ mơ huyền mờ. Nếu viện binh từ phố tôi ở đến thì tối đa được không tới 30 mạng nữa. Hai ông em vợ tôi sẽ trở về không kịp nhé.

Biết đâu từ các phố khác, có thể mang thêm đến vài trăm, tôi không biết được. Tôi biết khu tôi ở là phố hoàn toàn không có vũ khí chống tăng ngoài RPG7. Phòng không có một khẩu đúp 23 ly đặt trên sân thượng một tòa nhà 15 tầng. Đại liên nặng có một cây Doushka 12 ly 7 đặt trước trụ sở lực lượng. Phần còn lại là tạp nham đủ loại súng dài, mấy cây trung liên RPD và mấy cây đại liên cá nhân PK. Số đạn cũng không nhiều, nếu đánh lớn thì chẳng biết có đủ cho ba ngày. Võ trang kiểu này đối với quân lực Israel thì là trò đùa. Tôi nghĩ là nếu họ vào đến nơi thì chỉ có mà Lệ đá những đêm sâu!

Nhưng họ không vào.

Đầu tiên là tại đại tá Geva từ chối không ra lệnh. Tôi nghĩ, tôi muốn nghĩ rằng là ngày nay tôi còn sống và có được hai màu tóc là nhờ vào quyết định của anh. Nếu không chết, không tật nguyền, thì tôi cũng chí ít là giờ mang bệnh vãi đái kinh niên. Tôi nghĩ mãi, chuyện này tôi kể lại đây đó nhiều rồi nhưng tôi vẫn ám ảnh.

Eli Geva con nhà võ biền, một đời hiến thân cho binh nghiệp. Israel lúc nào cũng trong tình trạng ứng chiến nhưng thật ra múa gươm chẳng có mấy dịp. 1948, 1956, 1967, 1973, 1982 là những dịp trổ tài, và phải đợi những năm mười năm. Chiến tranh 1973, đại úy Geva 23 tuổi cầm một chi đội chiến xa, trám tuyến tại cao nguyên Golan kịp thời để Israel phản công và lật ngược tình thế. Chiến tranh 1982, anh được trao cho một thiết đoàn và hùng dũng tiến đến cổng Beirut. Thời cơ của thiết đoàn trưởng trẻ nhất quân lực là ở đây và vào lúc này. Anh phất tay, tăng nổ máy, lần đầu tiên tiến vào một thủ đô Ả Rập. Tại sao anh dừng lại để bị đuổi khỏi quân đội?

Điều anh tránh được là lân la mấy mươi ngàn thường dân thiệt mạng thêm. Đơn vị dưới quyền anh tránh được vài ba trăm tổn thất. Anh dám lên máy cãi lại với đích thân sư trưởng, với tư lịnh mặt trận Bắc phần, với tham mưu trưởng quân lực và với bộ trưởng quốc phòng. Dọa nạt và khuyên giải, dụ non dụ già cũng không xong. Anh dám cãi lại với thủ tướng và cãi lại với cả bố, vì sau cùng quân đội phải nhờ tướng về hưu Yossif Geva lên máy nói chuyện trực tiếp với con. Nhưng chắc anh không dám tiến lên mà nhìn mặt thân nhân của thường dân vô tội thiệt mạng. Anh không dám trở về nhìn mặt thân nhân của thuộc cấp đã hy sinh vô lý. Cái lon tướng lãnh nó không lớn như là ta tưởng.

Từ đó đến nay anh im lặng, cũng chẳng phát biểu hay hoạt động.

14 năm đi lính, một khắc quyết định đúng đắn hay là sai lầm? Cả cuộc đời sau đó anh làm gì mà sống, anh bán vỏ điện thoại di động và thẻ sim số đẹp? Anh khôn hay là anh dại?

Nếu có cơ duyên gặp, thì tôi cũng sẽ không hỏi đâu mà sẽ chỉ nói, cám ơn nhé, nhờ bạn mà tôi còn giữ được cái vía chưa bị mất.

Đỗ KH

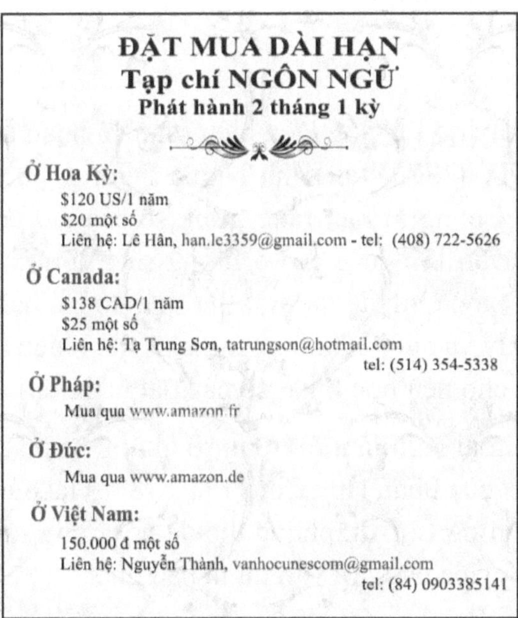

ĐẶT MUA DÀI HẠN
Tạp chí NGÔN NGỮ
Phát hành 2 tháng 1 kỳ

Ở Hoa Kỳ:
$120 US/1 năm
$20 một số
Liên hệ: Lê Hân, han.le3359@gmail.com - tel: (408) 722-5626

Ở Canada:
$138 CAD/1 năm
$25 một số
Liên hệ: Tạ Trung Sơn, tatrungson@hotmail.com
tel: (514) 354-5338

Ở Pháp:
Mua qua www.amazon.fr

Ở Đức:
Mua qua www.amazon.de

Ở Việt Nam:
150.000 đ một số
Liên hệ: Nguyễn Thành, vanhocunescom@gmail.com
tel: (84) 0903385141

"Vân Đài Loại Ngữ"
Bộ Sách Bách Khoa Toàn Thư Đầu Tiên
Của Việt Nam

NGUYỄN HUY CÔN

Bộ sách này do Lê Quý Đôn biên soạn và hoàn thành vào tháng bảy năm Quý Tỵ (1773) tại Kinh Nghĩa Đường, phường Bích Câu (Thăng Long). Chúng ta biết rằng trong số các tác giả cổ điển Việt Nam, Lê Quý Đôn là người có số lượng sách lớn nhất còn lưu giữ được đến ngày nay. Ông để lại một thư tịch đồ sộ: nào văn học, triết học, lịch sử địa lý và ngôn ngữ học, trong số đó, nhiều tác phẩm đã trở thành tiêu biểu cho nền học thuật cổ của đất nước ta.

Vân Đài Loại Ngữ là một trong số những trước tác như thế, mà như lời nhận xét của Phan Huy Chú (1782-1840) là: Sách bình luận về các loại văn chương, sự vật, phong thổ đã nói trong sách cổ kim, dẫn việc xưa, chứng việc nay, lời văn rất là bao quát".

Liệt vào bộ Bách khoa Toàn thư đầu tiên của Việt Nam, do một tác giả biên soạn, thể hiện được tri thức rộng lớn của nhà bác học Lê Quý Đôn, bộ sách này đã giới thiệu được một cách đầy đủ tinh hoa của văn hóa Việt Nam và sự chịu ảnh hưởng mức độ nào đó của văn hóa Trung Hoa.

Vậy, tên đề của sách có ý nghĩa gì? *Vân đài* là đài chứa sách, có trừ mọt bằng vân hương. Vân hương là hoa một loại cây, có khả năng chống mọt tốt, thường được ghép vào trong sách để bảo quản lâu dài. *Loại ngữ* là những câu chuyện được sắp xếp thành môn loại chung với nhau, với ý nghĩa loại thư là những bộ sách có nội dung tổng hợp, tương đương với encyclopedia, tức Bách khoa Toàn thư ở các nước phương Tây. Nội dung của sách không sắp xếp theo thứ tự chữ cái mà chia theo từng môn loại. Như vậy, có thể hiểu Vân Đài Loại Ngữ là những lời nói thu thập tại chốn Vân đài và sắp xếp theo từng loại.

Nội dung của bộ sách này gồm trong 9 chuyên mục. Như đã nêu, sách gồm 4 quyển, tập hợp các kiến thức về văn học, triết học, khoa học tự nhiên, sắp xếp thành 9 chuyên mục, đó là:

• <u>Lý khí</u>: chuyên mục này, thực chất là *vũ trụ luận*, gồm 54 điều, chủ yếu thuyết giải quan niệm Tống Nho về vũ trụ luận và quan điểm riêng của tác giả bộ sách. Trong đó, trình bày những luận thuyết của Chu Hy, của hai anh em Trình Di, Trình Hiệu và Trương Tài. Trong khoảng trời đất chỉ có Lý và Khí. Lý là cái gốc của vạn vật. Khí là cái vô hình, là khí cụ làm nên vạn vật. Cho nên, khi sinh ra, người và vật đều bẩm thụ cái Lý mới có tính tình và cái Khí mới có hình hài. Theo Lê Quý Đôn, khí đầy rẫy trong khoảng trời đất, còn chữ Lý để nói rằng cái Khí là thực hữu chứ không phải là hư không. Lý không có hình tích, phát hiện ra nhờ ở Khí. Lý ở ngay trong Khí.

• <u>Hình tượng ngữ</u>: thực chất là vũ trụ học, gồm 38 điều trình bày sự vận hành của Mặt trời, Mặt trăng, vị trí các vùng sao, phép là lịch, lưu tinh, luận chứng việc Trái đất quay từ Tây sang Đông, phép đo bóng Mặt trời, chia thời gian, mối liên hệ giữa thủy triều và tuần trăng.

• <u>Khu vũ ngữ</u>, thực chất là địa lý gồm 93 điều, nói về mối tương quan giwaxs thiên văn và địa lý, giữa chính trị và địa lý, phép lập bản đồ, các phương hướng, bốn đại dương, các kinh đô qua các triều đại trong lịch sử Trung Hoa và Việt Nam.

• <u>Vựng điển ngữ,</u> thực chất là điều lệ, chế độ, gồm 120 điều, tập hợp những điều ghi lại các trang sách của người trước nói về cúng tế, cầu mưa khi hạn hán, cách thức giải cứu nhật thực, lễ Vu lan tháng 7, tiền giấy, đồng cốt, một số lệ trong triều, phẩm phục, chế độ lương bổng, chế độ khoa cử, cách tuyển dụng quan lại, hộ khẩu thuế má, binh chủng, vũ khí.

• <u>Văn nghệ ngữ</u>, thực chất là văn chương, gồm 48 điều, nói về nguồn gốc văn chương, quan hệ giữa nội dung và hình thức trong văn chương, chức năng của nghệ thuật, văn pháp, thi pháp về đạo đức, phẩm chất, tư tưởng của nhà văn, nhà thơ, phép đọc sách.

• <u>Âm tự ngữ</u>, thực chất là âm nhạc và ngôn ngữ, gồm 111 điều, trong đó nêu mục đích, tôn chỉ và các nội dung chung về âm nhạc, những nhân tố đồng đại và lịch đại, về từ nguyên và khẩu ngữ, về quốc âm, văn tự và thư pháp học và in ấn.

• <u>Thư tịch ngữ</u>, thực chất là vấn đề sách vở, gồm 107 điều, nêu các ghi chép, trích thuật, bàn giải trong khi đọc các pho sách quan trọng.

• <u>Sĩ quy ngữ,</u> thực chất là phép làm quan, gồm 76 điều về cách xử sự với dân, với nước, với vua, với quan trên, đồng đẳng và kẻ dưới sao cho phải đạo, cho ích nước lợi dân.

• <u>Phẩm vật ngữ</u>, thực chất là sản vật, gồm 320 điều. Đây là đề mục dài nhất trong bộ sách, giới thiệu các sản vật tự nhiên và nhân tạo, nguồn gốc phát triển của từng đối tượng phẩm vật. Trong phần này, Lê Quý Đôn chú ý liên hệ nhiều đến thực tế Việt Nam.

Đọc Vân Đài Loại Ngữ chúng ta thu thập được những kiến thức, học thuật, phong tục, nhận xét, phương pháp suy luận, tư tưởng của người xưa một cách tổng quát nhất. Tác giả đã kết hợp được hai mặt tri thức sách vở và tri thức đời sống, vươn tới những hiểu biết tiên tiến nhất lúc bấy giờ. Ở thời đó và ngày nay, Vân Đài Loại Ngữ của nhà bác học Lê Quý Đôn vẫn là đỉnh cao tri thức khoa học Việt Nam thế kỷ 18, xứng đáng được mệnh danh là Bộ Từ điển Bách khoa đầu tiên của nước ta.

Nguyễn Huy Côn

Lật Trang Kinh, Tụng Chữ Tình
PHƯƠNG TẤN

1.
Tung tăng gió giỡn cùng mây
Chao ôi, nắng trải thơm đầy dạ ai!

Í a, bậu quýnh quên cài…
Để thương lồ lộ mối mai thập thò.

2.
Qua đây cũng có quạt mo (*)
Bậu cười xin đổi ba bò chín trâu

Qua rằng qua chẳng lấy trâu
Bậu ơi lấy bậu tình sâu là tình!

3.
Dưng không, núi đứng chết trân
Còn sông khóc mướt. Cõi trần ngộ ghê!

Bậu ơi, hết bậu ngồi kề
Thơ qua đắng ngắt. Đi. Về. Lạnh tanh.

4.
Im nghe cây cỏ càu nhàu
Chim uyên chắc lưỡi dàu dàu bóng xuân

Cớ chi đậu nhánh trầm luân
Bậu kêu dáo dác tình quân điếng lòng.

5.
Lật trang kinh. Tụng chữ tình
Vạn trang kinh mỗi chữ mình. Mình ơi!

Bậu đi bỏ bóng bỏ đời
Bỏ qua hiu quạnh bỏ trời quạnh hiu.

6.
Núi cao. Cao tít, tít xa
Tịnh không. Đá nở nụ hoa bồ đề

Lành thay! Bụi phủ sông mê
Ô hay thuyền ngộ. Bốn bề là không.

Phương Tấn
(VN, 8-7-1983 – USA, 8-7-2019)

(*) Ca dao:
"Thằng Bờm có cái quạt mo
Phú ông xin đổi ba bò, chín trâu
Bờm rằng: Bờm chẳng lấy trâu"
(**) Chim uyên (chim uyên ương).

Thơ Cho Người Còn Nuôi Tóc Dài Xưa

TRẦN DZẠ LỮ
(Tặng H T T C)

Cảm ơn Trời đã cho ta gặp lại
Người vẫn còn nuôi mái tóc dài xưa
Một phút thôi, cũng quên sầu biên ải
Thuở xa tình, bỏ súng để ngu ngơ...

Bốn mươi năm chia biệt có đâu ngờ
Nơi đất ấy, em vẫn vàng hoa Cúc
Chiều thánh thất, lệ long lanh đôi mắt
Hóa đá rồi nào thấy bóng tri âm?

Ta đã xa, nơi nhà cỏ thanh bần
Sao tìm em khi tay rơi phong ấn?
Cuộc bể dâu còn dài đêm dị mộng
Nên hóa thân Lã Vọng bến giang đầu...

Biết khi yêu nào ai nỡ xa nhau
Nụ hôn tội dưới mùa ngâu lầm lỡ
Phố huyện ấy treo trái tim lãng tử
Buổi em về nhè nhẹ gót chiêm bao

Nay gặp lại, em hề! Đơn thân sao?
Ta cũng góa một đời đau gai góc
Giấu nỗi vui ngọt ngào trong lồng ngực
Lúc em còn để tóc hẹn thề xưa...

Trần Dzạ Lữ
(SG, 15.7.2019)

Cứ Mơ Cho Hết Đêm Trôi

NGUYỄN NGỌC HẠNH

Chắc gì có tôi trên đời
Chẳng qua là giấc mơ trôi cõi người
Chỉ là ngọn gió mà thôi
Cứ hiu hắt giữa lở bồi trần gian

Cứ mơ cho hết đêm tàn
Chơ vơ ngọn cỏ đa mang kiếp người
Chắc gì tôi sống đời tôi
Có khi lại sống đãi bôi đời người

Cứ mơ cho hết đêm trôi
Cứ yêu cho cạn đầy vơi bể tình
Chắc gì tôi đã khai sinh
Có khi tỉnh giấc biết mình chiêm bao...

Nguyễn Ngọc Hạnh
29.3.2019

Nỗi Cô Đơn Của Sóng
NGƯNG THU

Sóng có đi hết một đời cũng chỉ để vỗ bờ thôi
Mơ hạnh phúc đơn sơ ngày cánh buồm dềnh lên vùng cát ánh
Dẫu biển chiều nay có dâng màu sóng sánh
Hoàng hôn chìm giấc mộng cứ băng ngang

Có lẽ nào biển quá run rẩy trước thời gian
Chòng chành sóng cứa vào đêm đau nhói
Biển mênh mông cánh buồm thân trời trọi
Nhức nhối lòng gió cào cấu đêm đen

Sóng thêu dệt ước mơ …
Ngày khô khốc đan xen
Nước nóng dần biển cạn màu hanh rát
Có hay không? Mảng ngày nghe nhàn nhạt
Phố đông người nào ai hiểu lòng ta?

Biển rộng cứ bao la thấu nỗi Buồm trầm mạn?
Ngày kệch cỡm khoắng sâu vào năm tháng
Những vết hằn in đậm dấu tàn phai

Có thật rồi một ngày sóng cũng phải chia hai
Chia bờ cát buộc nỗi đau nhưng nhức
Ta bên nhau là một điều rất thực
Chạm được rồi …
Sao nỗi nhớ cứ cong vênh?

Ngưng Thu

Cánh Đồng Mơ

ĐẶNG HIỀN

Anh hứa cõng em qua cánh đồng mơ
Em cười man dại
Buổi chiều bỗng xanh
Một mình anh khó thở
Như mua hy vọng
Bằng những tờ *Lotto*
Nụ cười luôn là tiền lời của nỗi buồn
Và tình mình vẫn vui như thế
Em không thích anh nói đủ già
Trước nhan sắc luôn than khó thở
Những ưỡn ẹo rất tình nhân
Ở câu hát đa tình
Em cất tiếng cười man dại
Tra tấn nhớ nhung
Anh lại đứng ngồi và nằm *selfie*
Theo em, qua cánh đồng mơ...

Đặng Hiền

Thước Đo
HIỀN NGUYỄN

Căn nhà tịch mịch vô cùng, tiếng thạch sùng tặc lưỡi trên tường nghe như tiếng nhắc nhở vô hình vọng lại. Cô Hoa thắp nén nhang trên bàn thờ gia tiên xong lui lại tràng kỷ, giọng nhỏ nhẹ đượm buồn:

- Uống hoài vậy sao con?

Đạt lặng lẽ không trả lời, ngồi yên đối diện bên tràng kỷ, mắt nhìn xa xăm dịu vợi, nét mặt không vui cũng chẳng buồn... Dường như lạc vào một thế giới nào đó xa rời với hiện tại. Đạt uống như hũ hèm, tửu lượng không thằng bạn nào sánh nổi, càng uống càng lặng lẽ và tỉnh hơn, uống bao nhiêu đi nữa gương mặt cũng chỉ ửng hồng, đôi mắt vốn long lanh lại sáng thêm ra, trong khi những người bạn: Tùng, Hải, Thái... thì lờ đờ buồn ngủ, đứa thì mặt đỏ gay như gà cồ đá. Đạt uống từ những năm cuối cấp, tuy nhiên lúc ấy chỉ uống chơi chơi thôi, từ khi Hạnh Đoan lấy chồng thì Đạt thành con sâu rượu. Đạt yêu Hạnh Đoan bằng cả tâm hồn. Hạnh Đoan cũng yêu Đạt lắm, nhưng sự đời nhiều nỗi cay nghiệt. Ba Hạnh Đoan muốn gả con gái cho người mà ông ta chọn, tất nhiên người ấy giàu và có địa vị trong xã hội.

- Con phải lấy thằng Khanh, không có yêu đương gì cả! Con phải bỏ thằng Đạt, thằng đó con sĩ quan ngụy, nghèo mạt rệp, lấy nó về thì cạp đất mà ăn à?

Hạnh Đoan khóc lóc van xin, thậm chí toan tự tử ấy thế mà không thể lay chuyển được ông Khải, người cha sắt đá đã từng hai mươi năm cầm súng, ôm bom, gài lựu đạn… Cuối cùng Hạnh Đoan phải gạt nước mắt mà lấy người mình không hề thương yêu.

Đạt hiểu hoàn cảnh của Hạnh Đoan, thông cảm cho Hạnh Đoan. Đạt thổ lộ với bạn bè: "Ở vào hoàn cảnh ấy thì ai cũng phải vậy thôi!"

Ba Đạt là chuẩn tướng của chế độ Sài Gòn. Ông đi cải tạo và chết trong tù. Ngày ông đi người ta bảo chỉ hai tuần là về, thế nhưng sau hai tháng không thấy, rồi hai năm cũng bặt tăm và cuối cùng thành án mười năm, chưa đủ mười năm thì người ta bảo mẹ Đạt lên trại nhận xác chồng. Mẹ Đạt, một mình nuôi sáu đứa con nheo nhóc, cuộc sống túng thiếu thậm chí có lúc đói. Ngôi nhà mà cả gia đình đang ở vốn là dinh ông phủ Viễn, nội của Đạt. Ngày trước nó uy nghi, to đẹp lắm nhưng từ sau khi ba Đạt đi tù thì nó tàn tạ theo thời gian, tường vôi bong tróc, cửa sổ rụng rời, đồ đạc bán dần để sống qua ngày… giờ trống huơ trống hoác, duy có bộ trường kỷ là còn giữ được mà thôi. Đạt thi đậu đại học cùng nhóm bạn, những người kia lên Sài Gòn học. Riêng Đạt không được đi học, chính quyền địa phương không cắt hộ khẩu, không cho đi học. Từ đó Đạt càng chán đời, tiếp đến Hạnh Đoan lấy chồng thì Đạt suy sụp hoàn toàn, chìm sâu vào men rượu. Bạn bè cũng dần lảng tránh:

- Người gì cứ say xỉn suốt ngày, người mà không có chí tiến thủ thì làm sao phát triển?

Chỉ riêng có Tâm là thân thiết với Đạt. Tâm là thằng không biết uống mà lại chơi thân với một thằng hũ chìm, kể cũng mắc cười thật! Có lần Đạt lè nhè hơi men hỏi:

- Ai cũng né tớ, cậu không ngại sao mà lại chơi với tớ?

Tâm bảo:

- Nếu ngại thì tớ đâu có chơi với cậu!

Đạt quờ quạng ôm lấy Tâm khóc:

- Tớ thương và nhớ Hạnh Đoan, đời này coi như bỏ, không biết kiếp sau có còn gặp lại?

- Cậu không cần phải tự làm khổ mình như thế, hãy tỉnh lại và sống như mọi người. Cậu là con trai trưởng, dưới cậu còn năm đứa em. Cậu không thể vì một đứa con gái mà bỏ mặc mẹ và em mình như thế! - Tâm hơi xẵng giọng:

- Tớ biết - Đạt thầm thì.

- Cậu biết mà không chịu thay đổi thì biết cũng như không! - Tâm cả quyết.

Đạt không trả lời, nhưng Tâm biết chắc không thể nói gì hay làm gì được hơn nữa, lòng thấy thương bạn pha lẫn chút tức giận: "Người gì mà say xỉn suốt, sống không tương lai, không mục đích." Dù có giận bạn nhưng Tâm vẫn không bỏ bạn mình.

Hạnh Đoan lấy chồng rồi theo chồng lên Sài Gòn nhưng tâm hồn của Hạnh Đoan chỉ có Đạt thôi. Hạnh Đoan nhẫn nhục sống, an phận với vai trò làm vợ của mình, cuộc sống vật chất phủ phê. Chồng Hạnh Đoan là giám đốc một doanh nghiệp lớn. Anh ta cũng tử tế với Hạnh Đoan nhưng không hề biết nỗi đau khổ của vợ mình và có lẽ cũng không quan tâm đến tâm sự của nàng, đôi khi vậy mà lại hóa hay. Những lần Hạnh Đoan từ Sài Gòn về thì hai đứa lại gặp nhau. Đạt thì như con hổ đói. Hạnh Đoan như chim sổ lồng. Cuộc tình nồng rực lửa trong một thời gian ngắn mà họ có được. Dân quanh bờ hồ của thị xã ai ai cũng biết cả. Ông Khải, ba Hạnh Đoan cũng loáng thoáng biết nhưng giả tảng làm lơ. Cô Hoa, mẹ Đạt vốn buồn lại càng buồn hơn:

- Con phải tính chứ sống vậy sao được hở con?

Cô Hoa rất hiền và thương con hết mực, nay đã có tuổi nhưng nét đẹp sang trọng, quý phái vẫn còn phảng phất. Cô Hoa về làm dâu nhà ông phủ Viễn, làm vợ ông chuẩn tướng nào phải là hạng thường. Chồng chết trong tù, địa phương kỳ thị, o ép gia đình sĩ quan ngụy đủ điều, cuộc sống tưởng chừng như chạm đáy đời. Sau này những sĩ quan và người cộng tác với chế độ Sài Gòn phần lớn đều được xuất cảnh diện H.O hoặc ODP cả. Có người đi vài năm trở về xênh xang lắm, quần áo se sua, ăn nhậu tưng bừng và nổ banh nhà lồng luôn. Ba Đạt ở tù mười năm, dư tiêu chuẩn để đi nhưng không hiểu sao mẹ Đạt không làm giấy để đi. Nhiều lúc Tâm muốn hỏi nhưng ngại chạm nỗi đau của cô nên thôi.

Tâm vốn người miệt ngoài, xa lơ xa lắc ấy vậy mà lại mang đậm tính cách của người miền sông nước này. Gia đình Tâm vào đây sinh sống và ở gần nhà của Đạt, từ đó hai đứa mới đi học chung và thành bạn tới bây giờ. Năm rồi Tâm theo ba về ngoài quê lo chuyện đất đai và mồ mả tổ tiên trong ba tháng. Mới có một tháng mà Tâm nhớ Đạt nên viết thư:

"Đạt thân mến!

Tớ về quê mới có một tháng mà nhớ cậu quá. Tớ với cậu là bạn thân, có thể nói là thân nhất so với mấy người bạn kia. Tớ nhiều lần khuyên cậu bỏ rượu, tớ lải nhải hoài có làm cậu bực mình không? Tớ với cậu đều là những kẻ hậu đậu, lận đận trong đời. Cả hai không có khả năng cạnh tranh và cũng chẳng cạnh tranh nổi trong cuộc đời này! Trong tình yêu cũng như tình bạn, người ta thường lấy những giá trị: tiếng tăm, tiền bạc, gia thế, quan hệ làm ăn... làm thước đo mà hành xử. Tớ với cậu có lẽ là những kẻ thuộc loại thiểu số coi khinh cái loại thước đo này, cũng vì thế mà chúng ta thành những kẻ lạ, những kẻ khác đời và lạc loài trong đời. Dù thế nào đi nữa tớ cũng không hối hận về những gì mình đã quyết định. Tớ nghĩ, cậu nên quên Hạnh Đoan đi, dù gì cô ấy cũng đã có chồng. Đừng gặp cô ấy nữa, nếu lỡ chồng cô ta biết thì có phải thêm khổ đau cho cô ta không? Cậu không thể sống mãi trong cái quá khứ với những kỷ niệm ấy nữa. Cuộc sống muôn màu, thời gian thay đổi mỗi phút giây, hãy sống với hiện tại, hãy sống có trách nhiệm với mẹ và đàn em của mình!

Tớ có vài lời thật lòng, mong bạn đừng giận!

Tâm

Bạn của cậu"

Không biết Đạt tâm sự hay đưa thư này cho Hạnh Đoan mà cô ấy nhắn tin cho Tâm: "Cảm ơn anh Tâm, anh là người bạn thân nhất của anh Đạt và cũng là của em vậy! Mong anh gần gũi và nhắc nhở anh Đạt. Anh ấy uống hoài thì ruột gan nào chịu nổi. Hai đứa em bạc phước, không lấy được nhau nhưng lòng vẫn hướng về nhau. Em không biết dùng từ ngữ nào nữa ngoài hai chữ khổ đau! Một lần nữa em cảm ơn anh đã quan tâm đến anh Đạt và em."

Rồi nhơn duyên đến, Tâm theo gia đình xuất cảnh, tiệc chia tay ai cũng vui vẻ nâng ly chúc mừng, ai cũng bảo sớm hòa nhập và thành công ở đất mới. Đạt lặng lẽ không nói gì, chỉ tì tì uống. Bạn bè không ai để ý và cũng không biết gì nhưng Tâm biết và đọc được tâm trạng của Đạt. Cậu ấy mất người yêu, giờ người bạn thân, chỗ tâm sự cũng sắp ra đi, thử hỏi ai không buồn? Ngày ra sân bay không thấy Đạt tiễn đưa, Tâm thoáng buồn nhưng hiểu được tâm sự của Đạt. Cậu ấy sợ bịn rịn cầm lòng không đặng nên tránh mặt!

Thời gian đầu cũng có thơ từ qua lại nhưng cuộc sống quá bận rộn nên thưa thớt dần, bẵng đi một thời gian thì mất liên lạc luôn. Chỉ một thoáng thôi mà đã mười lăm năm trôi qua, mười lăm năm như cơn say, như giấc ngủ chập chờn mộng mị.

Thế rồi thời đại hôm nay tân tiến quá, mạng NET nối mọi người trên thế gian lại với nhau. Một lần lên mạng, tình cờ gặp lại Hạnh Đoan. Tâm mừng rỡ biết bao, Hạnh Đoan cũng thế, hai người tâm sự suốt mấy giờ liền. Hạnh Đoan cho hay:

- Đạt chết rồi, anh ấy bị ung thư gan. Hai năm trước anh ấy kêu đau bụng, cô Hoa và mấy em chở vào nhà thương, sau khi xét nghiệm bác sĩ bảo: gan anh ấy tiêu tùng hết rồi!

Tâm nghe lòng mình đau nhói, không ngờ mười lăm năm vô tình mà giờ thành vĩnh viễn. Tâm tự trách mình sao quá vô tình, bất chợt hai giọt nước mắt tự động rơi. Thế là Đạt đã ra đi mãi mãi! Tâm thẫn thờ, quên mình đang nói chuyện với Hạnh Đoan. Đến khi Hạnh Đoan hỏi: "Anh còn trên mạng không?" Tâm mới giật mình và trở lại chuyện trò với Hạnh Đoan.

- Anh Đạt tỉnh táo đến giây phút cuối cùng, lúc sắp chết còn nhắc tên anh.

Tâm thấy lòng mình đau quá và hối hận vì bao năm tháng ấy đã lơ là với bạn. Tâm cũng có chút an ủi vì người bạn thân lúc sắp chết còn nhớ đến mình! Hạnh Đoan lại tiếp: "Sau hai năm, kể từ ngày Đạt chết. Cô Hoa dường như lặng lẽ suốt ngày và hay ngồi ở trường kỷ, chỗ mà khi mỗi lần uống về Đạt vẫn ngồi." Cô Hoa có lần hỏi thăm anh:

- Không biết thằng Tâm giờ lưu lạc chốn nào?

Hiền Nguyễn

Ất Lăng thành, 8/2019

Tạp Ghi Tháng Chín

MINH NGỌC

Một ngày hè tươi đẹp lang thang trên đường phố Paris, nhớ nhà, tôi mở *Facebook* coi tin tức xóm nhà lá thì thấy nhà văn Song Thao thông báo cuốn Phiếm số 23 ông cho ra nhân dịp kỷ niệm sáu mươi năm viết lách. Sáu mươi là niên kỷ kim cương – *diamond jubilee!* Tính ngược lại là năm 1959. Con số 1959 đánh dấu thời kỳ phát triển báo chí ở miền Nam với sự chào đời của hai tạp chí mà sau này trở thành kỳ cựu vì sống khoẻ tới giờ chót – tháng Tư 1975: Bách Khoa và Thời Nay.

Mặc dù là hậu sinh, tôi ghiền Thời Nay từ nhỏ vì má tôi cất giữ gần như đầy đủ các số Thời Nay, giấu trong tủ nhà bếp. Những tập sách nhỏ xinh này đã theo tôi suốt những năm tháng tuổi thơ, đưa tôi khám phá thế giới văn học nghệ thuật, lịch sử, chính trị… qua những ngòi bút sắc sảo, hoặc nghiêm trang hoặc dí dỏm. Thực hiện tương tự như *Reader's Digest*, Thời Nay có những trang đầu và chót về thời sự chính trị, giữa là văn thơ, biên khảo, khoa học, phiếm luận, du ký…

Hồi đó tôi đã chú ý Song Thao. Số nào ông cũng có vài ba bài. Ông viết tường thuật thời sự và bình luận chính trị táo bạo mà hóm hỉnh, các phiếm luận văn hóa xã hội thông minh uyên bác và dí dỏm, các du ký sống động đưa độc giả theo chân ông khắp các ngõ ngách Đông Kinh, Hán Thành, Hương Cảng, Manila… Ngoài ra còn nhiều truyện ngắn và các bài biên khảo về lịch sử và văn hóa thế giới dưới tên Tạ Sương Phụng và Phượng Uyển mà sau này tôi mới biết cũng là ông.

Khi gia đình xuất cảnh theo chương trình HO, chúng tôi mang theo nhiều sách báo xếp giấu lẫn với quần áo đồ đạc, nhưng phải để lại bộ Thời Nay vì số lượng quá nhiều có thể chiếm hết cả rương, lỡ bị hải quan Tân Sơn Nhất nghi ngờ bắt mở ra xét thì chắc chắn mất toi không còn tìm lại được. Ở New York, cách biệt với mọi hoạt động văn nghệ của người Việt, mãi tới khi đọc tạp chí Văn thấy truyện ngắn đề tên Song Thao, tôi mới biết ông vẫn tiếp tục sáng tác ở hải ngoại, sau này tôi biết thêm là ông còn viết phiếm cho một số báo và tạp chí Thế Kỷ 21. Điều lúc đó tôi chưa biết là ông viết rất khoẻ, rất đều đặn sung sức cho đến ngày hôm nay. Mỗi năm ông cho ra một tập Phiếm dày cộp, có năm ra hai cuốn, đến hẹn lại lên, và năm nay là cuốn 23! Thật đúng như cái tựa bài phiếm ông viết trên Thời Nay ngày 28-9-1974: "*Càng già, càng dẻo, càng dai*"!

Đặc điểm các bài phiếm của Song Thao là ông bao quát mọi chủ đề chính trị, xã hội, văn hóa, lịch sử, địa lý, phong tục… , chủ đề nào ông cũng khảo cứu kỹ lưỡng, cung cấp kiến thức phong phú rất thú vị cho độc giả, và các tựa bài có độc một từ, không hề trùng lặp dù tổng số chắc phải mấy trăm bài, sắp theo ABC chứ không theo chủ đề. Độc giả thích chủ đề nào thì lựa những bài đó đọc trước, rồi nhẩn nha trở lại nghiền ngẫm những bài khác, như thưởng thức một bàn cao lâu đầy ắp cao lương mỹ vị. Và đầu bếp Song Thao tay nghề càng sắc bén với thời gian, ý tưởng vẫn dồi dào, lại rất cấp tiến với những vấn đề hiện tại.

Trong cuốn 23, ngót gần bốn trăm trang, ông có 26 bài phiếm: Ảnh, Bóng, Bụi, Cali, Cấy, Chấm, Cho, Chung, Cực, Di, Đo, Ghiền, Giam, Khỏa, Lén, Mắm, Nằm, Ngang, Noel, Phân, Quasimodo, Si, Tân, Thiến, Tiếng, Trevi, và một số bài khảo luận về Tô Thùy Yên,

Thành Tôn, Phan Ni Tấn, Luân Hoán, Vũ Hoàng Chương. Một số bài tôi đã đọc khi ông đưa lên Facebook, những bài đã đăng trên tạp chí Ngôn Ngữ có *"Mắm"* và *"Cảm theo Liên Hoa Thi của Luân Hoán"* (số 1), *"Quasimodo"* (số 2), *"Tô Thùy Yên, nhìn gần"* (số đặc biệt).

Trong bài *"Quasimodo"*, ông viết về quyển sách *"Notre Dame de Paris"* của Victor Hugo và những tác phẩm điện ảnh về thằng gù Nhà Thờ Đức Bà. Cũng như hầu hết độc giả say mê nhân vật này, Song Thao đã đến Paris để leo gần bốn trăm bậc thang lên cái gác chuông bí ẩn huyền thoại.

"Tôi lặng người khi tới tận nơi, cúi người lom khom rờ tận tay những quả chuông đã nhìn thấy trên màn ảnh một rạp chiếu bóng ở Sài Gòn nửa thế kỷ trước. Ngày đó, tôi không hề có ý nghĩ sẽ có ngày tới tận nơi đây để nhảy vào cảnh xa vời vợi trên màn ảnh. Tôi đi vòng quanh những quả chuông, nhớ lại những hình ảnh xa xưa, nhớ tới những ngày của tuổi mộng mơ. Ngày đó, trên màn hình trước mắt, Quasimodo điên cuồng với những quả chuông. Chuông vang vang tiếng khoan tiếng nhặt, tiếng trầm tiếng bổng, buông thả niềm vui đang ào ạt dâng lên trong lòng anh chàng gù si tình.

Tôi nhìn quanh. Không thấy Quasimodo đâu!"

(Ngôn Ngữ số 2)

Tôi đến Paris một buổi sáng tháng Bảy nắng vàng rực rỡ. Khách sạn là một ngôi nhà cổ đầu hẻm Git le Coeur trên tả ngạn sông Seine, giữa Pont Saint-Michel và Pont Neuf. Ra khỏi chuyến xe lửa RER B từ phi trường Charles de Gaulle tại trạm Saint-Michel, tôi bước lên mặt đường và bàng hoàng. Notre Dame đứng đó ủ rũ, ngay trước mặt, hoang tàn ảm đạm với hai tòa tháp trơ trụi ám khói, những rào chắn của công trình xây dựng san sát chung quanh, bồn hoa xơ xác. Mặt trời chói sáng phía sau soi rõ khung sắt tang thương một cách tàn nhẫn. Quảng trường phía trước Vương cung Thánh đường, nơi đám đông khát máu hò reo, nay trống trải. Không còn gác chuông, không còn Quasimodo. Không còn đâu thế giới huyền bí tưởng tượng của tôi lúc mười tuổi ôm bộ sách dầy cộm của Victor Hugo đọc quên ăn, quên ngủ, quên dọn dẹp rửa chén bị rầy la.

Ở Paris có nhà của Victor Hugo trên Place des Vosges, giữ làm bảo tàng, nhưng đã đóng cửa từ tháng Tư để sửa chữa, coi như tôi cất công đến mà không gặp chủ nhà. Đại lộ Victor Hugo xưa là Saint-Cloud, những người đọc tiểu thuyết cổ điển Pháp ắt nhớ cái tên này lặp đi lặp lại nhiều chỗ, ngay giao lộ với Henri Martin là tượng đài Victor Hugo của Barrias đã bị chính phủ Vichy phá hủy năm 1941, nay thay bằng tác phẩm đồng đen của Rodin. Du khách vào Bảo tàng Rodin trên đường Varenne có thể thấy phiên bản nhỏ của tượng đài này và nhiều tượng đầu cũng như tượng khỏa thân của văn hào. Trong khuôn viên đại học Sorbonne có bức tượng Hugo ngồi suy tư, một tác phẩm tuyệt đẹp của Marqueste.

Đến tận Paris mà nay không còn gác chuông nhà thờ Đức Bà, nhà Victor Hugo thì đóng cửa. Tôi đành đến điện Panthéon thăm mộ của ông, đặt trang trọng trong gian phòng đá cùng với hai văn hữu Emile Zola và Alexandre Dumas. Có chút ngậm ngùi. Khi nào thì nước ta vinh danh các nhà văn nhà thơ với tượng đài, lăng tẩm thay vì…

Minh Ngọc

Nhà thờ Notre Dame hiện giờ

Tại mộ Victor Hugo

Vàng Trên Biển Đá Đen

ELENA PUCILLO TRUONG

(Viết cho những người bạn cầm phấn)

Tiếng bản lề rít lên kẽo kẹt khi tôi đẩy cánh cửa bước vào lớp học. Ánh nhìn của tôi buồn bã chiếu xuống những dãy băng thấp đã từ lâu trống vắng. Tôi đang cố tìm lại vài vết mực loang hay những nhát cắt trên mặt gỗ và trong đầu cố hình dung đến những khuôn mặt học trò giờ đã xa xôi.

Một quầng sáng hình nón của ánh nắng mai đang chiếu lên kệ sách và trong đó tôi nhìn thấy những hạt bụi li ti bay lượn. Tôi quét sơ sàn nhà rồi ngồi làm bạn với một quyển sách và bắt đầu ngao ngán đợi chờ.

Đã từ lâu không còn có những giọng nói líu lo chờ đón tôi ở nơi đây, cũng không có cả sự yên lặng bất thường khi bọn trẻ chợt thấy tôi đang đến. Những đứa lớn thường chỉ liếc mắt nhìn còn những đứa bé hơn thì lấm lét hay nghiêm hẳn sắc mặt, thế nhưng khi đứng trên bục giảng, tôi vẫn nhìn thấy mặt các em trai còn đỏ gay vì chạy nhảy còn các bé gái thì đầu tóc rối bù dù các em đã cố gắng vuốt lại bằng tay sau khi làm ẩm bằng nước bọt.

Tôn trọng nhưng không bao giờ là sợ hãi. Tôi còn nhớ là mình đã lau khô bao nhiêu nước mắt để an ủi các em sau các lần tranh cãi, giận hờn, vấp ngã hay có khi chỉ vì một lý do phù phiếm nào đó! Thuở ấy tôi còn khá trẻ và vừa bị chuyển đến một buôn làng heo hút, chìm khuất giữa những dãy núi cao mà trước đó tôi chưa hề biết hay nghe nhắc đến tên.

Sau khi tốt nghiệp tôi rất mãn nguyện vì được bổ nhiệm về dạy trong một ngôi trường lớn và bề thế trong thành phố. Nơi đó tôi rất quý các đồng nghiệp và thương mến các em học sinh nên vui vẻ hòa mình vào cái thế giới đầy mùi sách mới, bụi phấn bám vào tay, nhưng sung sướng nhất chính là cái cảm giác đang thực hiện được niềm mong ước của mình.

Tôi đã tin rằng đời mình sẽ mãi thế và chẳng có gì thay đổi, thế nhưng chỉ cần vài lời của ông hiệu trưởng vào một buổi sáng là đủ để ném tôi rơi vào hố sâu tuyệt vọng:

"Thưa cô, tôi cho gọi cô lên văn phòng để thông báo về một nhu cầu khẩn thiết của Sở Giáo Dục và tôi tin là chỉ có cô mới đảm nhiệm nổi. Cô còn trẻ, chưa lập gia đình, không có nhiều ràng buộc vì cả cha và mẹ đều đã qua đời... nên Sở đã quyết định chuyển cô về tổ chức các lớp học và giảng dạy các học sinh trên một vùng cao ở miền Bắc."

Không hiểu tại sao mà dường như tất cả mọi thứ đều chống lại tôi, thí dụ nếu như còn trẻ hơn, có hai con hay cha mẹ già bệnh tật thì có lẽ tôi đã được ở lại làm việc trong cái góc thiên đường của mình. Nhưng hiện thực là thế nên vài ngày sau tôi phải đáp chuyến xe lửa lên Hà Giang.

Rời ga xe lửa tôi còn phải lấy xe đò, một thứ xe khách nhỏ gọn, phù hợp với địa hình ngoằn ngoèo để có thể vượt qua những dãy núi mỗi lúc mỗi cao và dọc đường đèo có nhiều vực sâu đầy đe dọa.

Cuối cùng, sau cuộc hành trình vất vả, xe dừng lại ở một bãi đậu có các lùm cây và tôi cầm chiếc va-li bước xuống, ngỡ ngàng nhìn chiếc xe khách lắc lư, lừ đừ đi tiếp như tiến vào khoảng không vô tận mà nước mắt chảy dài xuống má.

Chỉ có một ý nghĩ lúc đó đã giúp tôi phản ứng và bình tâm lại là mọi việc đều có nguyên do, có thể là một sự sắp xếp nào đó của định mệnh và giả như điều đang xảy ra với tôi do ác ý của ai thì một ngày nào đó cũng sẽ có câu trả lời.

Kế tiếp đó là những ngày cực kỳ bận rộn. Tôi phải bắt đầu sửa lại cái căn nhà ọp ẹp, dường như bị bỏ hoang từ nhiều năm, để biến thành "trường học". Tôi đến từng nhà để mời các phụ huynh cho con mình đến "lớp" và tổ chức thành 3 nhóm dựa theo tuổi tác. Sau đó khi tôi chỉ cho những đứa bé xem những bức hình màu trong sách thì chúng bắt đầu làm quen và thường quyến luyến bên tôi như những chú gà con nấp vào đôi cánh mẹ. Với tôi, bước đầu như thế có thể cho là thành công.

Tuy ở rất xa nhưng tôi vẫn liên hệ thường xuyên với các đồng nghiệp cũ trong thành phố và thế là hàng tuần những thùng sách từ xa được gửi tới vùng cao. Điều bất ngờ là trong khi những bức tường đất bắt đầu trở thành một ngôi trường đơn giản và nghèo nàn thì trong tôi cũng bắt đầu có một sự thay đổi. Đối với tôi một quyển sách, một bức tranh hay một tấm bản đồ treo trên vách lúc này đều có một ý nghĩa lớn lao. Nó quý giá, cần phải tôn trọng và giữ gìn vì đó là những phương tiện ít ỏi có thể giúp các em bé xa tít ở nơi đây hiểu về cuộc đời và thế giới.

Dần dà rồi tôi cũng bắt đầu làm quen với dáng núi và những cơn gió lạnh rít qua khe cửa. Chỉ có điều là tôi nhớ biển, nhớ mùi gió hiu hiu mặn và bụi muối lờ lợ đọng lại trên thân thể vừa lau khô cùng với đôi bàn chân bị cát bám vào các ngón, ẩm ướt và nhột nhạt.

Tôi rất yêu biển vì suốt tuổi thơ tôi đều trải qua các kỳ nghỉ hè với ông bà nội ở một thành phố duyên hải miền trung. Tôi thích chơi đùa với các bạn, tung tăng chạy nhảy trên cát mịn rồi lao mình vào giữa những cơn sóng nhỏ đầy bọt trắng. Rồi khi lớn lên, mỗi khi đi đến nơi nào có biển tôi đều giữ lấy một ít cát để làm kỷ niệm. Sau nhiều năm, chỉ nhìn qua những chai cát nhiều màu trong "bộ" sưu tập là tôi có thể biết nguồn gốc ở đâu. Cát trắng nhất lấy ở Phú Quốc, cát màu vàng lấy ở Quy Nhơn hay màu xám lấy ở Vũng Tàu.

Tôi phân loại rồi bỏ cát vào chai, đặt tất cả trong chiếc hộp nhỏ bằng kim loại nằm trong phòng ngủ, và mỗi khi nhớ biển tôi thường xem lại cái kho tàng kỷ niệm của mình.

Năm tháng trôi qua và các cậu học trò của tôi cũng lớn dần, rồi sau vài lục cá nguyệt thì tôi không còn nhìn thấy chúng nữa. Cái đói và sự nghèo nàn đã đẩy chúng đi xa để tìm phương tiện làm ăn và sinh sống. Ban đầu tôi chưa từng nghĩ tới điều này, cho đến một hôm, một cậu học trò ngoan và chăm chỉ của tôi vắng mặt ở lớp nhiều ngày. Tôi thấy lạ và lo lắng là em có thể bị bệnh gì đó nên đến nhà thăm. Đó là một căn nhà ọp ẹp nằm nép mình bên một khối đá to, cách xa trường chừng vài cây số. Chỉ lúc đó tôi mới hiểu nỗi khó nhọc của em và các bạn, hằng ngày phải cuốc bộ trên con đường núi đầy sỏi đá và vực sâu để có thể học vài trang sách ở trường. Rồi còn những ngày mưa, gió lạnh, khoảng cách ấy như xa thêm, đến được trường có thể được xem như một chiến công của các anh hùng.

Thế rồi sau bao khó nhọc tôi cũng đến được căn nhà và vui vẻ cầm lấy ly trà nóng mà mẹ Quang vừa pha:

- Thưa cô giáo, Quang không có ở nhà. Mấy ngày nay cháu phải lên núi giúp ba làm rẫy. Cần phải gieo hạt sớm vì nếu chậm thì mùa đông này cả nhà sẽ chẳng có gì để ăn.

Chỉ với câu nói ấy là tôi hiểu ngay hoàn cảnh và đời sống thường nhật của họ. Trên cao nguyên đá cuộc sống thật khó nhọc và đầy bi thảm.

- Bây giờ thì Quang ở đâu? Nhờ bà chỉ đường để tôi đến gặp em.

Bà mẹ liền chỉ tay vào hướng núi ở trên cao và cho biết là cách nhà khoảng một cây số.

Tôi vội vã đi, dù vẫn thận trọng tránh những mô đá và sợ bị trượt chân... và cuối cùng cũng vượt qua một ngọn đồi mà sau đó có thể nhìn thấy Quang.

Quang cảnh trước mắt tôi là một triền núi thoai thoải có vô số những tảng đá nhọn màu đen nằm cạnh nhau, đỉnh hướng thẳng lên trời. Triền núi lồi lõm, uốn lượn và những tảng đá hình thù quái dị như những con sóng hình tai mèo đang phản chiếu ánh sáng mặt trời. Giống như một mặt biển màu đen, xuất hiện thật bất ngờ: Một biển đá đang chuyển động bỗng bị cầm tù dưới bùa phép của một phù thủy cao tay ấn, đứng im, để nguyên những con sóng đang chồm lên trời, với bọt biển, tung tóe giữa những vực sâu ... tất cả đều bị giữ im, bất động đến muôn đời.

Và trên cái mặt biển đá đen ấy xuất hiện tấm lưng trần đẫm mồ hôi của cha Quang. Lúc đó ông đang liên tục đứng lên, cúi xuống, để cuốc một đường rãnh giữa những tảng đá đen và cậu con trai đứng bên cạnh, vai mang gùi và tay cầm một túi hạt.

- Quang! Quang! Tôi gọi lớn để tạo sự chú ý trong lúc dừng lại hổn hển thở giữa những tảng đá.

Rồi chậm chậm tôi tiến đến gần và nhận ra sự kinh ngạc trong mắt họ.

- Ui... Trời ơi, cô giáo! Cô lên đây làm gì? Chân cô rướm máu... cô có bị thương không?

Đến lúc này tôi mới nhận ra là đầu gối và bàn tay mình có nhiều vết cắt nhưng tôi không quan tâm vì lúc này chỉ muốn biết điều mà hai cha con họ đang làm: Một hạt giống không thể nẩy mầm nếu không có đất, và trên núi đá không phù hợp nên họ đang đào một cái rãnh và đem đất từ nơi khác lấp vào. Một điều đơn giản, mà từ thời nguyên thủy con người đã chiến đấu với thiên nhiên để sinh tồn.

Gieo hạt để nẩy mầm!

Công việc của tôi cũng vậy. Bây giờ tôi hiểu là mình cũng đang gieo hạt và tìm cách giúp các cậu học trò nhỏ nẩy mầm cho một cuộc sống mới, cho một ngày mai tươi sáng hơn. Dù bất cứ là ở nơi đâu tôi cũng có thể thực hiện công việc ấy, ngay cả trong môi trường khắc nghiệt và khó khăn như ở vùng núi này. Ngay lúc đó tôi hiểu rằng điều mà hai cha con Quang đang làm là vô cùng quan trọng. Và vì thế, tôi cũng nán lại để giúp họ gieo hạt giữa những khối đá đen.

Sáng hôm sau Quang đến trường thật sớm và tôi bảo em giải thích cho các em nhỏ hơn là phải làm thế nào để giúp các hạt bắp nẩy mầm giữa những tảng đá. Đó là một bài học được cả lớp chăm chú lắng nghe.

Những hồi ức ấy bây giờ đã xa xôi.

Tôi hồi tưởng lại trong lúc đặt mấy quyển sách lên kệ. Tôi phải chấp nhận sự vắng vẻ và cái khoảng trống buồn thảm ở xung quanh mình. Trong làng giờ chỉ còn ít người ở lại, phần lớn là những cụ già và từ lâu các dãy băng ghế đều trống rỗng.

Tôi uể oải cầm chiếc chìa khóa và chuẩn bị bước ra về.

Ngay lúc đó có một bóng người thoáng qua cửa và tôi nghe một giọng nói rất lễ phép:

- "Thưa cô giáo, cháu tên Kim. Cháu đến từ một làng ở xa đây vì người ta cho biết là ở trường này có một người có thể giúp cháu. Thưa cô... cháu không biết đọc và cháu muốn học để lớn lên giúp đỡ ba mẹ."

Trong lúc bé gái đang bước vào tôi nhìn thấy hai bàn tay em đang cầm một chiếc mũ đã sờn và bạc màu còn hai con mắt đang e dè và xúc động dưới một lọn tóc đang rơi xuống.

- "Vào đi cháu. Cô đang đợi cháu đây! Ngồi xuống, bên cạnh cô nè! Cô sẽ dạy cháu những con số và bí ẩn của ngôn ngữ. Cô sẽ dạy cháu về mùi của biển hay sự lấp lánh của những vì sao và sau đó cô sẽ giúp cháu làm nẩy những hạt mầm vàng trên một mặt biển đen."

Elena Pucillo Truong

(Nguyên tác tiếng Ý: "L'oro tra le pietre nere" -
Bản dịch của Trương Văn Dân)

Sài Gòn, 7/2017

Khúc Cuối Hạ

HỒ XOA

Giàn mướp hỏi giàn bầu có nóng lắm không
Bên bụi tre già có con chim khản giọng
Không mưa
Anh vẫn lấm lem chờ mùa thu

Đời đã cháy bao nhiêu mùa nắng lửa
Anh cằn khô
Để dành ít ỏi nước mắt em
Cứu hạn trái tim
Không biết còn đập được bao lâu

Mùa hạ
Cân đối lòng bằng những câu thơ mùa đông
Tự huyễn hoặc như con chim mất giọng
Nhớ xót xa ai lạnh một phương trời
Hát nỗi đau đời mình
Nghe lạc giọng em ơi!

Thằng nọ thằng kia rủ đi Đà Lạt, Sa Pa...
Đám cưới ngoài kia mấy đứa say còn hát
Đời khùng
Anh bâng quơ đếm những mùa đi
Không còn những hẹn hò

Tóc vẫn hồn nhiên
Vừa bạc vừa phất phơ
Anh vẫn đi trên đá sỏi quê nhà
Đôi bàn chân mang nỗi đau đầu thế kỷ
Mất lần hồi kỷ niệm
Nỗi nhớ lâu năm làm bạn nỗi buồn

Cuối hạ
Những loài hoa chỉ còn khoe sắc đỏ
Mấy lá xanh cũng chờ rụng sau hè
Nhớ mẹ xưa hát rằng:
"Hỡi người gánh nước tưới tre..."

Hồ Xoa
Đại Quang, Đại Lộc, Quảng Nam

Niệm Khúc
XUYÊN TRÀ

Em tự mãn, lúc nào cũng thắng
Ta một đời không biết ăn gian
Em có đôi - ta mậu thầu mậu dĩ
Có lúc thua cay, cũng muốn chạy làng?

Em tay không, ta còn chưa thắng nổi
Huống hồ chi năm bảy lớp trường thành
Thức bao khuya, giận mình không lượng sức
Nên hận đời, kêu thấu tới trời xanh

Tình không thể ví hồ như canh bạc
Cháy túi rồi lại đi mượn người ta
Khi mất hết, chỉ còn ngồi niệm khúc
Thấy trăng còn… chọc tức, một mình ta…

Xuyên Trà
7-2019

Đêm Khát

HUỲNH THỊ QUỲNH NGA

Người đàn bà khát nắng
Đi qua miền cỏ đêm
Nhặt một mùa xa vắng
Trên đôi cánh tay mềm

Người đàn bà khát gió
Đêm nguyệt rụng bên thềm
Ngời lên đôi mắt đỏ
Hóa sao trời một đêm

Người đàn bà khát biển
Trầm mình giữa đại dương
Nghe gừng cay muối mặn
Chìm trôi cõi vô thường

Đêm khuyết mềm cánh hạc
Tay chạm nụ quỳnh hương
Trăng con thuyền đi lạc
Trôi phía miền sông tương!

Huỳnh Thị Quỳnh Nga

Còn Bước Phù Du
TRẦN THIỆN HIỆP

Xếp bằng ngồi thiền sư
Bóng nghiêng vách lạnh thấy dư nợ trần
Tâm bất định lòng phân vân
Lẫn trong tạp niệm vạn lần hoài nghi

Thôi thì hư thực sá chi
Lấy thơ trải rộng bước đi phiêu bồng
Sáng ta có đỉnh mây hồng
Đêm hâm rượu ấm uống dòng sông sao

Để hồn lộng gió trời cao
Hóa thân hoàng hạc cõi nào rong chơi
Phù du còn lại nửa đời
Vẫn chân bám đất vẫn trời vô biên

Chia cùng thiên hạ niềm riêng
Làm thơ rao bán khắp miền long đong
Thu vàng treo võng rừng phong
Khắc thơ lên lá thả dòng về xuôi
Lá trôi còn lại ngậm ngùi

Trần Thiện Hiệp

Đường Chữ Sau Lưng "Về Trời",
Mặc Cảm Về Sự Chết Yểu

LUÂN HOÁN

Thơ có chữ, văn có chữ. Dựa vào kiến thức, văn hóa được tiếp nhận, chữ của từng người sẽ được thể hiện khác nhau trên mặt giấy. Cao, thấp, trong, tối như những nét riêng để nhận biết, phân biệt.

Sinh hoạt văn học nghệ thuật, dù bề thế hay khiêm nhường, ít nhiều cũng có dính đến, dựa vào những người đồng hành, bối cảnh thời cuộc. Viết, kể lại những công việc đã làm để hình thành một cuốn sách cũng là việc nên làm. Kiểu hồi ký này không hấp dẫn, không lôi cuốn, thậm chí không cần thiết, nhưng có để biết thêm chuyện bên lề có lẽ không quá thừa.

Nghĩ cạn như vậy, nên từ thói quen viết văn vần, tôi tập sự viết văn xuôi, xin trình làng nếu có giờ đọc chơi. Đa tạ,

Sau khi có tên trong Ban Biên Tập tạp chí Văn Học, (do các anh Phan Kim Thịnh sáng lập, làm chủ nhiệm và Luật sư Dương Kiền làm chủ bút, báo quán đặt tại số 61 đường Lê Văn Duyệt, thủ đô Sài Gòn) tôi nôn nóng được in một tập thơ.

Ngoài tạp chí Văn Học, anh Phan Kim Thịnh chủ trương Nhà Xuất Bản mang cùng tên. Đến thời điểm này, nhà xuất bản của anh đã cho phát hành hai (2) tác phẩm:

1. Người Cân Linh Hồn, của bác sĩ Hoàng Văn Đức phóng tác

2. Sân Khấu, tập kịch của nhà văn Dương Kiền.

Tập thơ Về Trời của tôi là đầu sách thứ ba của nhà xuất bản.

Những cuốn sách sẽ in tiếp theo được rao trước ở trang cuối tập Về Trời gồm:

1. Biển Trầm Lặng, truyện dài của Dương Kiền

2. Thần Thoại Sisyphe, của Albert Camus Trân Nam dịch

3. Con Đường, truyện dài của Nguyễn Đình Toàn

4. Ngoài Đêm, truyện ngắn của Thế Uyên

Con đường từ suy nghĩ đến lên dạng bản thảo rồi thành tác phẩm chung chung của từng người ra sao tôi không rõ. Riêng với Về Trời, tập thơ đầu tay của tôi, đại khái diễn tiến như sau:

Tuy được chọn in, nhưng nhà xuất bản chỉ hỗ trợ các công việc:

đánh máy bản thảo, trình bày, cung cấp giấy in, chạy giấy phép và chăm sóc ấn loát. Điều quan trọng nhất: tôi phải trả chi phí xếp chữ, ấn loát.

Với một người đang kèm trẻ tài tử, tôi hoàn toàn không có khả năng. Rất may tôi có một người cha thương quý sở thích của con. Tuy nhà khá đông anh em, nhưng chúng tôi mỗi người đều được chia phần, đứng tên sở hữu trong trích lục một số ruộng đất. Ba tôi gợi ý bán một ít của phần tôi để in sách. Sự hoang phí này không khi nào tôi ân hận nhất là bây giờ, lý do không cần nêu lên.

Về bìa sách, anh Phan Kim Thịnh cho biết đó là một bản vẽ của một người Đức, hiện ở Sài Gòn, anh quen thân, nhờ vẽ và trình bày. Tên họa sĩ hình như có in trang sau cùng, như thường lệ. Rất tiếc, để bảo quản, tôi tự làm lại bìa cứng và trang này bị dán vào bìa nên không thể đọc được. Đây là bản duy nhất tôi còn giữ.

Nội dung tranh bìa, dựa vào tên tập thơ để minh họa. Do đó chúng ta thấy một thân người khẳng khiu, hai tay đưa cao, trong ý thức tâm nguyện muốn vươn lên trời xanh (nền màu bìa) vượt qua những trói buộc bằng dây kẽm gai, hình ảnh của chiến tranh đương thời. Bìa không nhiều màu mè nhưng phản ảnh đôi nét nội dung, thật hoàn hảo với riêng tôi.

Vào thời điểm in sách, tôi chưa biết mặt mũi hai anh Phan Kim Thịnh và Dương Kiền ra sao. Tôi còn chưa đặt chân đến Sài Gòn lần nào. Dân thành thị tỉnh lẻ không quê lắm nhưng cũng thừa ngờ nghệch, đủ ngây thơ, và yêu đời lắm lắm.

Được luật sư Dương Kiền, ưu ái viết lời bạt, tôi thật sự hãnh diện và sung sướng. Với làng bút Sài Gòn, tôi hoàn toàn vô danh. Một đôi bài thơ thỉnh thoảng được đi trên vài tạp chí Mai, Bách Khoa... chưa tạo được sự chú ý nào. Những người lãng mạn sinh hoạt thơ văn tại tỉnh lẻ, háo hức khởi hành nhưng khó khăn hội nhập sân chơi lớn. Riêng tôi lựng chựng đi từ Tuổi Xanh đến Mai... không quên ghé qua những Văn, Thời Nay, Ngàn Khơi... nhưng không thấy thú vị với các trang đặc biệt của bất cứ nhật báo nào tại thủ đô. Tôi cũng gần như không biết đến những trang thơ mộng, thanh xuân Tuổi Hoa, Tuổi Ngọc... Tôi đã như già trước tuổi.

***

Mục lục nội dung Về Trời:

Gồm 60 bài, với các thể loại: bốn chữ, ngũ ngôn, sáu chữ, bảy chữ, tám chữ, lục bát, thơ tự do, thơ xuôi. Và đầy đủ như sau:

Gõ đời phân vân (lục bát-lb), Mùa xuân (thơ tự do-ttd), Đầu quân (ttd), Trình bày (ttd), Đầu thai (6chữ), Tâm sự cùng em trai (8chữ), Chiến tranh (5chữ), Nhân vật (ttd), Cần Thiết (ttd), Con đường (ttd), Ngụy biện (lb), Thi Ca (8chữ), Quê hương một loài chim (ttd), Vọng ngôn (4chữ), Y (ttd), Người qua sườn đồi (8chữ), Lính rừng mây núi (8chữ), Huy Chương (4chữ), Cánh cửa lớn (ttd), Hành quân (5chữ), Minh oan (8chữ), Bậc đàn anh (8chữ), Phần thưởng cho chàng chiến sĩ (ttd), Thơ tình yêu (thơ xuôi), Vui lòng (lb), Chúng mình mất nhau (ttd), Giọt cười (lb), Sầu biếc (lb), Chải tóc (lb), Giọng ngâm của em (lb), Về nguồn thanh xuân (ttd), Buồn thật không (5chữ), Liên tưởng (4chữ), Chiến bại (lb), Ba hoa (lb), Lòng sớm mai (lb), Môi trưa (lb), Mắt chiều (lb), Bắt bóng (5chữ), Quà tặng (lb), Chiều phố yêu em (lb), Trưởng thành (lb), Lý do (ttd), Bóng tay (4chữ), Dặn dò (ttd), Muôn năm (lb), Giọng hát (7chữ), Đôi lòng xuân xanh (lb), Cuối đời gọi em (lb), Nét buồn ca dao (lb), Mưa vào thành phố (5chữ), Chân dung thân yêu (8chữ), Bài hoài niệm Sa Mạc (8chữ), Tâm hồn (lb), Cha con (ttd), Niềm mỏi mệt (8chữ), Tháng Bảy nhớ người (lb), Tiếng hát loài không tên (ttd), Vòng đua (lb).

Xin trích đôi bài ngắn ngắn:

TRƯỞNG THÀNH

đôi tay anh nhỏ như là
chân chim sâu nhảy la cà trong cây
anh tìm những nét thơ ngây
trong màu lá biếc xanh đầy mắt em
chong sầu vỗ giấc lãng quên
niềm bi quan nhẹ bay lên niết bàn
còn nguyên anh nỗi rộn ràng
yêu em chín ửng cả ngàn ý thơ

BÓNG TAY

*bàn tay lá mạ
cài hoa cúc vàng
khép tà áo lụa
bay chiều thu sang*

*tôi qua mấy dặm
phố xa bóng chàng
đôi dòng nước lũ
đẫm cồn má ngoan*

*guốc cao tiếng rụng
sầu xanh lòng chàng
ôi còn gì nữa
ngoài niềm bi quan*

*bàn tay lá mạ
bày trên mặt bàn
anh nhìn không thấy
những lời than van
em nhìn không thấy
từng giây phai tàn*

CHIỀU PHỐ YÊU EM

*anh ngu như thể con bò
lên yên xe đạp
              lò dò theo em
phố dài gót đỏ lênh đênh
thương con bóng vỡ hoài trên mặt đường*

*lòng anh chứa vạn mùi hương
đổ ra lót gót chân nương bóng chiều
em đi
      khép nép trong chiều
hai bàn tay thở dập dìu gió bay*

sợi bụi sau áo thành mây
cuốn anh trôi nổi hết ngày thanh xuân
đều chân em nhé
                        đừng ngừng
kẻo anh thành trụ điện lưng phơi trời
thong dong mặc sức rong chơi...

ghi chú: có thay đổi

CHIẾN TRANH

một con gà trống đỏ
một con gà trống đen
cùng nhìn về phương đó
khát vọng và bản năng
cả hai cùng hăm hở
đánh nhau không nói năng.

TÂM HỒN

ai đang gõ cửa hiên ngoài
đừng vào, vỡ tiếng thở dài cuộc tôi
trái tim đã hết chỗ ngồi
vỏ bia tàn thuốc lá phơi phận người
ngọn đèn soi tôi thấy tôi
đầu kê giữa gối tìm đời dưới chân
tôi thu tôi nhỏ lại dần
vừa tròn một tiếng thở bâng khuâng buồn
tâm hồn tôi, một giọt sương
nằm chờ nắng bốc về nguồn cội xưa

Đương nhiên không thể không trích một số câu trong lời bạt của anh Dương Kiền:

"... Tự thơ anh đã nói lên tất cả những lời chân thành mà anh muốn gởi tới người đọc, tôi viết những lời vô vị này thật thừa thãi. Nhưng tôi vẫn viết, có lẽ chỉ để chứng tỏ chúng ta sẵn sàng bên nhau, không phải để chia sẻ vinh quang, mà là chia sẻ những nhọc nhằn của một thế hệ mở mắt và có lẽ sẽ nhắm mắt trong cay đắng tủi nhục.

Chính thơ anh đã đưa tôi vào thế giới ấy. Nhận vinh dự viết lời bạt, tôi nghĩ rằng không bắt buộc phải ca ngợi anh. Phê phán anh đã có độc giả của anh, dù tôi có gian dối viết lên đây đôi lời tán tụng phù phiếm, cũng không làm thay đổi cái nhìn của người đọc.

Nhưng tôi nghĩ rằng, tôi bắt buộc phải ghi lên giấy, một ý nghĩ có thực của tôi: thơ anh là những âm thanh tình tự thiết tha và tất cả giá trị của anh là ở điều đó. Vì thế đôi khi anh bất chấp những xảo thuật của ngôn ngữ để làm tăng vẻ đẹp hình thức; anh chỉ quan tâm tới một điều: nói tiếng nói của con người, tìm thấy nhau trong nhịp điệu của sự sống đầy yêu mến thiết tha "

Sàigòn tháng 11-1964.

Dương Kiền

Tập thơ sau khi phát hành, bày bán ở nhà sách Lam Sơn và Sông Đà, (cả hai đều nằm trên đường Độc Lập Đà Nẵng). Tôi cùng hai bạn thân Châu Văn Tùng, Hoàng Trọng Bân, dạo phố trước Tết gặp được. Điều này cho thấy sách báo gởi cho các hiệu sách luôn đến sớm hơn sách tặng, hoặc sách đặt mua dài hạn.

Về Trời cũng được đôi tạp chí quảng cáo hộ. Và tạp chí Tin Sách cũng có bài điểm, không còn nhớ ai viết và giới thiệu trong số nào. Hy vọng sẽ tìm thấy để bổ sung cho Dấu Tay Một Thời, tôi đã thực hiện kiểu lưu niệm riêng.

Một chi tiết cũng nên biết để mà biết cho vui, Về Trời mang số kiểm duyệt:

K.D 3737B.T.T/BC ngày 10-12-1964.

Tôi đã đánh máy lại toàn bộ tập thơ, hoàn tất ngày 23.3.2017 tại tư gia, số 11351 đường Armand Lavergne Montreal P.Q H1H 5W3 Canada. Trong khi đánh máy có thuận tay chỉnh ít chữ, đôi dòng trong vài bài.

Luân Hoán

(4.38 Chiều 21-12-2018, tại đúng vị trí ngồi gõ năm 2017 ghi trên).

Kỳ tới: "Trôi Sông" Dòng Tình Si Đầu Đời

Tin Văn Nghệ

MINH NGỌC

1/ Triển lãm Trịnh Cung:

    Họa sĩ Trịnh Cung giới thiệu trường phái hội họa "đơn sắc hiện thực" bên cạnh các tranh trừu tượng của ông tại trụ sở nhật báo Người Việt (Westminster, California) trong hai ngày 15 và 16 tháng Sáu. Các họa phẩm trong cuộc triển lãm này là những sáng tác mới sau khi họa sĩ định cư tại Hoa Kỳ. Nhân dịp này ông cũng ra mắt quyển tự truyện *"Trịnh Cung Treo Trên Giá Vẽ, Hanging on the Easel"* gồm tiểu sử của ông suốt 56 năm nghệ thuật và hội họa miền Nam giai đoạn 1954-1975 với những tư liệu quý.

Hội họa đơn sắc (*monochrome art*) đã xuất hiện tại Paris từ cuối thế kỷ 19 với bức "*Combat de Nègres dans un tunnel*" của thi sĩ Paul Bilhaud, được danh họa Nga Kazimir Malevich phổ biến thành một trường phái đầu thế kỷ 20 ở Nga và Âu châu. Thập niên 50 và 60 đánh dấu trào lưu tranh đơn sắc với những tên tuổi Yves Klein (Pháp), Ad Reinhardt (Mỹ). Theo họa sĩ Trịnh Cung, chưa có nhiều họa sĩ Việt Nam theo đuổi trường phái này. Tranh đơn sắc của ông với hai màu trắng đen, theo chủ đề "*Câu Chuyện Của Một Di Dân Mới ở California*", mô tả cuộc sống hội nhập trên đất Mỹ. Ông nói lý do vẽ tranh đơn sắc trắng đen: "Tôi muốn đưa lối vẽ hiện thực lên mức cao hơn, gần gũi hơn với văn chương. Văn chương chỉ là những dòng chữ đen trên giấy, nhưng mô tả được biết bao sắc màu của thực tế ở đời."

Họa sĩ Trịnh Cung sinh năm 1939 tại Nha Trang. Ông tốt nghiệp Cao đẳng Mỹ thuật Huế, là thành viên Hội Họa Sĩ Trẻ nổi tiếng ở Sài Gòn trước 1975, có nhiều họa phẩm dự triển lãm ở ngoại quốc. Sau 1975 ông phải đi tù cải tạo ba năm vì phục vụ ngành Tâm Lý Chiến, và chỉ trở lại hội họa từ 1985. Ông sang Pháp triển lãm tranh năm 1995, năm 1996 sang Mỹ theo lời mời thỉnh giảng của University of San Francisco và có nhiều hoạt động nghệ thuật ở Mỹ cho tới năm 2001 ông bệnh nặng phải trở về Việt Nam. Sau khi khỏi bệnh, ông tục huyền với nữ sĩ Phương Lan (người vợ đầu của ông đã mất năm 1997) và hiện nay cả gia đình định cư tại California.

2/ Triển lãm "Hồi Tưởng":

Tiếp theo hai buổi triển lãm của họa sĩ Trịnh Cung, ngày 22 và 23 tháng Sáu ở trụ sở nhật báo Người Việt có cuộc hội tụ của sáu tài năng nghệ thuật Việt Nam với những tác phẩm hội họa và điêu khắc: Dương Văn Hùng, Nguyên Khai, Nguyễn Thị Hợp, Nguyễn Đồng, Ann Phong, và Nguyễn Việt Hùng.

Tên tuổi các họa sĩ Nguyên Khai, Nguyễn Đồng, Nguyễn thị Hợp và Dương văn Hùng đã quen thuộc với giới thưởng ngoạn trong và ngoài nước trước 1975 qua Hội Họa Sĩ Trẻ, sau 1975 họ lần lượt định cư ở hải ngoại và tiếp tục hoạt động nghệ thuật. Nữ họa sĩ Ann Phong thuộc thế hệ sau, bà vượt biên và định cư tại California năm 1982, tốt nghiệp hội họa tại Cal State Fullerton và hiện là giáo sư hội họa tại Cal Poly Pomona. Riêng Nguyễn Việt Hùng xuất thân Đại học Khoa học nhưng lại theo đuổi hội họa sau khi định cư tại Hoa Kỳ năm 1982. Cả sáu họa sĩ đều có tác phẩm triển lãm nhiều nơi trên thế giới.

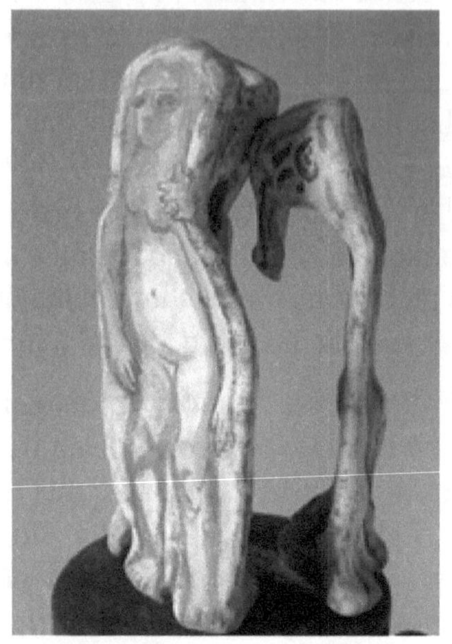

điêu khắc của Dương Văn Hùng

tranh Nguyên Khai

tranh Nguyễn Thị Hợp

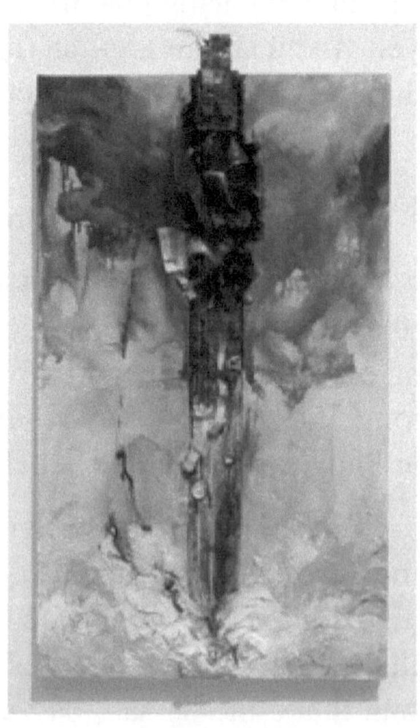

tranh Ann Phong

tranh Nguyễn Việt Hùng

tranh Nguyễn Đồng

3/ Nhà thơ Họa sĩ Phan Vũ (1926-2019):

Phan Vũ, tên thật Trần Hồng Hải, quê mẹ ở Đà Nẵng, sinh năm 1926 tại Hải Phòng. Năm 1946 ông tham gia Vệ quốc đoàn vào Nam, sau 1954 tập kết ra Bắc, viết văn và làm báo. Kịch *"Lửa cháy lên rồi"* của ông được giải nhì Hội Văn Nghệ năm 1955. Tháng Năm 1956, ông gửi bài thơ đầu tay *"Bình vỡ"* cho tạp chí Nhân Văn và đã lên khuôn cho Nhân Văn số 6 nhưng Nhân Văn bị đình bản ngay lúc ấy nên số báo không hề ra đời. Tuy vậy, tên Phan Vũ vẫn bị dính vào vụ Nhân Văn. Ông làm việc biên kịch và đạo diễn cho Xưởng phim truyện Việt Nam, thơ sáng tác chỉ để cất đi hoặc đọc cho bạn bè nghe. Giáng sinh 1972, trong đợt ném bom Hà Nội dữ dội nhất của Không quân Mỹ, ông chứng kiến cảnh tang thương của phố Khâm Thiên, xúc động viết ra trường thi *"Hà Nội – phố"*. Bài thơ không được phép phổ biến. Sau 1975, ông chuyển vào Sài Gòn làm việc cho Đài truyền hình, gặp gỡ nhiều văn nghệ sĩ. Năm 1987, nhạc sĩ Phú Quang nghe ông đọc bài *"Hà nội – phố"* đã lấy 21 câu phổ thành ca khúc *"Em ơi Hà Nội phố"* trình bày lần đầu trên đài truyền hình Sài Gòn với ca sĩ trẻ Nguyễn Lệ

Thu thu hút sự chú ý nồng nhiệt của khán thính giả miền Nam trước một nhạc phẩm trữ tình hiếm hoi trong thời kỳ "ca khúc chính trị" với lời thơ mang âm hưởng Hà Nội xa xưa của Nguyễn Tuân, Thạch Lam, Vũ Bằng. Đến nay, *"Em ơi Hà Nội phố"* vẫn là một trong những ca khúc hay nhất về Hà Nội, được hầu hết các ca sĩ trong nước và hải ngoại thu âm.

Từ năm 1990, Phan Vũ còn sáng tác hội họa và có buổi triển lãm tranh sơn dầu chủ đề *"Em ơi Hà Nội phố"* tháng Bảy 2018 tại Sài Gòn. Các ấn phẩm đã xuất bản: *Thơ Phan Vũ* (NXB Văn Học 2008), tập thơ *Ta còn em* (NXB Hội Nhà Văn 2018), tập văn xuôi *Ly rượu trần gian* (NXB Hội Nhà Văn 2019).

Nhà thơ Phan Vũ lập gia đình lần đầu năm 1954 với nữ diễn viên tài sắc Phi Nga, không may cô bị tai biến mạch máu não liệt giường từ năm 29 tuổi và mất năm 49 tuổi. Ông tục huyền năm 1999 lúc 73 tuổi với phóng viên Diễm Chi, bạn đồng nghiệp của con gái ông. Ông mất ngày 17 tháng Bảy tại Sài Gòn sau một thời gian hôn mê, thọ 93 tuổi.

Phan Vũ

4/ Giải Kịch Nghệ Broadway Tony 2019:

Giải Tony thường niên cho kịch nghệ Broadway (New York) về kịch nói năm nay trao cho *"The Ferryman"* (Người đưa đò) của kịch tác gia Anh Jez Butterworth. Vở kịch trình diễn đầu tiên ở West End (London) năm 2017, được nhiều giải thưởng, trong đó có giải Laurence Olivier 2018, và khởi diễn ở Broadway (New York) từ tháng Mười 2018. Năm nay, ngoài giải Tony, kịch *"The Ferryman"* còn nhận được giải Drama Desk, Drama League, và Outer Critics Circle.

"The Ferryman" lấy bối cảnh thời điểm xung đột dữ dội nhất ở Bắc Ái Nhĩ Lan năm 1981. Suốt một thập niên trước đó là những đợt khủng bố liên tiếp của nhóm IRA (Quân lực Cộng hòa Ái Nhĩ Lan) với những vụ đánh bom các thành phố ở Anh, bắt cóc và thủ tiêu thường dân Thiên Chúa giáo Ái Nhĩ Lan. Cho đến nay, một số nạn nhân vẫn chưa tìm ra hài cốt. Đợt tuyệt thực của tù binh IRA năm 1981 là đợt lâu nhất, nhiều tử vong nhất với cả Bobby Sands lúc đó là nghị sĩ Hạ Viện Anh, gây chấn động dư luận thế giới. Giữa cao trào khủng hoảng chính trị này, "Thiết phu nhân" Margaret Thatcher quyết không nhượng bộ, với câu nói nổi tiếng *"Crime is crime is crime, it is not political"* (Tội ác là tội ác là tội ác, không phải chính trị). Vở kịch xoay quanh gia đình Carney. Người chồng Seamus là một trong những nạn nhân bị IRA thủ tiêu, người vợ Caitlin đem con trai đến ở với gia đình anh chồng là Quinn, đào ngũ khỏi IRA một thập niên trước, hiện làm chủ một trang trại. Cùng sống với họ còn có ông chú

Patrick nghiện rượu, bà thím Patricia ủng hộ IRA, và bà cô Maggie. Ngoài ra, còn ba đứa cháu họ đến phụ việc, đứa lớn nhất tên Shane huênh hoang về hoạt động của hắn với IRA. Những diễn tiến trong đại gia đình với nhiều tư tưởng chính trị khác biệt phản ánh cả một khung cảnh xã hội trong thời kỳ bạo lực nhất lịch sử Anh và Ái Nhĩ Lan, mà nhiều cộng đồng dân tộc trên thế giới có thể cảm nhận một phần kinh nghiệm đau thương của riêng mình từ Á châu (Việt Nam, Triều Tiên) đến Phi châu, Trung Đông. Tựa đề *"The Ferryman"* có nghĩa là người đưa đò chở những linh hồn đã chết sang thế giới bên kia.

Jez Butterworth sinh năm 1969 tại London. Tuổi thơ của anh trải qua giai đoạn bạo động nhất của IRA và luôn luôn nung nấu ý tưởng viết về đề tài này cho đến năm 2012 gặp gỡ và chung sống với nữ diễn viên Laura Donnelly sau khi làm việc cùng cô trong vở kịch *"The River"*. Laura Donnelly có một người chú là nạn nhân bị IRA thủ tiêu, và những câu chuyện cô kể đã giúp Butterworth viết ra *"The Ferryman"*. Jez Butterworth được nhiều giải thưởng, trong đó có giải Laurence Olivier ngay từ vở kịch đầu tay *"Mojo"* năm 1996. Sau đó anh viết kịch bản và đạo diễn phim *"Mojo"* năm 1997. Năm 2007, Butterworth nhận giải E. M. Forster của Hàn Lâm Viện Nghệ thuật và Văn chương Hoa Kỳ. Kịch *"Jerusalem"* được giải Evening Standard Theatre và Critics' Circle năm 2009, năm 2011 dựng ở Broadway và được đề cử Tony. Ngoài phim *"Mojo"*, Jez Butterworth viết kịch bản và đạo diễn phim *"Birthday Girl"* (2001) có Nicole Kidman đóng vai chính, *"The Last Legion"* (2007), *"Edge of Tomorrow"* (2014), *"Get on Up"* (2014), *"Black Mass"* (2015), được giải Paul Selvin của Writers Guild of America West năm 2011 cho kịch bản phim *"Fair Game"* có Naomi Watts và Sean Penn đóng vai chính, cộng tác với phim James Bond *"Spectre"* (2015), *"Ford v. Ferrari"* (2019), và mới nhất là phim *"Cruella"* về nhân vật ác nữ của 101 Dalmatians do Disney sản xuất. Butterworth chịu ảnh hưởng của kịch tác gia Anh quốc, Harold Pinter (Nobel 2005).

5/ Nhà văn Andrea Camilleri (1925-2019):

Nhà văn Ý Andrea Camilleri lên cơn nhồi máu cơ tim tháng Sáu 2019, và mất ngày 17 tháng Bảy tại Rome, thọ 93 tuổi.

Ông sinh năm 1925 tại Sicily, theo học khoa Văn chương nhưng bỏ ngang để viết văn làm thơ. Sau đó ông học khoa đạo diễn ở Học viện Kịch nghệ Silvio d'Amico rồi làm cho Đài truyền hình RAI. Năm 1977 ông trở lại Học viện Kịch nghệ làm Chủ nhiệm khoa Đạo diễn suốt 20 năm. Ông bắt đầu viết tiểu thuyết năm 1978 nhưng không thành công nên bỏ viết văn. Năm 1992 ông viết tiểu thuyết trở lại với cuốn *"La Stagione della Caccia"* (Mùa săn) được đón nhận nồng nhiệt. Nhưng nhân vật làm nên tên tuổi của ông là thanh tra cảnh sát Montalbano ở thị trấn Vigàta thuộc Sicily trong bộ tiểu thuyết *"La forma dell'Acqua"* (Khung nước) ra mắt năm 1994. Ông lấy tên nhân vật từ tên của văn sĩ Tây Ban Nha Manuel Vázquez Montalbán. Khi được dựng thành phim truyền hình, tác phẩm nổi tiếng đến nỗi thị trấn quê nhà của Camilleri là Porto Empedocle mà ông lấy làm bối cảnh cho cuốn sách được đổi tên chính thức thành Porto Empedocle Vigàta. Năm 2012, cuốn *"Il campo del vasaio"* (Cánh đồng gốm) cũng với nhân vật Montalbano được giải Hội Nhà văn Hình sự của Anh. Ngoài ra ông còn được giải văn chương Nino Martoglio năm 1998, Nhất đẳng Bội tinh Cộng hòa Ý năm 2003, giải tiểu thuyết hình sự RBA của Tây Ban Nha năm 2008.

Andrea Camilleri

6/ Hãng phim hoạt hình Kyoto:

Sáng ngày 18 tháng Bảy, lúc 10 giờ rưỡi (giờ Nhật Bản), phim trường số 1 của Kyoto Animation ở Uji-ku, ngoại ô Kyoto, hoạt động bình thường với hơn bảy mươi nghệ sĩ và nhân viên. Một gã đàn ông 41 tuổi tên Shinji Aoba xông vào phim trường tưới 40 lít xăng và phóng hỏa, gào lên "Chết đi!". Lực lượng cứu hỏa mất hơn bốn giờ để dập lửa. Ba mươi ba người thiệt mạng, số còn lại bị thương và bị phỏng nặng, trong đó một nạn nhân đã chết tại bệnh viện ngày hôm sau, đưa tổng số tử vong lên ba mươi bốn. Thủ phạm bị phỏng nặng, chạy ra ngoài kêu cứu, hiện đang điều trị ở bệnh viện. Hắn có tiền án cướp bằng dao và tiền sử bạo lực.

Kyoto Animation thành lập năm 1981, là hãng phim hoạt hình hàng đầu giúp đưa sản phẩm hoạt hình Nhật phổ biến rộng rãi lôi cuốn hàng triệu người hâm mộ trên toàn thế giới thành một công nghiệp giải trí với tên gọi *anime*. Trong khi các hãng phim hoạt hình khác trả thù lao cho nghệ sĩ trên từng thành phẩm, Kyoto Animation trả lương cố định để khuyến khích nghệ sĩ chú tâm vào sáng tác chứ không chạy theo số lượng để kiếm tiền. Kyoto Animation còn điều hành một trường đào tạo nghệ sĩ hoạt hình, và là hãng phim thu nhận rất nhiều nữ họa sĩ, vốn hiếm thấy trong ngành hoạt hình mà nam giới là thành phần chủ đạo.

Chủ hãng phim, vợ chồng Hideaki và Yoko Hatta, cho biết họ dự định phá bỏ tòa nhà để làm một công viên với đài tưởng niệm các nghệ sĩ thiệt mạng. Toàn bộ máy vi tính cùng với các phim đã và đang sản xuất đều bị thiêu rụi trong vụ cháy. Hãng đang thực hiện *Sound! Euphonium*, *Violet Evergarden*, *Miss Kobayashi's Dragon Maid*, và *Baja no Studio: Baja no Mita Umi*, không rõ họ còn khả năng để hoàn thành hay không.

Minh Ngọc

THƯ TÍN

Phần Thơ:

- Vì số lượng Thơ nhận khá nhiều, chúng tôi khó có thể đi hết, mong các bạn thông cảm. Kể từ số 4, chúng tôi xin đề nghị:

1. Tác giả tự chọn bài MỚI VIẾT ưng ý nhất của mình, và chỉ gởi một đến hai bài cho mỗi kỳ đến NN, bài viết không quá dài (sở dĩ không dám nhận một lúc nhiều bài vì không thể cầm chân bài của quý bạn quá lâu, để quý bạn còn sớm dịp phổ biến ở những diễn đàn khác).

2. Các bài thơ cũ đã in trong thi phẩm của bạn, nếu tâm đắc cũng có thể gởi với điều kiện ghi rõ tên Thi phẩm có bài thơ và do tác giả gởi đến, để tránh trường hợp cho chúng tôi copy đi lại. Dĩ nhiên chúng tôi sẽ cân nhắc khi phổ biến tiếp.

Phần Văn:

Mọi thể loại truyện, hồi ký, tùy bút, biên khảo, nhận định... đều đón nhận và mong đợi những sáng tác, công trình mới chưa đi bất cứ ở tạp chí (giấy) hay diễn đàn khác. Bài viết nên tròn trịa trong một kỳ báo.

Ngôn Ngữ

PHẢI CÓ TRONG MỌI
TỦ SÁCH GIA ĐÌNH
CỦA NGƯỜI VIỆT

44 NĂM VĂN HỌC
VIỆT NAM HẢI NGOẠI
(1975-2019)

Bộ sách gồm 7 cuốn,
mỗi cuốn trên dưới 700 trang, thâu tóm gần như toàn cảnh
nền văn học hải ngoại xuyên suốt 44 năm kể từ tháng tư 1975

Mua sách xin liên lạc:
Lê Hân: han.le3359@gmail.com
- (408) 722-5626

Giá mỗi cuốn: US$ 46.00
Mua trọn bộ giá ưu đãi:
US$ 261.00
Tính cả cước phí UPS

THIÊN LÝ

những dòng
KÝ ỨC

Tập truyện ngắn

2019

Liên lạc mua sách: thienly60@gmail.com

THƠ

Liên lạc mua sách: freedomsteven_01@yahoo.com

Mời đồng bào đón đọc tác phẩm cảm động, uẩn súc: *Trường thi "Tướng Quân Ca"* do Hoàng Minh Chân sáng tác, gồm hơn 400 câu, ra đời từ xúc cảm đến từ sự tuẫn tiết của đại úy Nguyễn Đình Giang, khóa 25 Võ Bị Đà Lạt, cùng với ban chỉ huy đại đội Trinh sát trung đoàn 50, sư đoàn 25 Bộ binh; thiếu úy Nhảy dù Huỳnh Văn Thái cùng trung đội của ông, cũng như hơn 40 quân nhân anh hùng khác của VNCH. Mục đích của tập thơ là để vinh danh những anh hùng này trong sử Việt hiện đại.

Tập thơ này do Nhân Ảnh xuất bản và đã phát hành vào khoảng cuối tháng 8, 2019.

Để tặng, Không bán

Có thể liên lạc với tác giả tại qhoang222@gmail.com để có được tác phẩm.

Tác giả Hoàng Minh Chân là một free thinker - lâu lâu có thơ đăng trên các báo với bút hiệu Chân Huyền, Tâm Nguyên.

Liên lạc mua sách: lejennie25@yahoo.com

THE HUNDRED-YEAR MARATHON
CHINA'S SECRET STRATEGY
TO REPLACE AMERICA AS THE GLOBAL SUPERPOWER
MICHAEL PILLSBURY

TRẦN LƯƠNG NGỌC
CHUYỂN NGỮ VÀ CHÚ THÍCH

CUỘC ĐUA MARATHON 100 NĂM

SÁCH LƯỢC BÍ MẬT CỦA TRUNG QUỐC
NHẰM TRANH NGÔI BÁ CHỦ THẾ GIỚI CỦA HOA KỲ

PHONG TRÀO VIỆT HƯNG PHÁT HÀNH
NHÀ XUẤT BẢN NHÂN ẢNH
2019

Liên lạc mua sách: sach@viet-hung.org

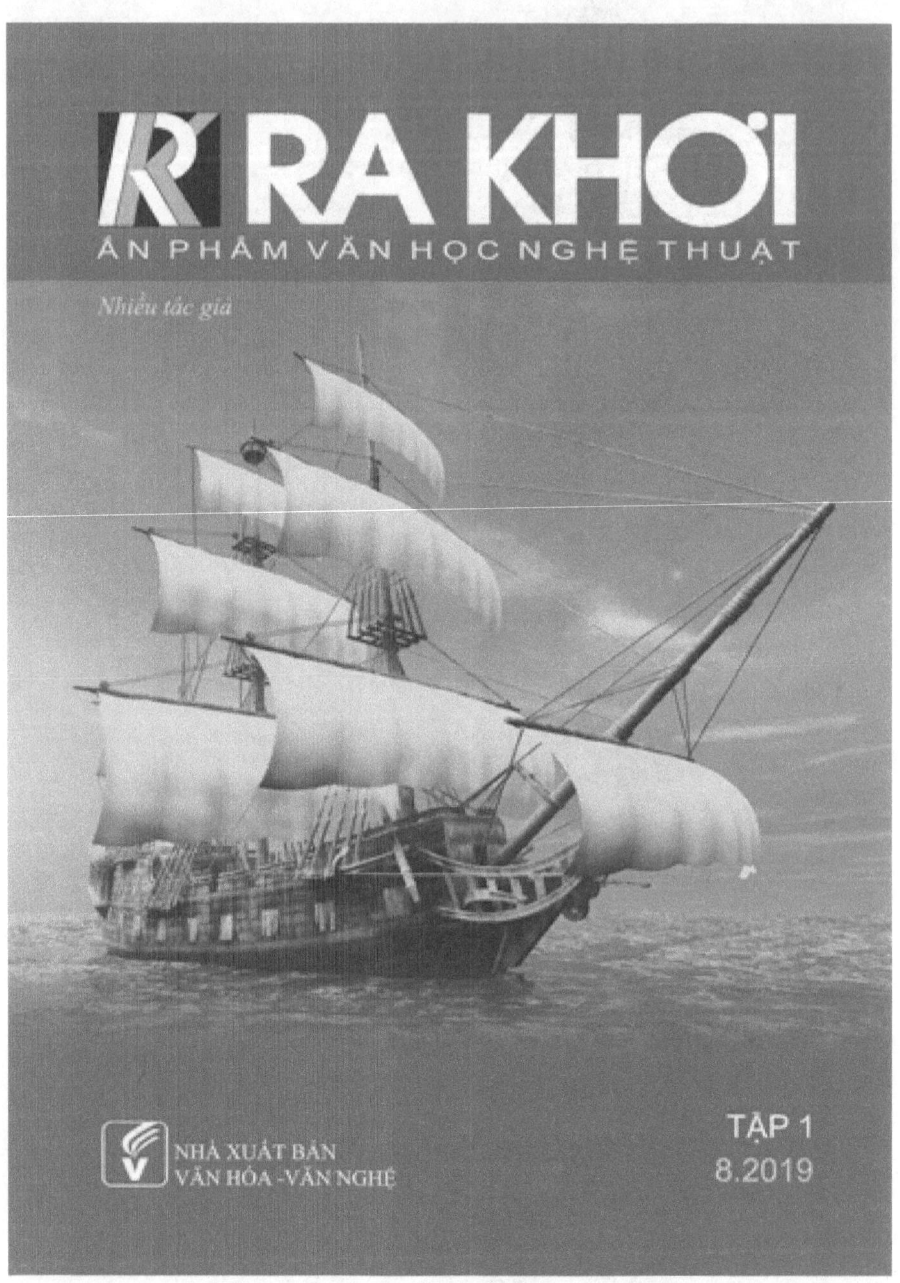

Liên lạc mua tạp chí Ra Khơi: vanhocunescom@gmail.com

www.ingramcontent.com/pod-product-compliance
Lightning Source LLC
Chambersburg PA
CBHW060909190726
48286CB00002B/436